தமிழ் நாட்டுப்புறவியல்

தமிழ் நாட்டுப்புறவியல்

டி. தருமராஜ்

கிழக்கு

தமிழ் நாட்டுப்புறவியல்

Thamizh Naattupuraviyal

T. Dharmaraj ©

First Edition: February 2021

240 Pages

ISBN: 978-81-949321-5-4

Kizhakku - 1224

Kizhakku Pathippagam

177/103, First Floor, Ambal's Building, Lloyds Road,

Royapettah, Chennai - 600 014. Ph: +91-44-4200-9603

Email : support@nhm.in | Website : www.nhm.in

kizhakkupathippagam | kizhakku_nhm

Author's Email: dharmarajant@yahoo.co.in

Cover Image: Ranjit Paranjothi

Kizhakku Pathippagam is an imprint of New Horizon Media Private Limited

சமர்ப்பணம்

அப்பா, தம்புராஜ்
அம்மா, நல்லம்மாள்

உள்ளே

பின்தொடரும் பாவைகளின் குரல்

'இந்தப் புத்தகத்திலுள்ள கட்டுரைகள், தமிழ் நாட்டுப்புறவியல் என்ற சிந்தனையை நோக்கி உங்களை நகர்த்தக்கூடியவை. அப்படியொன்று தேவைப்படுவதற்கான காரணங்கள் இதில் விரிவாக அலசப்பட்டுள்ளன. அதே நேரம், அப்படியொன்று உருவாகியிருக்கும் என்றால், அந்த ஆய்வுகள் என்ன தோரணையில், என்ன தன்மையில் இருக்கும் என்பதைக் கோடிட்டுக் காட்டும் கட்டுரைகளும் இதில் இடம்பெற்றுள்ளன.'

இந்த வரிகளோடு தொடங்குகிறது டி. தருமராஜின் 'தமிழ் நாட்டுப் புறவியல்'. ஓர் அறிவுத் துறையை அறிமுகப்படுத்தும் எந்தவொரு பாட நூலுக்கும் வாய்க்கும் ஆரவாரமற்ற எளிய தலைப்புதான் இந்நூலுக்கும் வாய்த்திருக்கிறது. ஆனால் உள்ளிருந்து விரிந்துவரும் உலகம் முற்றிலும் வண்ணமயமானதாக இருக்கிறது.

வாய்மொழி வழக்காறுகள், நாட்டாரிலக்கியம், நிகழ்கலைகள், கைவினைக் கலைகள், பழமரபுகள், கிராமத்துக் கடவுள்கள், வழிபாட்டு முறைகள் என்று நாட்டுப்புறவியலில் நீங்கள் என்ன வெல்லாம் எதிர்பார்ப்பீர்களோ அவையனைத்தும் இதில் உள்ளன. ஆனால் எந்தவொரு இடத்திலும் 'நான் உங்களுக்கு ஒரு கலைச் சொல்லை விளக்கப்போகிறேன்' அல்லது 'ஒரு முக்கியமான கருத்துருவாக்கத்தை நீங்கள் தெரிந்துகொண்டாகவேண்டும்' என்கிற தொனியோடு தருமராஜ் நம்மை அணுகுவதில்லை.

'நான் ஒருமுறை பாவைக்கூத்தொன்றைக் கண்டபோது என்ன நடந்தது தெரியுமா?', 'எனக்குத் தெரிந்த ஒரு கதையைச் சொல்லட்டுமா?', 'நான் அனுமானிப்பதை உங்களோடு பகிர்ந்து கொள்ளவா?' என்று போகிறபோக்கில் உரையாடலைத் தொடங்கி

வைக்கிறார். அந்த உரையாடலில் நாம் பங்கேற்கும்போது அவர் பார்த்த காட்சிகளை நாம் காண்கிறோம், அவர் படித்ததை நாம் படிக்கிறோம், அவர் வந்தடையும் முடிவுகளை நாம் அசைபோடுகிறோம். எல்லாமே மிக இயல்பாக நிகழ்கின்றன. அவர் எதையும் விளக்குவதில்லை. எதை அறிமுகப்படுத்துவதாக இருந்தாலும் நம்மைக் கைப்பிடித்து அழைத்துச்சென்று அதன்முன்பு நிறுத்தி, நீங்களே பார்த்துக்கொள்ளுங்கள். தேவைப்பட்டால் தீண்டி உணர்ந்துகொள்ளுங்கள் என்கிறார்.

ஒருமுறை கருத்தரங்கில் கலந்துகொள்வதற்காக வந்து சேரும் கிராமியக் கலைஞரான பரமசிவராவ் அழிந்துவரும் தன் கலையை அறிமுகம் செய்து உணர்ச்சி மேலிடப் பேசிக்கொண்டிருக்கிறார். அவரைச் சுற்றி பாவைகள் குவிந்துகிடக்கின்றன. ஒவ்வொரு கதாபாத்திரத்துக்கும் பல பாவைகள் இருக்கும். சீதை என்றால் திருமணத்துக்கு முந்தைய சீதை, மணக்கோல சீதை, வனவாச சீதை, அசோகவன சீதை என்று பல வகைகள் இருக்கும். அந்தக் குவியலிலிருந்து தனக்குத் தேவையானதை அவர் உருவியெடுத்து உயர்த்திக் காட்டுகிறார்.

ஒரு கட்டத்தில் அவருக்குத் தேவைப்படும் பாவை கிடைக்காமல் போய்விடுகிறது. அவர் பதட்டம் கொள்கிறார். பரபரப்போடு தேடுகிறார். நான் தேடும் பாவை இங்கேதான் எங்கோ இருக்கிறது என்று முணுமுணுத்தபடி அவர் பாவைகளைத் தூக்கி வீச ஆரம்பிக்கிறார். பாவையைக் காண்பிக்காவிட்டால் பரவாயில்லை தொடர்ந்து பேசுங்கள் என்கிறார்கள் பார்வையாளர்கள். ஆனால் அவர் தேடுவதை நிறுத்துவதாக இல்லை. இப்படியே போனால் எங்கே பாவைகளை அவர் கிழித்துவிடுவாரோ என்னும் பதட்டத்தில், ‘பரமசிவராவ்! உங்களால் இன்னும் கொஞ்சம் மெதுவாக அப்பாவைகளைக் கையாள முடியாதா?’ என்கிறார்கள்.

அதன்பிறகு நடந்ததை தருமராஜ் சொல்கிறார். ‘இதற்குப் பரமசிவராவ் எங்களுக்குச் சொல்லிய பதிலே இங்கு முக்கியமானது. அதனை அசாதாரணமான ஒன்று என்றே நான் புரிந்து கொள்கிறேன். ஆனால் நிறைய பேர் அதைச் சாதாரணம் என்கிறார்கள். ஒருவேளை சாதாரணத்திற்கும் அசாதாரணத்திற்குமான இடைவெளியில் அந்தப் பதில் வந்து சேரக்கூடும். நிறைய பேருக்கு அவரது பதில் புரியவில்லை. அர்த்தம் புரிந்த சிலரோ பரமசிவராவ் என்ற கலைஞனின் உலகிற்குள் உன்மத்தம் பிடித்தவர்களாகத் திரிந்தார்கள். அவர் அன்றைய தினம் சொல்லிய மிக எளிமையான பதில் இதுதான்; ‘பாவைகளை நிதானமாகக் கையாளுவது என்றால் என்ன?’’

அம்பேத்கரின் கதையை பாவைக்கூத்தாக மாற்ற தருமராஜும் சில கலைஞர்களும் மேற்கொண்ட பிரயத்தனங்கள் அழகாக வெளிப் பட்டுள்ளன. என்னது, அம்பேத்கர் தமிழர் கிடையாதா? மராட்டியர் என்றா சொல்கிறீர்கள் என்று ஆரம்பத்திலேயே அதிர்ந்து போகிறார்கள் கலைஞர்கள். அம்பேத்கர் பெரிய மனிதராக வருவார் என்று அருள்வாக்கு சொன்ன அவர் சித்தப்பா ஒரு சந்நியாசி என்பதை அறிய நேர்ந்ததும் அவர்கள் மகிழ்கிறார்கள். மகிழ்ச்சிக்குக் காரணம் அவர்கள் விரும்பிய புராண வகை தொடக்கம் அதில் இருந்தது. தவிரவும், சித்தப்பா சந்நியாசி பாவையைப் புதிதாக அவர்கள் செய்யவேண்டியிருக்காது. விஸ்வாமித்திரர் அல்லது வசிஷ்டர் பாவையே போதுமானது. ஆனால் இந்த மகிழ்ச்சி நீண்டநேரம் நிலைக்கவில்லை. அம்பேத்கர் ஒரு தாழ்த்தப்பட்ட மகர் என்பதை அறிந்துகொண்டது அவர்களை என்னவோ செய்தது. ஏன் அவர் ஒரு 'மண்டிகர்'ஆக இருக்கமுடியாதா என்று ஏக்கத்தோடு கேட்கிறார்கள். இப்படியாக விரிந்துசெல்லும் உரையாடல் வந்து முடியும் இடம் அழுத்தமானது, நம்மால் எளிதில் மறக்கமுடியாதது.

ஓர் ஆய்வுப்பணிக்காகக் கிராமமொன்றுக்குச் செல்ல நேர்ந்தபோது எப்படி முகத்திலடித்தாற்போல் சாதி தன் எதிரில் வந்து நின்றது என்பதை தருமராஜ் விவரிக்கும் இடம் முக்கியமானது. மேற்கத்திய நவீன துறையான நாட்டுப்புறவியல் இந்தியாவுக்குள் நுழையும்போது அது எவ்வாறு சாதியை எதிர்கொண்டது, எத்தகைய உரையாடலை நிகழ்த்தியது, கொடுக்கல் வாங்கலில் ஈடுபடும் அளவுக்கு எப்படி நெருக்கம் கண்டது என்பதையெல்லாம் விரிவான விசாரணைக்கு உட்படுத்துகிறார் தருமராஜ்.

அனுபவங்கள், கதைகள், கதைகள் பற்றிய கதைகள் என்று கிளைகளைப் பரப்பியபடி விரிந்து, விரிந்து செல்லும் அதே சமயம் விமரிசனப்பூர்வமான ஒரு பண்பாட்டு வரலாற்றுப் பிரதியாகவும் இந்நூல் காத்திரமாக உயர்ந்து நிற்கிறது. நாட்டுப்புறவியலைத் தமிழ்ச் சூழல் எவ்வாறு எதிர்கொண்டது, பிற அறிவுத்துறைகளில் எத்தகைய தாக்கத்தைச் செலுத்தியது, என்னவெல்லாம் சாதித்தது, எங்கெல்லாம் தானும் குழம்பி மற்றவர்களையும் குழப்பிவிட்டது என்பதையெல்லாம் இந்நூலிலிருந்து ஒருவர் தெரிந்துகொள்ள முடியும். கிரிம் சகோதரர்கள், லெவி ஸ்ட்ராஸ், எரிக் ஃப்ராம், ஃபிராய்ட், பெர்டினான் சசூர், காயத்ரி ஸ்பிவாக், ஏ.கே. ராமானுஜன், நா. வானமாமலை, அயோத்திதாசர் அனைவரும் அருகருகில் திரட்டப்பட்டு ஒப்பிடப்படுகிறார்கள், விவாதிக்கப்படுகிறார்கள்.

நாட்டுப்புறவியல் என்று அழைக்கவேண்டுமா அல்லது நாட்டார் வழக்கியல் என்றா? அதென்ன தனியே தமிழ் நாட்டுப்புறவியல்?

நாட்டுப்புறம், நாட்டார் ஆகிய சொற்கள் வேறு எதையெல்லாமோ உணர்த்துகின்றன அல்லவா? இந்தப் பதங்களைத் தொடர்ந்து கையாள்வது முறைதானா? மானுடவியலும் நாட்டுப்புறவியலும் எங்கெல்லாம் இணைகின்றன, எங்கெல்லாம் முரண்பட்டுப் பிரிகின்றன? இந்தியா போன்ற பின்காலனிய நாடுகளில் நாட்டுப் புறவியல் எதிர்கொண்ட கருத்துருவச் சிக்கல்களை விளங்கிக் கொள்வது எப்படி? சாதியோடு இத்துறை வளர்த்து வைத்திருக்கும் உறவை நாம் என்ன செய்யப்போகிறோம்?

நாட்டுப்புறவியலின் கதையை நாம் கேட்டுக்கொண்டிருக்கும் போதே, மொழியியல், தத்துவம், வரலாறு, இனவரைவியல், உளவியல் உள்ளிட்ட துறைகளின்மீதும் நம் ஆர்வத்தை அடுத்தடுத்துச் செலுத்துகிறார் தருமராஜ். அவர் கரங்களுக்கு மட்டும் ஒவ்வொரு முறையும் சரியான பாவைகள் அகப்பட்டுவிடுகின்றன.

'நான் ஏன் தலித்தும் அல்ல?', அயோத்திதாசர்: பார்ப்பனர் முதல் பறையர் வரை' ஆகிய நூல்களைத் தொடர்ந்து டி. தருமராஜின் 'தமிழ் நாட்டுப்புறவியல்' நூலை வெளியிடுவதில் கிழக்கு பதிப்பகம் பெருமிதம் கொள்கிறது. 2011 ஆம் ஆண்டு புலம் வெளியிட்ட நூலின் திருத்தப்பட்ட, செழுமைப்படுத்தப்பட்ட பதிப்பு இது.

மருதன்

ஆகஸ்ட் 2020

இரண்டாம் பதிப்பிற்கான முன்னுரை

முதல் பதிப்பு வந்த பத்து ஆண்டுகளுக்குப் பின் இரண்டாம் பதிப்பு வெளியாகிறது. கடந்த நான்கைந்து வருடங்களாக இந்தப் புத்தகம் அச்சில் இல்லை. முதற்பதிப்பு விற்றுத்தீர்ந்தும் வெளியிடாமலேயே இருந்தேன். அதற்கு ஒரே ஒரு காரணம்தான். இரண்டாம் பதிப்பிற்காக இக்கட்டுரைகளை நான் திரும்ப வாசிக்க ஆரம்பித்தால் நிச்சயமாய் வேறொரு புத்தகத்தையே எழுத ஆரம்பிப்பேன். இந்தச் சிக்கல் முதற்பதிப்பிலும் நடந்தது. அதை முதற்பதிப்பின் முன்னுரையில் எழுதியிருக்கிறேன். தவிர்க்க முடியாமல் இந்தப் பதிப்பிலும் அதுவே நடந்தது. நிறைய கட்டுரைகள் அளவிலும் கருத்திலும் மாறியிருக்கின்றன. ஒரு கட்டத்தில் புத்தகத்தின் பெயரையே கூட மாற்றிவிடலாமா என்று கூட மனம் பரபரத்தது. வலுக்கட்டாயமாய் என்னையே நான் கட்டுப்படுத்திக் கொண்டேன். ஆனாலும் தலைப்பை மாற்றும் ஆசை மட்டும் அடங்கவில்லை.

இந்தப் புத்தகத்திலுள்ள கட்டுரைகள், தமிழ் நாட்டுப்புறவியல் என்ற சிந்தனையை நோக்கி உங்களை நகர்த்தக்கூடியவை. அப்படியொன்று தேவைப்படுவதற்கானக காரணங்கள் இதில் விரிவாக அலசப்பட்டுள்ளன. அதே நேரம், அப்படியொன்று உருவாகியிருக்கும் என்றால், அவ் ஆய்வுகள் என்ன தோரணையில், என்ன தன்மையில் இருக்கும் என்பதைக் கோடிட்டுக் காட்டும் கட்டுரைகளும் இதில் இடம்பெற்றுள்ளன.

அந்த வகையில், நாட்டார் தெய்வங்கள் குறித்த கட்டுரை மிக முக்கியமான பாய்ச்சல் என்று சொல்வேன். வாய்மொழி சமூகங்கள் ஞாபகத்தை எவ்வாறு கையாளுகின்றன என்ற யோசனையை நெடுங்காலமாக நான் பேசிக் கொண்டிருக்கிறேன். சமீபத்திய ‘அயோத்திதாசர்’ நூலில் ஞாபகத்தின் பங்கு குறித்து விரிவாக

எழுதியிருக்கிறேன். அதற்கான முதற்புள்ளி 2001ம் வருடம் எழுதப்பட்ட 'மரணத்தின் ஞாபகப் படிவுகளும், ஞாபகப் படிவுகளின் மரணமும்' என்ற கட்டுரையில்தான் இடப்பட்டது. தமிழ் நாட்டுப்புறவியல் உருவாக்கத்தில் இக்கட்டுரை மிக முக்கியமான நகர்வாக இருக்கும்.

அதே போன்றது 'கலைஞர்களின் கூத்து' என்ற கட்டுரை. நாட்டார் கலைஞர்களின் கலையனுபவத்தை எழுத்தில் வடித்துப் பார்க்கும் உத்தியே அந்தக் கட்டுரை நெடுக ஓடிக் கொண்டிருக்கிறது. இந்தக் கட்டுரைகளை எழுதிக் கொண்டிருக்கும் பொழுதுதான், வாய்மொழிக் கலைஞர்கள் ஞாபகங்களை மனதில் மட்டுமல்லாது, உடலிலும் பதிவு செய்து வைக்கிறார்கள் என்பதை என்னால் கண்டுபிடிக்க முடிந்தது.

உடலையே மனம் போல பயன்படுத்த முடியும் என்ற யோசனை கிளர்ச்சி தரக்கூடியது. பாவைக்கூத்துக் கலைஞர்கள், வேளார்கள், தேவராட்டக் கலைஞர்கள் ஆகியோரின் உடல்கள் அவரவர் கலைகளின் அடிப்படை ஒழுங்குவிதிகளின் கீழ் எவ்வாறு வனையப் படுகின்றன என்பதை இந்தக் கட்டுரைகள் உங்களுக்கு விளக்கும்.

என்னுடைய மற்ற நூல்களைப் போலவே இதுவும் அற்புதமான வாசிப்பு அனுபவத்தை உங்களுக்குத் தரும். இதன் இரண்டாம் பதிப்பை வெளியிடும் கிழக்கு பதிப்பகத்தாருக்கும், அதற்கு துணைபுரிந்த மருதனுக்கும் எனது நன்றி.

டி. தருமராஜ்

மதுரை

08-07-2020

முதற்பதிப்பிற்கான முன்னுரை

'**த**மிழ் நாட்டுப்புறவியல்' என்ற இந்த நூல் வெவ்வேறு தருணங்களில் எழுதப்பட்ட எட்டுக் கட்டுரைகளின் தொகுப்பு. கட்டுரைகளின் வடிவத்திலும் சரி, உள்ளடக்கத்திலும் சரி, என்றைக்குமே திருப்தியிராதவன் நான்.

எனவே, இந்தக் கட்டுரைகள் பிற தொகுப்புகளிலும், இதழ்களிலும் ஏற்கெனவே வெளிவந்திருந்தன என்றாலும், அவற்றை நீட்டியும், குறைத்தும், வெட்டியும், ஒட்டியும், அக்கு வேறு ஆணி வேராக கழற்றிப் போட்டு ஒக்கிட்டதில் (ரிப்பேர்) வேறு வடிவத்தை அடைந்துவிட்டன. இன்னொரு முறை இக்கட்டுரைகளைக் கையிலெடுத்தாலும் உருமாற்றிக் கொண்டேதான் இருப்பேனென்று தோன்றுகிறது.

இது போல் உருமாற்றப்பட்ட கட்டுரை, 'ஆண்கள் ஆடும் ஆட்டம்' அது நாளொரு மேனியும் பொழுதொரு வண்ணமுமாக வளர்ந்து வருவது கண்டு ஒரு கட்டத்தில் எனக்கே பயம் வந்தது. அந்தப் பயத்தில்தான் அக்கட்டுரையை தற்போதைக்கு முடித்து வைத்தேன். இதேபோல் வளர்ந்து கொண்டேயிருந்த இன்னொரு கட்டுரை, 'கலைஞர்களின் கூத்து'. இதனுடைய ஆரம்ப வடிவத்திற்கும் இன்றைய வடிவத்திற்கும் ஏராளமான வேறுபாடுகள் உள்ளன. இதே விஷயம்தான் 'தேவேந்திரர்களின் அம்மான்கள்' கட்டுரையிலும், 'மூன்று தமிழ்ப் பெண்கள்' கட்டுரையிலும் நடந்தது.

பேச்சுக்கலை வடிவங்கள் காலத்திற்கும் இடத்திற்கும் தக்க மாறிக் கொள்பவை; நிலையான வடிவம் அற்றவை; சூழலோடு நெருங்கிய தொடர்புடையவை. ஆனால், எழுத்தில் வெளிப்படும் ஆக்கங்கள் நிலையானவை; காலம் கடந்து நிற்பவை; 'வெளி' என்ற பேதம்

தாண்டியவை என்றெல்லாம் பேசுவதற்கு எதிராக, இக்கட்டுரைகளைத் தொடர்ந்து மாற்றி மாற்றி எழுதிக் கொண்டிருக்கிறேன்.

இந்த யோசனையை எனக்குள் நாட்டுப்புறவியல்தான் விதைத்திருக்க வேண்டும். எழுத்து நிலையானதாக இருக்கவேண்டிய அவசிய மில்லை என்ற சுதந்திரம் எவ்வளவு கற்பனைவளம் மிக்கது என்பதை அனுபவித்துப் பார்த்தாலே புரியும்.

'தான் ஒரு தரம் எழுதிவிட்டால், எழுதியதுதான்; அதை மாற்றவே மாட்டேன்!'

'அவர் எழுதினால் அடித்தல் திருத்தலே இருக்காது தெரியுமா?'

'அவ்வளவுதான், எழுத வேண்டியதையெல்லாம் எழுதிவிட்டேன். இனி இந்தத் தலைப்பில் எழுத எதுவுமில்லை'.

'அதான்... ஏற்கெனவே நான் எழுதியாச்சே' என்றெல்லாம் பேசுகிறவர்களைப் பார்க்கும்போது சிரிப்பாகத்தான் வருகிறது. இந்நூலில் உள்ள கட்டுரைகளை முதலில் சிதைக்கக்கூடிய ஆள் நானாகத்தான் இருப்பேன். இருக்க வேண்டும் என்பதே என் எழுத்து முறை.

இந்நூலின் துணைத் தலைப்பான 'பெண்கள், கலைஞர்கள், தெய்வங்கள்' என்பது இக்கட்டுரைகளின் பொதுவான பேசு பொருளைச் சுட்டுவதாக அமைகிறது. நாட்டுப்புறவியல் ஆய்வுகள் என்றால் அடித்தள மக்கள் அல்லது ஒடுக்கப்பட்ட மக்கள் ஆய்வுகள் என்று பொதுவாக அர்த்தப்படுத்தப்படுகிறதே தவிர அப்படித்தான் இருக்க வேண்டுமென்று எந்த வரையறையும் இல்லை. உயர் குடியினரைப் பற்றிய ஆய்வாகக் கூட அது இருக்க முடியும். அதே போல், ரசனை சார்ந்த நிகழ்கலை ஆய்வுகளாகக்கூட இருக்கலாம்.

ஆனால், தமிழ் நாட்டுப்புறவியல் என்று ஒன்று உருவாக்கப்படுகிறது என்றால், அதன் மையமான விவாதப் பொருளாக ஒடுக்கப்பட்ட மக்களே இருக்க வேண்டும் என்பதுதான் நியாயம். யார் அந்த நாட்டார் அல்லது நாட்டுப்புறத்தார் என்ற கேள்வியைத் தமிழ் சூழலில் கேட்கும்பொழுது 'ஒடுக்கப்பட்ட மக்கள்தான்' என்றே பதில் சொல்ல வேண்டும்.

சமூகத் தளத்தில் ஒடுக்கப்பட்டவர்கள் எவ்வாறு புறக்கணிக்கப் படுகிறார்களோ அப்படியே நாட்டுப்புற வழக்காறுகளும் பண்பாட்டுத் தளத்தில் ஒதுக்கப்படுகின்றன. ஒடுக்கப்பட்ட மக்கள் மட்டுமே தங்களது பண்பாட்டு அடையாளமாக வழக்காறுகளைக் கைகாட்டுகின்றனர். தங்களது வரலாற்றை, ஞானத்தை, தத்துவத்தை, அறிவியலைப் பாதுகாத்து வைக்கும் சேமக்கலனாக வழக்காறு

களையே அவர்கள் கருதுகின்றனர். வழக்காறுகளிலிருந்து அவர்களை வேறுபடுத்திப் பார்க்க முடிவதில்லை .

ஒடுக்கப்பட்ட மக்களில் மிகவும் குறிப்பான மூன்று பிரிவினரைப் பற்றியே இக்கட்டுரைகள் விவாதிக்கின்றன.

வழக்காறுகள் பெண்களுக்கான மிக முக்கியமான வெளிப்பாட்டு வடிவமாக அமைகின்றன. குறிப்பாக, வாய்மொழி வழக்காறுகளை பெண்களே ஆளுகின்றனர். ஆனால், அவற்றிலும்கூட, ஆண் மனோபாவம் எவ்வளவு தூரம் ஊடுருவியிருக்கிறது என்பதை நாம் கவனிக்க வேண்டும். பிற வழக்காறுகளான சடங்குகள், நிகழ் கலைகள் போன்ற அனைத்திலும் பெண்களைப் புறந்தள்ளும் முறைமைகள் வெளிப்படையாகவே காணப்படுகின்றன.

பெண்களைப் போலவே ஒடுக்கப்படும் இன்னொரு பிரிவு நாட்டுப்புறக் கலைஞர்கள். அவர்களது சகலவிதமான திறமை களோடும் பலவீனங்களோடும் இந்நூல் அவர்களை அணுகுகிறது. அவர்களின் வாழ்க்கையை அவர்களது மொழியிலேயே வெளிப் படுத்துவது என்ற முயற்சியைத்தான் நான் இந்நூலில் மேற் கொண்டிருக்கிறேன்.

இவ்விரு பிரிவினரையும் ஒடுக்கப்பட்ட மக்களாக ஏற்றுக் கொள்வதில் சிக்கல் ஏதுமில்லை. ஆனால், தெய்வங்கள் எப்படி ஒடுக்கப்பட்ட வகைக்குள் வருகிறார்கள் என்ற கேள்வி எழலாம். நிறுவனமயமான தெய்வங்களின் அதிகார வீச்சையும் வரம்பையும் கணக்கிலெடுத்துக் கொண்டால் நாட்டுப்புற தெய்வங்களின் ஒடுக்கப்பட்ட சூழல் உங்களுக்கு விளங்கும்.

மேலும், ஏராளமான நாட்டுப்புற தெய்வங்கள் ஒடுக்கப்பட்ட சமூகத்தில் பிறந்து வன்கொலை செய்யப்பட்டவர்களே. அவர்கள் கொலை செய்யப்பட்டதன் காரணமும்கூட அவர்கள் ஒடுக்கப்பட்ட சமூகத்தைச் சார்ந்தவர்கள் என்பதால்தான். இன்னும் சொல்வ தானால், ஒடுக்கப்பட்ட சமூக மக்களின் வரலாற்று ஆவணங் களாகவே நாம் நாட்டுப்புற தெய்வங்களைக் கருதமுடியும்.

டி. தருமராஜ்

11-03-2011

ஒன்றாம் அத்தியாயம்

கலைஞர்களின் ‘கூத்து’

1

கலைஞர்கள், நாம் அறிந்தேயிராத, வேறு வேறான, புதிர்கள் நிறைந்த உலகில் வாழ்கிறார்கள் என்பதைக் கேள்விப்பட்டிருக் கிறோம். அந்த உலகங்கள் ஆச்சர்யமான பாவனைகளும் வினோத புருசர்களும் நிரம்பியுள்ளதாகச் சொல்லியிருக்கிறார்கள். நிலவைப் போலவோ ஒரு கதிரவனைப் போலவோ, அல்லது பல்வேறு நட்சத்திரங்களைப் போலவோ தினசரி பார்க்கமுடியாத அவர்களின் உலகங்கள், சில அபூர்வ தருணங்களில் மட்டும், அதிகாலையில் ஞாபகமிருக்கும் கனவின் சிறு துளி போல யாருடைய கண்களுக்கேனும் தட்டுப்படக்கூடுமென்றும் சொல்லக் கேள்விப் பட்டிருக்கிறோம்.

கலைஞர்களின் உலகங்களுக்குள் பயணம் செய்வதற்கு ஏற்கெனவே சொல்லிவைக்கப்பட்ட தெளிவான விதிமுறைகள் இல்லை. எனவே, இதற்குமுன் பயணம் போனவர்களின் வழித்தடங்களும் இல்லையென்றே சொல்கிறார்கள். கலைஞர்களாக மாறுவதற்கும், அவர்களது உலகைக் காண்பதற்கும் பிறப்பே காரணமென்று ரொம்ப

காலமாகச் சொல்லி வந்ததை நல்லவேளை இன்று யாரும் மதிக்க வில்லை. கலைஞர்களின் உலகம் சூட்சுமமாகத் தன்னை வெளிக் காட்டிக்கொள்ளும் பொழுது, 'இதுதான் அது' என்று கண்டுணரும் குணம் தெய்வீகத் தொடர்புடையது என்பது தீவிரமாக மறுக்கப் பட்டிருக்கிறது. எனவே, அது யாருக்கு, எப்பொழுது, எந்தக் கணம் தன்னையே வெளிப்படுத்திக்கொள்கிறது என்பதில் பல்வேறு குழப்பங்கள் உள்ளன.

ஒருமுறை, அது ஒரு பெரிய கருத்தரங்கம். நாட்டுப்புறக் கலைகளைப் பற்றிய விவாதம் நடைபெற்றுக்கொண்டிருந்தது. அதன் ஒரு பகுதியாக பரமசிவராவ் வந்திருந்தார். அவரோடு அவரது பாவைகளும்.

பரமசிவராவ், மிக முக்கியமான கிராமியக் கலைஞர். அதி முக்கிய மானவர்! ஏனென்றால், அழிந்துகொண்டிருக்கும் ஒரு நாட்டார் கலையின் கடைசிக் கலைஞர். தனது பாவைகளை விற்கும் அவலத்தை இன்றளவும் தவிர்த்து வரும் தோற்பாவைக் கூத்துக் கலைஞர்.

'தோற்பாவைக் கூத்து' என்ற நாட்டார் கலையைத் தென்தமிழக வாசகர்கள் அறிந்திருப்பார்கள். சுமார் இருபது வருடங்களுக்கு முன்பு வரையில், அதாவது 1990களின் தொடக்கம் வரையில் இக்கலைஞர்கள், ஒற்றை மாட்டு வண்டியைக் கட்டிக் கொண்டு, குடும்பமாகக் கிளம்பி, கிராமம் கிராமமாக வந்து கூத்து நிகழ்த்தி வந்தார்கள். அவர்கள் நிகழ்த்தும் இராமாயணக் கூத்து மிகப் பிரபலம். (அவர்களைப் பற்றியும், கூத்து பற்றியும் மேலும் தெரிந்துகொள்ள விரும்புகிறவர்கள் அ.கா. பெருமாள் எழுதிய புத்தகங்களைப் பாருங்கள்).

நான் சொல்ல வந்த விஷயத்திற்கு வருகிறேன். இக்கலைஞர்களிடம் கூத்து நடத்துவதற்கான பாவைகள் உண்டு. செழிப்பானக காலங்களில் நூறு, இருநூறு பாவைகள் வைத்திருந்த கலைஞர்கள் கூட உண்டு.

இந்தப் பாவைகள் ஆட்டுத் தோலால் செய்யப்பட்ட தட்டையான பொய்மெய்கள். ஆட்டுத் தோலில் கதாபாத்திரங்கள் வரையப்பட்டு உருவான தோல் பொம்மைகள். கதாபாத்திரங்கள், வண்ணங்கள் கொண்டு வரையப்பட்டவை. மேனியெங்கும் யோனிகளாக நிரம்ப சாபம் பெற்ற இந்திரனைப் போல் இவற்றின் தேகமெங்கும் ஒளி புகுந்து மினுங்குவதற்கான ஆயிரம் துளைகள் உண்டு.

தோற்பாவை நிழற்கூத்தின் சூட்சுமம் இதுதான்: துளைகள் நிரம்பிய, வண்ண வண்ண தோற்பாவைகளின் பின்புறமிருந்து ஒளியைப் பாய்ச்ச, பாவைகளின் வண்ண நிழல் திரையில் விழுந்து கூத்து

களைகட்டுகிறது. கட்டப்பட்ட மெல்லிய வேட்டித் துணியில் பாவைகளின் வண்ண நிழல் புரள்கிறது.

அன்றைய தினம், பரமசிவராவ் தன்னோடு பாவைகளையும் அழைத்துக்கொண்டு வந்திருந்தார். அவரிடம் எழுபது, எண்பது பாவைகள் இருந்தன. வழக்கமாகத் திரைச்சீலை கட்டிய கூண்டுக்குள் பாவைகளோடு மட்டுமே பேசிப்பழகி நிகழ்ச்சி நடத்திய பரமசிவராவுக்கு அன்று எங்களோடு பேசுகிற சூழல். பார்வை யாளர்களான எங்களோடு நேருக்கு நேராக உட்கார்ந்து பேச வேண்டிய முறையில் ஏற்பாடு. அவரது வலது, இடது புறங்களில் பாவைகள் ஒன்றன் மேலொன்றாக அடுக்கப்பட்டுள்ளன.

அவர் கருத்தரங்கொன்றில் பேசும்படி அழைக்கப்பட்டிருந்தார். அவரது வாழ்க்கை, குடும்பம், கலை, பாவைகள், கூத்து என்று பல்வேறு செய்திகளை நேரடி உரையாடல் மூலமாக அவரிடமிருந்து தெரிந்து கொள்வது போன்ற ஏற்பாடு. அவர் அதற்குத் தயாராகவே இருந்தார். தனது கலை அழிந்துவருவது பற்றியும் அது காப்பாற்றப்பட வேண்டிய தேவை குறித்தும் கவலையுடன் பேசிக் கொண்டிருந்தார். அவரது மனவேதனை பங்கேற்பாளர்களான எங்களை ஒரு குழந்தையைப் போலத் தொற்றிக்கொண்டது.

இறந்து கொண்டிருக்கும் நாட்டுப்புறக் கலையொன்றின் கட்டிலைச் சுற்றி நாங்கள் அனைவரும் கையாலற்று நிற்பது போல் உணர்ந்தோம். இறுக்கமான முகத்தோடு மரணம் நிகழ்வதை வேடிக்கை பார்த்தல்! இந்த மனநிலையிலிருந்து வெளியேறத் தெரியாமல் எங்களில் பலர் அந்நிகழ்வு முடியும் வரையில்கூட அங்கலாய்ப்பைத் தக்கவைத்துக் கொண்டிருந்தனர்.

இந்த சமயம், எங்களது கேள்விகளுக்குப் பதில் சொல்லும் தோரணையில் அவர் தனது இருபுறங்களிலும் அடுக்கப்பட்டுள்ள தோற்பாவைகளைக் கையிலெடுத்துக் காட்டிப் பேசவேண்டி வந்தது.

முதலிரு தருணங்களில் எளிதாக இருந்த இக்காரியம் நேரம் செல்லச் செல்ல குழப்பமும் சிக்கலும் நிறைந்ததாக மாறத்தொடங்கியது. நேரம் ஆக ஆக, பரமசிவராவ் எங்களுக்குக் காட்ட விரும்பிய பாவைகள் அவரது கைகளில் சிக்க மறுத்தன. எனவே, ஒவ்வொரு முறையும் எழுபது, எண்பது பாவைகளையும் தேடிய பின்பே காட்ட விரும்பிய ஒன்றை அவரால் கண்டுபிடிக்க முடிந்தது.

இதற்குக் காரணங்கள் இருந்தன. ஒவ்வொரு கதாபாத்திரத்திற்கும் அவரிடம் பல்வேறு பாவைகள் இருந்தன. எடுத்துக்காட்டாக, ‘சீதை’

என்றதும், திருமணத்திற்கு முந்தைய சீதை, மணக்கோல சீதை, வனவாச சீதை, அசோகவன சீதை, தாயான சீதை என்று பல்வேறு வகைகள். இந்த வகைகளுக்குள் அவர் தேடும் பாவையை அடைவதற்கு அதிகமாகச் சிரமப்பட வேண்டியிருந்தது.

பாவைகளைத் தாமதமாக எடுக்க நேர்வது குறித்து பரமசிவராவ் கொஞ்சம் கொஞ்சமாகப் பதட்டமடைந்து கொண்டிருந்தார். அவரது இயல்பு கெடத் தொடங்கியது. உடலியக்கம் தாறுமாறாக மாறியது. அவரது கைகள் பரபரவென பாவைகளுக்குள் அலைகின்றன. திக்குத் தெரியாத காட்டில் மதமேறிய யானை போலிருந்தன அவை. கருத்தரங்க அறையில் நிலவிய அமைதி அவரை மேலும் மேலும் கிலியடையச் செய்திருக்க வேண்டும்.

இருட்டறை விலங்கைப் போல் அவர் வலமும் இடமுமாகப் பாவைகளுக்குள் பாய்ந்து கொண்டிருக்கிறார். இடப்புற பாவைகள் வலப்புறமும், வலப்புற பாவைகள் இடப்புறமும் என அவரோடு கூட சதிராடிக் கொண்டிருக்கின்றன. இதனிடையே தன் கையில் சேர்ந்த பாவைகள் சிலவற்றைச் சற்று தூரமாக விழும்படி அவர் வீசினார். விரும்பிய பாவையின் ஸ்பரிசம் தேடி வெறி கொண்டுத் திரிந்தன கைகள்.

'தோற்பாவைகள் கிழிந்து விடும்' என்று நாங்கள் பயந்தோம். அவர் எங்களுக்காக இவ்வளவு பதட்டம் அடையத் தேவையில்லை என்று பட்டது. பதட்டத்தில், தனது பாவைகளைத் தானே சிதைத்து விடுவாரோ என்ற பயம் எங்களுக்கு. அங்கும் இங்குமென அவர் பாவைகளை வீசுவதில் நாங்களும் பதட்டம்கொள்ளத் தொடங்கினோம். அவரை இப்படியே தொடரவிட்டால் பாவைகளைக் கிழித்தெறிந்த பின்புதான் நிம்மதியாவார் போல் தோன்றியது. நாங்கள் அவரைக் குறுக்கிட்டோம்.

சமாதானப்படுத்தும் வகையில், 'பாவைகளைக் காட்ட வேண்டிய கட்டாயம் இல்லையே' என்றோம்.

எங்களை ஏறிட்டுச் சிரித்தவர் (இயலாமையின் புன்னகை?) 'எங்கே போகும்?' என்று சொல்லி மறுபடியும் தேடத் தொடங்கினார்.

அவரது வேகத்தைப் பார்க்கையில், எங்களுக்காகத் தனது பாவைகளைக் கிழித்துவிடக்கூட அவர் தயாராகிவிட்டது போலிருந்தது. பாவைகளை விடவும் மனிதர்கள் மேலானவர்கள் என்பது ஏதாவதொரு கோட்பாட்டின்படி சரியே என்றாலும், அவரது அடுத்த நாள் வாழ்க்கைப்பாட்டிற்கு எங்களைவிடவும் அவர் பாவைகளையே நம்பியிருக்க வேண்டும் என்பதல்லவா யதார்த்தம்?

எனவே, வலுக்கட்டாயமாக நாங்கள் அவரைத் தடுத்து நிறுத்தினோம்.

ஏறக்குறைய வன்முறையைப் பிரயோகித்துத்தான் அவரை நிறுத்த வேண்டியிருந்தது. இரண்டு பேர், இரண்டு புறமும் நின்று அவரைப் பிடித்துக் கொண்டார்கள். அவரது பரபரக்கும் கைகளைப் பாவைக் குவியலிலிருந்து அவர்கள் அப்புறப்படுத்தினார்கள். அவரால் தூக்கி விசிறப்பட்ட (ஏறக்குறைய அப்படித்தான்!) பாவைகளை எடுத்து அடுக்கினார்கள். பின்பு நிதானப்படுத்தும் வகையில் அவருக்கு ஒரு குவளைத் தேநீர் தந்தார்கள். பரமசிவராவ் எங்களைப் பார்த்து மறுபடியும் சிரித்தார்; பின்பு தேநீர் பருகினார்.

தான் தேடுகின்ற பாவை எங்கே ஒளிந்திருக்கும் என்ற பார்வையை அவர் இன்னமும் விட்டபாடில்லை. தேநீரை அவர் பருகிய வேகத்தைப் பார்த்தால் பழையபடி பதட்டமடையத் தயாராவது போலவே இருந்தது. நாங்கள் திரும்பவும் அவரிடம் பொறுமையாகச் சொன்னோம்.

'நீங்கள் கூத்து பற்றியும் உங்களது அனுபவம் பற்றியும் பேசினாலே போதுமானது. பாவைகளை இறுதியில் நிதானமாகப் பார்த்துக் கொள்ளலாம். நீங்கள் தேடுவதைப் பார்த்தால் எங்கே பாவைகள் கிழிந்து போகுமோ என்று பதட்டமாக இருக்கிறது'.

துரதிர்ஷ்டவசமாக எங்களது எந்தச் சமாதானமும் அவரிடம் செல்லுபடியாகவில்லை. அவர் மறுபடியும் பாவைகளுக்குள் புகுந்து வரவே விரும்பினார். இன்னும் கொஞ்ச நேரம் தந்தால் தன்னால் சரியான பாவையைக் கண்டுபிடித்துவிட முடியுமென்று அவர் சொல்லிக் கொண்டே இருந்தார்.

பாவையைத் தேடி எடுக்காத வரையில் அவர் அமைதியடையப் போவதில்லை. பாவைகளைச் சேதப்படுத்துவதிலிருந்து அவரை எது தடுத்து நிறுத்தும்? 'நாட்டார் கலைகள்' பற்றிய கருத்தரங்கொன்றில் பாவைகளைக் கிழித்து எறிவதைப் போன்ற அபத்தம் வேறு ஏதாவது இருக்கமுடியுமா? எங்களின் மீதும், நாங்கள் ஏற்படுத்தும் நம்பிக்கைகள் மீதும் அவர் எவ்வளவு தூரம் மரியாதை வைத்திருந்தால் தனது பாவைகளைக்கூட துச்சமெனக் கையாளும் மனநிலையைப் பெற்றிருப்பார்! இறுதியில் நாங்கள் இப்படிச் சொல்ல வேண்டி வந்தது.

'பரமசிவராவ்! நீங்கள் எங்களுக்குப் பாவைகளைக் காட்டுங்கள். ஆனால், அவைகளைத் தேடும்போது நிதானமாகத் தேடுங்கள். உங்களது வேகமும் பதட்டமும் சமயங்களில் அவற்றை விசிறுவதும் பாவைகள் கிழிபடுவதற்கான வாய்ப்புகளை ஏற்படுத்திவிட முடியும்.

உங்களால் இன்னும் கொஞ்சம் மெதுவாக அப்பாவைகளைக் கையாள முடியாதா?'

இதற்குப் பரமசிவராவ் எங்களுக்குச் சொல்லிய பதிலே இங்கு முக்கியமானது. அதனை அசாதாரணமான ஒன்று என்றே நான் புரிந்து கொள்கிறேன். ஆனால் நிறைய பேர் அதைச் சாதாரணம் என்கிறார்கள். ஒருவேளை சாதாரணத்திற்கும் அசாதாரணத்திற்குமான இடை வெளியில் அந்தப் பதில் வந்து சேரக்கூடும். நிறையப் பேருக்கு அவரது பதில் புரியவில்லை. அர்த்தம் புரிந்த சிலரோ பரமசிவராவ் என்ற கலைஞனின் உலகிற்குள் உன்மத்தம் பிடித்தவர்களாகத் திரிந்தார்கள். அவர் அன்றைய தினம் சொல்லிய மிக எளிமையான பதில் இதுதான்;

'பாவைகளை நிதானமாகக் கையாளுவது என்றால் என்ன?'

இந்தப் பதிலின் அசாதாரணம் உறைப்பதற்குப் பாவைக்கூத்து குறித்த சில அடிப்படைத் தகவல்கள் தேவையாக இருக்கலாம். பாவைக்கூத்து ஒரேயொரு கலைஞரை மட்டுமே மையப்படுத்தி அமைந்த கலை. பின்பாட்டுப் பாடுகிறவர்கள், இசைக் கலைஞர்கள் என நான்கு பேர் இருப்பார்கள் என்றாலும், அந்த முதன்மைக் கலைஞரே மொத்த நிகழ்வையும் தீர்மானிக்கிறவர்.

பரமசிவராவ் போன்ற இம்முதன்மைக் கலைஞர்கள் திரைச் சீலைக்குப் பின்பு, படுதாவினால் செய்யப்பட்ட கூண்டினுள் அமர்ந்திருப்பார்கள். பார்வையாளர்கள் அவரைச் சாதாரணமாகப் பார்க்க முடிவதில்லை. திரைச்சீலைக்குப் பின்னிருந்து அவர் தன்னந்தனியாளாக பாவைகளுக்கு விசையூட்டிக்கொண்டிருப்பார்.

காட்சிகளின் தன்மைக்கேற்ப சில சமயம் சொற்பமான பாவைகளையும் சில சமயம் எண்ணிக்கையில் அதிகமான பாவை களையும் அவர் இயக்க வேண்டிவரும். அப்பொழுதெல்லாம் அக்கலைஞர் தனது கைகளைப் போலவே கால்களையும் பாவிக்க வேண்டியதிருக்கும்.

இதனிடையே கதையையும் அவரேதான் பாடலாகப் பாட வேண்டியுள்ளது; உரைநடையிலும் பேச வேண்டியுள்ளது; பாவைகளுக்கேற்ப விதவிதமான குரல்களில் பேசுவதையும் செய்ய வேண்டியுள்ளது. கூத்து தொடங்கி முடியும் வரையிலும் ஒரே சமயத்தில் பல்வேறு நபர்களின் வேலைகளைச் செய்ய வேண்டிய இக்கலைஞர், பெருத்த சப்தத்துடன் இயங்கக்கூடிய இயந்திரம்!

கதையின் வேகம் அதிகரிக்க அதிகரிக்க, சம்பவங்களின் உக்கிரம் கூடக்கூட இக்கலைஞரின் ஒட்டுமொத்த உடலசைவும்

வேகமெடுத்துப் பிரவாகமாக ஓடிக் கொண்டிருக்கும். படுதாக்களால் மறைக்கப்பட்ட திரைச்சீலையின் பின்புறம் சென்று கூத்து தொடங்கியது முதல் ஓடத்தொடங்குகிற இக்கலைஞர் கூத்தை முடித்துவிட்டு வெளி வருகையில், ஆடிக் களைத்து, மல்லாந்து வீழ்ந்த பாவைகளுக்கும் அவருக்கும் வித்தியாசமிருக்காது. அத்தனை நைந்து போயிருப்பார்.

பரமசிவராவ் போன்ற பாவைக்கூத்துக் கலைஞர்களின் இயந்திர உடலியக்கத்தைப் பார்வையாளர்கள் என்றைக்குமே பார்க்க முடிந்ததில்லை. அவ்வியக்கம் புனைகதையாக உருமாறி வண்ண நிழலோட்டங்களாக மிளிர்வதை மட்டுமே அவர்கள் அறிந்து வந்திருக்கிறார்கள். அதன் பின்புறம் ஒரு கலைஞன் பாவைகளோடு நடத்தும் ஊழிக்கூத்து நிச்சயம் பார்வையாளகளுக்கானது இல்லை.

ஆனால், பரமசிவராவைப் பொறுத்த அளவில் பாவைக்கூத்து என்பது பாவைகளோடு கொள்ளும் மின்னல் வேக அசைவுகள் மட்டுமே. அவரது உலகில் பாவைகள் நிதானமாக நகர்பவையல்ல. புனைகதையின்படி சோகமே உருவாக, மெல்லிய அசைவுகளுடைய அசோக வனத்துச் சீதை, திரைச்சீலையில் நிதானமாக நகர்வதாகத் தெரிந்தாலும், அந்நிதானத்தை நிகழ்த்துவதற்கு கலைஞன் அசுரவேகத்தில் இயங்க வேண்டியிருக்கும்.

தோற்பாவை நிழற்கூத்தைப் பார்வையாளர்களாக உள்வாங்கு வதற்கும் கூத்துக்கலைஞராகப் புரிந்துகொள்வதற்குமான வேறுபாடு பாரதூரமானது. நளினமும், சிருங்காரமும் வண்ணம் கசியும் ஒளியும், தன்போக்கில் இழுத்துச் செல்லும் கதையாடலுமென அழகு சொட்டுகிறது 'பார்வையாளனின் பாவைக்கூத்து'.

ஆனால் அதற்காக, ஏறக்குறைய அதன் எதிர்த் திசையில், கதையின் வேகத்திற்கு இணையாக, கதாபாத்திரங்களின் உக்கிரத்திற்கு ஈடுகொடுத்துக்கொண்டு, புனையப்பட்ட காலவெளியில், பாவைகளோடு விரைந்து கொண்டிருக்கிறது கலைஞர்களின் உலகம். சிருங்காரம் மிளிரும் கலை வெளிப்பாட்டிற்குப் பின்னால் உடல் வலியும் வேதனையும் பிடுங்கித்தின்ன கலைஞர்கள் உட்கார்ந்திருக்கிறார்கள் என்பதே உண்மை.

பரமசிவராவிற்கும் தோற்பாவைகளுக்குமான உறவு கூத்து சார்ந்தது மட்டுமே. பாவைகளோடு அவரது கைகள் புரளத் தொடங்கிய மறுகணமே அவரது உடல் புனைவின் தாளகதியில் இயங்கத் தொடங்கிவிடுகிறது. வெளியிலிருந்து பார்ப்பவர்களுக்குப் பதட்டம் போலவும் பரபரப்பு போலவும் காட்சி தரும் அவரின் அசைவுகள்,

திரைச்சீலையில் வண்ண நிழல்களாக மாறும்பொழுது கதையாடலாக விரிகின்றது.

'தோற்பாவைகளை நிதானமாகக் கையாளுவது என்றால் என்ன?' என்று பரமசிவராவ் கேட்ட கேள்வி எந்த உலகத்தைச் சார்ந்தது? பார்வையாளர்களான எங்களது ஆற்றாமையில் அறியாமையும் வெகுளித்தனமும் நிரம்பி வழிந்தன என்பதை நாங்கள் முதலில் விளங்கிக் கொள்ளவில்லை. பாவைகளை அவர் கிழித்துவிடக்கூடும் என்று நாங்கள் பயந்தது எவ்வளவு வேடிக்கையானது என்பதை ரொம்ப நேரம் சென்றே நான் விளங்கிக் கொண்டேன்.

தோற்பாவைகளின் இந்திர யோனித் துளைகள்', வண்ணங்கள், பாவைகளின் முதுகெலும்பாக நிற்கும் மூங்கில் குச்சிகள், பெரிய சைஸ் குண்டு பல்புகள், குறுக்கும் மறுக்குமாக ஓடும் தாம்புக் கயிறுகள், அங்குமிங்குமென அலையும் வலது - இடது கைகள், பாவைகளைத் தாங்கிக்கொள்ளும் கால்விரல்கள், திரைக்கு அப்பால் சப்தமிடும் பார்வையாளர்கள், புராணக் கதையோட்டங்கள், பாவைகளின் துள்ளல், துவளல், ஆடல், நெளிவு, கர்ணம் என்று கூத்துக் கலைஞனின் உலகம் வேறொரு ஒழுங்கில், வேறொரு உலகத்தில் இயங்கிக்கொண்டிருக்கிறது.

தோற்பாவை நிழற்கூத்துக் கலைஞர்கள் மட்டுமல்ல, எல்லாக் கலைஞர்களுமே தங்களுக்கேயுரிய உலகமொன்றைக் கொண்டிருக் கிறார்கள் என்றுதான் சொல்லவேண்டும். அந்த உலகம் அவர்களது ஞாபகங்களாலும் வாசனைகளாலும் தேவைகளாலும் விளக்கங் களாலும் நெய்யப்பட்டிருக்கிறது. அவ்வுலகம் நிர்பந்திக்கிற சங்கடங்களும் வேதனைகளும் அதனை மேலும் மேலும் பொருள் கூடியதாக மாற்றிக் கொண்டிருக்கிறது. சிலருக்கு அது தெய்வ சந்நிதானம். சிலருக்குப் போதை. வேறு சிலர் அவ்வுலகினுள் பித்தம் தலைக்கு ஏறி முடிவுறாது உலாவந்து கொண்டிருக்கிறார்கள்.

2

ஒரு முறை வில்லுப் பாடகர் முத்துசாமிப் புலவருடன் பேசிக் கொண்டிருந்தபோது அவரும் இப்படியேதான் சொன்னார். பலகைகளாலும் மரக்கட்டைகளாலும் அப்பொழுதுதான் கட்டப் பட்டிருந்த வில்லுப்பாட்டு மேடையைப் பார்த்து, 'இந்த மேடை பல லட்சம் வருடங்களுக்குமுன் கட்டப்பட்டது' என்றார். 'இந்த மேடையில் எனக்குமுன் வியாசமுனி தொடங்கி எத்தனை எத்தனையோ பாடகர்கள் வந்து கதையைப் பாடியாச்சு. அதன்

தொடர்ச்சியாகவே இன்றைக்கும் நான் பாடிக்கொண்டிருக்கிறேன். நான் பாடுவதை என் கலைமுன்னவர்கள் அத்தனை பேரும் அதோ ஆகாயத்தில் நின்று கேட்டுக்கொண்டிருக்கிறார்கள்'.

ஒவ்வொரு கலைஞனும் தனது கலையைப் பற்றி இவ்வாறு விதவிதமாகக் கற்பனை செய்தபடியே வாழ்ந்து வர முடிகிறது. இந்தப் பண்பாட்டின் நீண்ட பெரும் கதைசொல்லி மரபில் தன்னை இணைத்துக்கொள்வதன் மூலம் முத்துசாமிப் புலவர் தனது தனித்தன்மையை இழந்துவிடுகிறாரா அல்லது வானுயர வளர்ந்து விடுகிறாரா? இதனை நாம் விளங்கிக்கொள்ளும் இடைவெளியில் முத்துசாமிப் புலவர் போன்றவர்கள் வெள்ளையாய்ச் சிரிக்க மட்டுமே செய்கிறார்கள்.

3

பொன்னன்குறிச்சியில் பேசிக்கொண்டிருந்த குயவர் இன்னொரு வகை. தாமிரபரணி நதிப்படுகை மண்ணைக் குவித்து, சண்டு கலந்து மண்பாண்டங்கள் செய்கிற குடும்பம். தலைமுறை தலைமுறையாக மண்சார்ந்த வாழ்க்கை. தங்களுக்கென சாமி சிலை செய்ய வேண்டி வந்ததால் மண்ணையே குழைத்துச் செய்து கொண்டிருந்தார்.

அம்மன் பாதி வளர்ந்திருந்தாள். முழுதும் வளர்ந்த பின், சுட்டு எடுத்தால், ஜொலிப்பாளாக இருக்கும்.

'இப்பொழுதெல்லாம் சாமி சிலைகளைக் கல்லில் வடிப்பது தானே வழக்கம்? நீங்கள் குயவர் என்பதால் சுடுமண் சிற்பமாகச் செய்கிறீர்களா?'

சிலை செய்துகொண்டிருந்த குயவர் கொஞ்ச நேரம் போல் சென்று, 'இல்லை. கல்லைவிட மண்ணு தாங்க உறுதியானது' என்றார்.

அவசரத்தில் மாற்றிச் சொல்கிறார் என்றுதான் எனக்கு முதலில் பட்டது. 'மண்ணை விடவும் கல் தானே இறுக்கமானது? நீங்கள் மாற்றிச் சொல்கிறீர்களே?'

'இல்லையே, மாற்றிச் சொல்லவில்லையே! சரியாகத் தானே சொல்கிறேன். கல்லைவிட மண்தான் உறுதியானது, சக்தி வாய்ந்தது', தொடர்ந்து அம்மனை வனைந்துகொண்டே இருந்தார்.

'கல்லுக்குள்ள ஒரு பொருளைப் போடுங்க. மண்ணுக்குள்ளயும் போடுங்க. மண்ணுக்குள்ள போட்டது நாளடைவில அழிஞ்சி போகும். ஆனால் கல்லுக்குள்ள போட்டது? அப்படியே இருக்கும். இப்ப சொல்லுங்க, எது சக்தி வாய்ந்தது? கல்லா, மண்ணா?'

தன்னுள் விழுகின்ற அனைத்தையும் தானாகவே மாற்றி விடுகிற மண்ணின் சக்தி கல்லிற்கு இல்லைதான். கல், அசையாமல் இருக்கிறது. மண் தொடர்ந்து இயங்கிக்கொண்டிருக்கிறது. கடினம் என்பதும் சக்தி என்பதும் பொருளின் இயல்பில் இல்லாமல், அவற்றின் விளைவில் மறைந்திருப்பதைப் பொன்னன்குறிச்சிக் குயவர் குடும்பம் சொல்லிக்கொண்டிருக்கிறது.

அப்படியானால் அவர்கள் ஒவ்வொரு முறை மண்பாண்டங்கள் செய்கையிலும், கல்லைவிடவும் கடினமான மண்ணைத்தான் பிணைந்து கொண்டிருக்கிறார்கள். நாம் அறிந்திருக்கும் பொலபொலவென உதிரும் மண், குழைந்த மண்ணில் பானைகள் செய்யப்படுவது இல்லை என்பது எவ்வளவு ஆச்சர்யம்!

4

நாட்டுப்புறக் கலைகள் பெரும்பாலும் குழு வெளிப்பாடுகளாகவே அமைந்திருப்பதை நாம் கவனிக்க வேண்டும். குழுவாக ஒரு கலையை நிகழ்த்துகையில் அதில் பங்குபெறக்கூடிய கலைஞர்களின் மனப் பதிவுகளில், கலை பற்றிய புரிதல்களில், அணுகுமுறைகளில் கணிசமான வேறுபாடுகள் இருக்கமுடியும். அப்படியானால் ஒயிலாட்டம், கரகாட்டம், தெருக்கூத்து போன்ற குழு நிகழ்த்துதலில் கலைஞர்களின் பார்வை எவ்வாறு இருக்கிறது என்று நாம் கேட்டுப் பார்க்கலாம்.

தேவராட்டம் என்றொரு நடனக் கலை, தென்தமிழ் நாட்டில் வாழும், கம்பளத்து நாயக்கர்களிடம் வழங்கிவரும் நிகழ்த்துக் கலையாகும். கம்பளத்து நாயக்கர்கள் தெலுங்கு பேசக்கூடிய பிரிவினர். சுமார் 500 வருடங்களுக்கு முன்பு இன்றைய ஆந்திராவிலிருந்து தமிழகத்திற்கு இடம்பெயர்ந்து வந்த மக்களில் ஒரு வகையினர். குறி சொல்லுதல், மந்திரங்கள் செய்தல், சித்து வேலைகள் செய்தல் போன்றவற்றில் வல்லமையுடையவர்கள் என்று சொல்லப்படும் கம்பளத்து நாயக்கர்கள் பற்றித் தமிழகத்தில் பல்வேறு கதைகள் சொல்லப் படுகின்றன. ஊர் ஊராகத் திரியும் கோடாங்கிகள் இவர்களே என்பதும் ஒரு செய்தி. 'கம்பளத்தார் சொன்ன சொல் பலிக்கும்' என்ற நம்பிக்கையும் மக்களிடம் காணப்படுகிறது.

எல்லா சாதிப் பிரிவினரும் சொல்வது போல நாயக்கர்களும் தங்களை உயர்ந்த சாதியினர் என்று அழைத்துக்கொள்கின்றனர். நாயக்கர் களுக்குள் காணப்படும் உட்பிரிவுகளில் தங்களது பிரிவே தலையானது என்று கம்பளத்தார் கூறுகின்றனர்.

கம்பளத்து நாயக்கர்கள் தூத்துக்குடி, விருதுநகர், மதுரை மாவட்டங்களில் கணிசமாகக் காணப்படுகின்றனர். வானம் பார்த்த பூமியை நம்பிய விவசாயம் இவர்களது முக்கியத் தொழில். இவர்களது குலதெய்வம் அல்லது கிராமதெய்வத்தை ஜக்கம்மா என்று குறிப்பிடுகின்றனர்.

வேறெந்தவொரு உட்சாதிப் பிரிவிலும் காணப்படாத வகையில் கம்பளத்து நாயக்கர்கள் தங்களுக்கென்று மட்டுமே பிரத்யேகமாகக் கொண்டுள்ள நாட்டுப்புற நிகழ்த்துக் கலை, 'தேவராட்டம்'. இக்கலைக்கு ஏராளமான சிறப்பியல்புகள் உள்ளன. ஒன்று, இக்கலை கம்பளத்து நாயக்கர் என்ற உட்சாதிக்கான அடையாளமாக விளங்குகிறது. இரண்டு, அச்சாதியின் சடங்கு சம்பிரதாயங்களோடு இக்கலை பின்னிப் பிணைந்துள்ளதால், சடங்குக் கலையாகக் காணப்படுகிறது. மூன்றாவது சிறப்பியல்பாக இக்கலையின் வடிவத்தைச் சொல்லமுடியும். தமிழகத்தின் வேறெந்தவொரு கலையிலும் காணப்படாத வகையில், இக்கலை இசையும் ஆட்டமும் இணைந்த இசை நடனமாக விளங்குகிறது. அதாவது, வழக்கமாக நடனக்கலைக்குப் பின்புலமாக விளங்கும் இசையோடு கலந்திருக்கும் பாடலானது இக்கலையில் இடம்பெற்றிருக்க வில்லை. அதே போல, உரைநடையில் அமைந்த எந்தவொரு வசனமோ இக்கலையில் காணப்படுவதில்லை. பின்னணியில் உருமி என்ற இசைக்கருவி இசைக்கப்பட, அதற்கேற்றார் போன்ற நடன அசைவுகளுடன் அமைந்ததே தேவராட்டம் என்ற இவ்விசை நடனமாகும்.

கம்பளத்து நாயக்கர் இன ஆண்கள் மட்டுமே ஆடக்கூடிய இக்கலையின் ஆதாரமாக விளங்கும் உருமி என்ற இசைக் கருவியைப் பண்டாரம் அல்லது புலவர் என்றழைக்கப்படும் பிரிவினர் இசைக்கின்றனர். தமிழகத்தின் இசைக்கருவிகளில் இழிவான அர்த்தங்களைப் பெற்றக கருவிகள் என்று இரண்டை நம்மால் அடையாளம் காட்ட முடியும். ஒன்று, பறை. இரண்டாவது உருமி.

இவ்விரண்டு இசைக் கருவிகளும், தோல் இசைக்கருவிகள். அதோடு இரண்டும் இறப்புச் சடங்கோடு நெருங்கிய தொடர்புடையவை. மேலும் இக்கருவிகளை இசைக்கும் கலைஞர்கள் தீண்டப்படாத சாதிகளைச் சார்ந்தவர்கள். தோலால் செய்யப்பட்டது, இறப்போடு தொடர்புடையது, தாழ்த்தப்பட்டவர்களின் இசைக் கருவிகள் என்ற காரணங்களால் இவ்விரு கருவிகளும் தீண்டப்படாத கருவிகளாகவே கருதப்பட்டு வருகின்றன.

தேவராட்டம் என்ற 'உயர்சாதி' ஆட்டக் கலையின் ஆதாரமாக விளங்குவது தீண்டப்படாத இசைக் கருவியான 'உருமி'. அதனை

வாசிக்கும் கலைஞரும் தாழ்த்தப்பட்ட சாதியாராகவே இருக்கிறார். தனது சாதியையும் சடங்குகளையும் கலையையும் புனிதமானதாகச் சொல்லிக்கொள்ளும் கம்பளத்து நாயக்கர், இழிவாகக் கருதப்படும் இசைக் கருவியையும், அவ்விசைக்கலைஞரையும் தம் பண்பாட்டுக்குள் எவ்வாறு ஏற்றுக்கொண்டனர் என்ற கேள்வி எழுவது இயல்பு.

தனது நடனத்தைத் தேவலோகத்து நடனமாகச் சொல்லும் வகையில் 'தேவராட்டம்' என்றழைக்கும் இச்சாதிக் குழு, உருமியையும் அக்கலைஞரையும் எந்தவிதக் கூச்சமும் இல்லாமல் அப்படியே தனக்குள் உள்வாங்கிக்கொள்கிறதா? இன்னும் அதிகமாகத் தனது சாதியின் பிறப்பு, பூப்பு, திருமண, இறப்புச் சடங்குகள் அனைத்திலும் தேவராட்டம் என்ற கலையை நிகழ்த்தும் கம்பளத்து நாயக்கர்கள், உருமியைத் தங்களுக்குள் எவ்வாறு ஏற்றுக்கொள்கின்றனர்?

சாதிய மனோபாவங்களின் மிக முக்கியமான தன்மையொன்றை நான் உங்களுக்குச் சொல்ல விரும்புகிறேன். சாதிப் பெருமை, சாதியப் பற்றுதல், சாதிப் பிடிமானம் என்றெல்லாம் பல்வேறு பெயர்களில் சொல்லப்படும் சாதியச் சார்பு நிலை, பிறிதொரு சூழலில் இழிவானது என்று கருதப்படும் பண்பாட்டுக் கூறு ஒன்றின், தனக்கு தேவைப்படும் சூழலில், இழிவை எவ்வாறு அகற்றுகிறது என்பதற்கு உருமி குறித்த கம்பளத்து நாயக்கர்களின் கற்பனையை உதாரணமாகக் கொள்ளலாம்.

அதாவது, இழிவானது என்று ஒதுக்கப்பட்ட ஒன்று எவ்வாறு புனிதமாக மாற்றப்படுகிறது என்பதை நான் இங்கு விளக்க விரும்புகிறேன்.

சாதியின் பெயரால் இது இழிவானது, இது புனிதமானது என்றெல்லாம் சொல்லப்படும் வியாக்கியானங்கள் எவ்வளவு கற்பனையானவை என்றும் கட்டுக்கதைகள் நிரம்பியவை என்றும் பகுத்தறிவிற்கு எதிரானவை என்றும் விளங்கிக்கொள்ள உருமிக்கு நேர்ந்த இச்சம்பவம் சிறந்த எடுத்துக்காட்டாக அமையும். சாதிப் பிடிமானத்திற்குள் இழிவிலிருந்து மேன்மைக்கும், அசுத்தத்திலிருந்து சுத்தத்திற்கும், தாழ்விலிருந்து உயர்விற்கும் மாறுவது சாத்தியம் என்பதையும், எனவே 'கீழானது', 'புனிதமானது' என்ற வரையறைகளெல்லாம் எவ்வளவு தூரம் கற்பனையும் மூடத்தனமும் நிரம்பியவை என்பதையும் நாம் அறிந்துகொள்ள முடியும்.

இனி, 'உருமி' புனிதப்படுத்தப்பட்ட கதைக்கு நாம் வருவோம். கம்பளத்து நாயக்கர்கள், தங்களது தேவராட்டத்திற்குப் பயன்படுத்தும் உருமியை, 'உருமி' என்று அழைப்பதில்லை;

அதற்குப் பதில் அதனை ‘தேவதுந்துபி’ என்கிறார்கள். உலகிலுள்ள எல்லா உருமிகளுக்கும் ‘தேவதுந்துபி’ என்பது பெயர் இல்லை. அவர்கள் பயன்படுத்தும் உருமியின் பெயர் மட்டுமே ‘தேவதுந்துபி’.

அதை ‘உருமி’ தானே என்று கேட்டால், தெளிவாக மறுத்துப் பேசுகிறார்கள். ‘உருமி’ என்பது வேறு என்றும் ‘தேவ துந்துபி’ வேறு என்றும் விளக்குகிறார்கள். ஆனால், வெளிப் பார்வைக்கு இரண்டுமே ஒன்றுபோலதான் தெரிகிறது. அமைப்பில், அளவில் எந்தவித வேறுபாடும் இல்லை. ஆனால், கம்பளத்து நாயக்கர்களின் தேவராட்டத்திற்கு இசைக்கப்படும் கருவியின் பெயர் ‘உருமி’ இல்லை ‘தேவதுந்துபி’. அதாவது நீங்கள் அப்படித்தான் சொல்ல வேண்டும்.

உருமியிலிருந்து வேறுபட்ட இன்னொன்று என்று நாம் புரிந்துகொள்ள வேண்டும். கட்புலனாகும் வேறுபாடு இல்லை; கருத்தளவிலான வேறுபாடு. இதற்காக கம்பளத்து நாயக்கர்கள் ஒரு புராணக் கதையையும் சொல்கின்றனர். இத்தொன்மம் தேவதுந்துபியின் தோற்றக் கதையைப் பேசுகிறது. இந்தக் கதையை நம்புவதன் மூலம் ‘தேவதுந்துபி’ என்ற இசைக்கருவியின் புனிதத்தன்மையை உங்களால் கற்பனை செய்ய முடியும். மேற்கொண்டு, எந்தவிதமான விவாதத்திற்கும் போக விரும்பும் முன், அந்தப் புராணக் கதையை நான் உங்களுக்குச் சொல்ல விரும்புகிறேன். புனைகதையின் இலட்சணங்கள் அனைத்தும் மலிந்த கதை இது.

விஸ்வகர்மா அப்பொழுதுதான் உலகங்கள் அனைத்தையும் படைத்து முடித்திருந்தார். தேவலோகத்தில் இந்திரன் ஆட்சி நடந்து வந்தது. படைப்புச் செயலை முடித்த அலுப்பில் விஸ்வகர்மா தேவலோகத்தில் ஓய்வெடுத்தார். ஓயாமல் படைத்துக் கொண்டிருந்த கைகளை அவ்வளவு எளிதாகக் கட்டிப்போட முடியுமா என்ன? படைப்பின் வேகம் விஸ்வகர்மாவை உந்தித்தள்ள, ஓர் அற்புத தருணத்தில் அவர் அந்த இசைக் கருவியைப் படைத்து முடித்தார். கலைஞன் ஓய்வில் படைத்த படைப்பு, உருமி.

நேர்த்தியான படைப்பு. மாசு மருவற்றது. அதை எட்ட நின்று பார்த்த, விஸ்வகர்மாவின் முகத்தில் படைப்பின் கர்வம் நீரலை போல பொங்கிக் கடந்தது. ‘இது வேறெந்தவொரு இசைக் கருவியும் போலல்ல. அபூர்வமானது’ என்று அவர் மனம் அவருக்குச் சொல்லியது. அன்றைய இரவு இப்படியே கழிந்தது.

மறுநாள் காலை, தேவலோகத்தில் இந்திரன் சபை கூடியிருக்கிறது. விஸ்வகர்மா மந்தகாசப் புன்னகை தவழக் கையில் முன்தினம் உருவாக்கிய இசைக் கருவியுடன் அவைக்குள் வருகிறார்.

இந்திரனும் பிற தேவர்களும் அவரை வணங்கி வரவேற்கின்றனர். உலகம் யாவையும் நிர்மாணித்த கடவுளாயிற்றே!

விஸ்வகர்மாவிற்கு ஆசனம் வழங்கினார்கள். விஸ்வகர்மா தனது கையில் எடுத்து வந்திருந்த இசைக் கருவியை தேவேந்திரனிடம் தந்து, 'இது உங்களுக்காகவே சிறப்பாக வடிவமைக்கப்பட்ட இசைக் கருவி. எனது பரிசு இது. உங்களது கலைஞர்களைக் கொண்டு இதனை வாசியுங்கள்' என்றார்.

தேவேந்திரனுக்குத் தலைகால் கொள்ளாத மகிழ்ச்சி. தனது அவையிலுள்ள இசைக் கலைஞர்களைப் பார்த்து, 'இசையுங்கள்' என்றான்.

இசைக் கருவியை உறையிலிருந்து எடுத்தனர். பார்த்ததும் தெரிந்தது, தோலிசைக் கருவி! தேவலோகத்துத் தோலிசைக் கலைஞர்கள் அவ்விசைக் கருவியை இசைக்கத் தொடங்கினர். இதையெல்லாம் கவனித்துக்கொண்டிருக்கும் விஸ்வகர்மா தனக்குள் ஏனோ சிரித்துக் கொண்டார்.

தோலிசைக் கலைஞர்கள் என்னென்னவோ முயற்சி செய்தும் அந்தக் கருவியிலிருந்து எந்தவிதச் சப்தமும் எழமாட்டேன் என்கிறது. களைத்துப்போனார்கள். ஒருவேளை இது பார்ப்பதற்கு தோல் கருவி போலிருந்தாலும் உண்மையில் தந்திக் கருவியாக இருக்குமோ அல்லது ஒருவேளை காற்றுக் கருவியாக இருக்குமோ என்று எல்லோரும் குழம்பிக்கொண்டிருந்தார்கள்.

தேவேந்திரன், 'இதென்னவொரு குழப்பம்?' என்பதாக விஸ்வ கர்மாவைப் பார்த்தான். விஸ்வகர்மா சிரித்துக் கொண்டிருந்தார். அதைக் கண்டதும் தேவேந்திரனுக்கு மானக் கேடாய் போயிற்று. தனது கலைஞர்களை அழைத்து, என்ன செய்தாவது அந்தக் கருவியிலிருந்து இசையெழுப்புங்கள் என்று கேட்டுக் கொண்டான்.

தட்டிப் பார்த்தார்கள். பலனில்லை. மீட்டிப் பார்த்தார்கள். வேடிக்கையாய் இருந்தது. ஊதி கூடப் பார்த்தார்கள். எல்லோருக்கும் வெட்கம்தான் வந்தது. அக்கருவியிலிருந்து இசை எழுவது என்ற பேச்சுக்கே இடமிருக்கவில்லை.

இந்திரன் இதனைக் கௌரவப் பிரச்சினையாய் உணர்ந்தான். சபையிலுள்ள தேவர்கள் அனைவரும் முயற்சிசெய்து பார்க்குமாறு வேண்டினான். எல்லோரும் வந்து ஏதேதோ செய்து பார்த்தார்கள். இசை மட்டிலும் எழவில்லை. தேவலோகத்துப் புருசர்கள், பெண்டிர் என்று அத்தனை பேரையும் அழைத்து வரச்செய்து அந்தக் கருவியை வாசிக்கச் சொன்னான். எல்லோரும் முயற்சி செய்தாகிவிட்டது.

மிச்சமிருப்பது கேலியாய்ச் சிரித்துக்கொண்டிருக்கும் விஸ்வகமா மட்டும்தான்.

ஒரு இசைக் கருவியின் முன் தேவலோகமே வெட்கித் தலை குனியத்தான் வேண்டுமா? இந்திரன் நிலைகுலைந்து நிற்கையில், காவலாளிகள் ஒரு தகவலைத் தெரிவித்தனர்.

தேவலோகத்தில் இன்னும் ஒரு நபர் பாக்கி இருக்கிறான். அவன் பூலோகத்தைச் சார்ந்தவன். பூ கட்டும் பண்டாரம். மாலைகள் செய்ய வேண்டி அவனைத் தேவலோகத்தில் தங்க வைத்துக் கொண்டிருந்தார்கள். தேவேந்திரன் இருந்த கையறு நிலையில் பண்டாரத்தையும் அழைத்துவந்து வாசிக்கச் சொன்னான்.

பண்டாரம், மானிடன். இசை பற்றிய அறிவில்லாதவன். தன்னிடம் தரப்பட்ட இசைக் கருவியை அவன் முதலில் வேடிக்கைதான் பார்த்தான். பின்பு, அதன் தோல் பகுதியில் கைகளால் தடவிக் கொடுத்தான். பண்டாரமாகிய எனக்கு இதைத் தவிர வேறென்ன செய்ய இருக்கிறது என்பது போலிருந்தது அவன் செய்கை.

என்ன ஆச்சர்யம், அவன் தடவிக் கொடுத்ததும், அக்கருவியிலிருந்து அற்புதமான இசையொன்று எழும்பியது. பண்டாரம் மென்மேலும் அக்கருவியைத் தடவித் தேய்க்க மயக்கம் தரும் வகையிலான நாதம் அதனின்று எழத் தொடங்கியது. அவ்விசையைக் கேட்ட தேவர்கள் மயங்கினர். தங்களை மறந்து நடனமாடத் தொடங்கினர். பண்டாரம் வாசித்துக் கொண்டே இருந்தான். தேவலோகமே ஆடிக் கொண்டிருந்தது. அவன் முடிக்கும் வரை யாராலும் நடன மாடுவதையும் நிறுத்த முடியவில்லை.

எல்லாம் முடிந்ததும், தேவேந்திரன் பண்டாரத்தை வாழ்த்தி, அக்கருவியை அவனுக்கே தந்தான். அதுவே தேவதுந்துபியாக இன்றைக்கும் விளங்குகிறது. அக்கருவியின் இசைக்குத் தேவர்கள் ஆடிய ஆட்டமே 'தேவராட்டம்' என்று அழைக்கப்பெற்றது.

உருமியைத் தேவதுந்துபியாக மாற்றக்கூடிய இக்கதை தனக்குள் ஏராளமான விவாதப் பொருள்களைக் கொண்டது. முதலாவது, இக்கதையின் தன்மை. வெளிப்பார்வைக்கு தேவலோகம், தேவேந்திரன், கடவுள்கள், தேவர்கள் போன்ற கதாபாத்திரங்களாகக் கொண்டு தன்னைத் தொன்மம் போல காட்டிக்கொள்ளும் இக்கதை உண்மையிலே புராணக் கதை தானா என்பது கேள்விக்குறி.

உருமி என்ற இசைக் கருவியின் தோற்றத்தைப் பற்றிப் பேசும் தோற்றப் புராணக் கதையாக இதனை வகைப்படுத்தும் சாத்தியங்கள் தென்பட்டாலும், புராணத்தின் அதிமுக்கியக் கூறான 'அமானுஷ்யம்'

இக்கதையில் காணப்படவில்லை. உருமியின் தோற்றமும், அதனை முன்னிட்டு தேவலோகத்தில் எழக்கூடிய மிகச்சிறிய கௌரவச் சிக்கலும், அது இறுதியில் தீர்க்கப்படும் முறையும் என்று கதை மானுட எல்லைகளுக்குள்ளேயே அமைந்திருக்கிறது. அதாவது, கதையின் எந்தவொரு செயலும் மனிதனுக்கு அப்பாற்பட்ட வேறு சக்திகளால் மட்டுமே சாத்தியம் என்று சொல்லக்கூடிய அளவில் இல்லை. எல்லாமே மிக இயல்பான சிக்கல்கள்.

இப்படி யோசித்துப் பாருங்கள். இக்கதையில் சொல்லப்பட்ட தேவலோகத்தை, இப்பூமியிலுள்ள ஏதோவொரு தேசம் என்று எளிதில் மாற்றிக் கொள்ள முடியும். அத்தேசத்திற்கொரு மன்னன், அவனது அரச சபை. அச்சபைக்கு இசைக் கருவியைச் செய்யும் ஆசாரி ஒருவர் புதியதொரு கருவியுடன் வந்து சவால் விடுவதாகக் கற்பனை செய்யுங்கள். கதையை இவ்வாறு கற்பனை செய்தாலும் எந்தவொரு பாதகமும் நிகழ்ந்துவிடவில்லை. கதை கதையாகவே இருக்கிறது. எனவே, தேவலோகம் என்பது வெறும் ஜோடனைதான். பூலோகத்தில் கூட இதேபோல் நடக்க முடியும். மண்ணுலகிலும் நடக்க முடிகிற சம்பவம் வானுலகில் நடந்ததாய் ஏன் வலிந்து சொல்லப்பட வேண்டும்?

இனி, கதையின் மையப் பிரச்சினைக்கு வாருங்கள். தேவர்கள் அனைவரும் அக்கருவியை வாசிப்பதில் தோற்றுப் போகிறார்கள். அதீதமான மாயசக்திகள் படைத்த தேவலோகத்தினரால் அக்கருவியை ஏன் வாசிக்கமுடியாமல் போயிற்று? அவர்கள் தேவபுருசர்களாக இருந்தாலும், அக்கருவியைப் பகுத்தறிவு சார்ந்து மனிதர்களைப் போலவே அணுகினார்கள் என்பதைக் கவனியுங்கள். அது நாள் வரையில் அவர்கள் சேகரித்து வைத்திருந்த இசையறிவைப் பயன்படுத்தி அக்கருவியை அடக்கியாள முயற்சிக்கிறார்கள். ஆனால் அக்கருவியோ அவர்களது அறிவையும் விஞ்சி நிற்கிறது. அவர்களின் ஏற்கெனவே சொல்லப்பட்ட ஞானம் இங்கு தோற்றுப் போகிறது.

ஆனால், அறிவைத் தோற்கடித்த ஞானம் எது? இதற்குப் பதில் சொன்னால் இக்கதையின் மையச் சரடு விளங்கிவிடும். பண்டாரம் மட்டிலும் அக்கருவியை இசைக்க முடிந்தது எதனால்? அவரது கைகளுக்கு மந்திரத் தன்மை இருந்ததா? இல்லை! அப்படி இருந்திருந்தால் இக்கதை புராணக் கதையாக மாறியிருக்கும். பூக்கட்டிப் பிழைக்கும் பண்டார வகுப்பினர் மந்திர சக்தி உடையவர்கள் என்ற பார்வையும் நம் பண்பாட்டில் வலுப் பெற்றிருக்கும். ஆனால், மேற்கூறிய கதை அந்தத் தளத்தைக் கண்டுகொள்ளவே இல்லை. மாறாக, ஒரு விபத்து போல் அக்கருவி

பண்டாரத்தால் இசைக்கப்பட்டது என்றே தொன்மக் கதை சொல்ல விரும்புகிறது.

பூக்கட்டும் தொழிலைச் செய்கிற பண்டாரம் தனது தொழிலின் காரணமாக அடிக்கடி செய்துகொள்ளும் அங்க அசைவு, பூ கட்டும் நாரைத் தொடையில் வைத்து நீவி விடுவது. சும்மா இருந்தாலும் அவர் கை அதையேதான் செய்துகொண்டிருக்கும் வகைக்கு அவர் தன் தொழிலில் தோய்ந்து போனவர். துரதிர்ஷ்டவசமாய் அவர் கையிலும் உருமி தரப்பட்டபொழுது, அவர் வெகுளியாய், அனிச்சையாய்ச் செய்த செயல், அதன் பக்கவாட்டுப் பகுதியை நீவியது. இந்த அறியாமைதான், கதைப்படி தேவதுந்துபியை இசைக்கிற சூட்சுமமாகச் சொல்லப்படுகிறது.

ஏற்கெனவே இந்தப் பண்பாட்டில் வேறொரு பெயரால் (உறுமுவதால் 'உருமி') அழைக்கப்பட்டுவரும் இசைக் கருவியின் மேலுள்ள தீட்டைத் துடைத்தெறிந்து புனிதப்படுத்த விரும்பும் சமூகக் குழு, இரண்டு விஷயங்களைக் கவனப்படுத்துகிறது. ஒன்று, புனிதப்படுத்தும் செயலை இப்பூவுலகில் செய்ய முடியாது; அதற்குத் தோதான இடம் தேவலோகம். இரண்டாவது, ஒரு பொருளின் அல்லது தொழிலின் மீதான தீட்டை ஒழிப்பதென்றால் அதன் பாரம்பரிய அறிவுமரபை அழித்தல் என்று பொருள்.

பிற தோற்கருவிகளிலிருந்து மாறுபட்டு, தனக்குள்ளேயே உறுமிக் கொண்டு இசையெழுப்பும் கருவியான உருமியைச் செய்யும் நுட்பத்தையும், இசைக்கும் அறிவையும் ஒருசேர மறுப்பதன் மூலமே பண்பாட்டில் அதன்மீது பூசப்பட்டுள்ளக் கறையை அழிக்க முடியும் என்று கம்பளத்தாரின் தொன்மக் கதை புனையப் பட்டிருக்கிறது.

தமிழகத்தில் தங்களுக்கு அருகாமையில் வாழ்ந்துவரும் தேவேந்திரர்களின் பண்பாட்டில் ஒரு அங்கமாகத் திகழும் உருமியை, தேவதுந்துபியாக மாற்ற முனையும் கம்பளத்தார் ஒரேயொரு கதையைக் கட்டுவதன் மூலம் அக்கருவியை உருவாக்கிய மரபையும் இசைத்த ஞானத்தையும் ஒட்டுமொத்தமாய் மறுக்கிறார்கள் என்பது என்னவொரு வேடிக்கை!

5

கொஞ்சம் கொஞ்சமாகத் தனது வலுவை இழந்துவரும் கலை பாவைக் கூத்து. தெற்காசிய நாடுகளின் கலையாக விளங்கும் இக்கூத்து தமிழகத்தைப் பொறுத்தவரையில் சவலைப்பிள்ளை. அரசு

சார்ந்தோ அல்லது சமயம் சார்ந்தோ எவ்விதமான ஆதரவையும் பெற்றிராத பாவைக் கூத்துக்கலை இன்று கொஞ்சம் கொஞ்சமாக அழிந்து கொண்டிருக்கிறது.

இக்கலையை நிகழ்த்தி வரும் பாரம்பரியக் கலைஞர்கள் பலரும் இத்தொழிலை விட்டுவிட்டு வேறு தொழில்களுக்குச் சென்று விட்டனர். ஏராளமானோர் பெரு நகரங்களில் கூலிகளாகத் திரிகிறார்கள். அவர்களது கலைப் பயணத்திற்கு ஆதாரமாக விளங்கும் ஒற்றை மாட்டு வண்டியை விற்றுவிடுவதில்தான் அவர்களின் உடைபடுதல் தொடங்கியது.

அதன் பின்பு ஒலிபெருக்கிக் கருவிகளையும் பிற மின்சாதனப் பொருட்களையும் விற்றுத் தின்பார்கள். இறுதியாக இரண்டு மூன்று தலைமுறையைத் தாண்டி வந்திருந்த அவர்களது குடும்பங்களுக்கே உரிய தோற்பாவைகளை அப்படியே அழிய விட்டுவிட்டு வேறு தொழில் தேடிப் புறப்பட்டுவிடுவார்கள். தமிழகத் தோற்பாவைக் கூத்துக் கலைஞர்களின் பொதுவான சித்திரம் இதுதான்.

தங்களுடைய கலைக்கான மரியாதையும் வரவேற்பும் சுத்தமாக இல்லாமற் போனதற்கான முழுக்காரணம் திரைப்படமும் தொலைக் காட்சியும்தான் என்பது இக்கலைஞர்களின் முடிவு. தாங்கள் நடத்துகிற இராமர் கதைக்கு இல்லாத கவர்ச்சி திரைப்படங்களுக்கு இருப்பதால்தான் இந்தச் சீரழிவு என்பதில் அவர்கள் தீர்மானமாக இருக்கிறார்கள். திரைப்படங்களையும் தொலைக்காட்சிகளையும் சமாளிப்பதற்கான உத்தியாக ஒரு சில பாவைக்கூத்துக் கலைஞர்கள் தேர்ந்துகொண்ட ஆயுதம், ‘ரிக்கார்ட் டான்ஸ்’.

இந்த ஆங்கிலத் தொடரைத் தமிழில் சரியாக மொழி பெயர்த்துவிட முடியுமா என்று தெரியவில்லை. ஆங்கிலப் பெயரிலேயே பட்டி, தொட்டியெங்கும் வழங்கப்படும் இந்த ஆட்ட வகை, வணிகத் திரைப்படங்களிலிருந்து உருவான உள்ளூர்க் கலை வடிவம். இந்தியத் திரைப்படங்களின் உயிர் நாடியாக விளங்கும் திரைப்படப் பாடல்கள், அவற்றிற்கான நடனம் என்ற சங்கதியிலிருந்து ரிக்கார்ட் டான்ஸ் உருவாகிறது.

செல்லுலாய்ட் பிம்பமாக பாடல்களுக்கு நடனமாடும் நடிகர், நடிகைகளைப் போலவே வேடமணிந்து, அதே பாடல்களுக்கு, அதே உடலசைவுகளுடன் (பல நேரங்களில் திரைப்படங்களை விடவும் கவர்ச்சியான, காமம் முகத்திலறையும் பாவனைகளுடன்), கிராமத்து மேடைகளில் ஆணும் பெண்ணும் ஆடும் ஆட்டத்தை எல்லோரும் ‘ரிக்கார்ட் டான்ஸ்’ என்று அழைக்கின்றனர்.

கடந்த பத்திருபது வருடங்களாகத் தமிழகக் கிராமங்களில், சிறு நகரங்களில் 'ரிக்கார்ட் டான்ஸ்' ஒரு பாரம்பரியக் கலையைப் போலவே மக்களின் ரசனையோடு கலந்து போயிருக்கிறது. தங்களுடைய கூத்துக் கலைக்கான ஆர்வத்தை மக்கள் கொஞ்சம் கொஞ்சமாக நழுவவிட்டுக்கொண்டிருக்கிறார்கள் என்ற வேகத்தில் பாவைக்கூத்துக் கலைஞர்கள் செய்த தந்திரம், தங்களது கூத்தோடு சேர்த்து ரிக்கார்ட் டான்ஸையும் ஆடி நிகழ்த்துவது!

இரண்டிலிருந்து மூன்று மணி நேரம் வரையில் நிகழ்த்தப்படும் கூத்தை அரைமணி நேரம், முக்கால் மணி நேரமாகக் குறைத்து, மீதமுள்ள இரண்டு மணி நேரத்தில் தங்களது குடும்பங்களிலுள்ள இளம் ஆணையும் பெண்ணையும் கொண்டு 'ரிக்கார்ட் டான்ஸ்' நிகழ்த்தத் தொடங்கினர். சில குழுக்களில் கணவனும் மனைவியும் ரிக்கார்ட் டான்ஸ் ஆடுவதுண்டு. ஆனால் பல குழுக்களில் அண்ணன் தங்கை உறவுடையவர்களே 'நாயகன் - நாயகியாக' ஆடுகின்றனர். இளவயது ஆணையும் பெண்ணையும் கொண்டிராத குடும்பங்கள் 'பாவைக் கூத்து' நிகழ்த்தும் பாரம்பரியத்திலிருந்து விலகிச் செல்வது போன்ற சூழல்களும் இன்று உருவாகி வருகின்றன.

அம்பேத்கரின் சிந்தனைகளை, வாழ்க்கையை மக்களிடம் எடுத்துச் செல்வதற்கான முக்கியக் கருவியாக 'பாவைக்கூத்து' இருக்க முடியும் என்று எனக்கொரு திட்டம் இருந்தது. பாவைக் கூத்தின் தொழில்நுட்பம் வசீகரமானது. 'வண்ணமூட்டப்பட்ட நிழல்கள்' என்பதிலுள்ள முரண் அதன் பால் என்னை ஈர்த்தபடியே இருந்தது.

மேலும், அதில் இடம் பெறக்கூடிய உச்சிக்குடுமி, உளுவத்தலையன் என்ற இரு ஜனரஞ்சகக் கதாபாத்திரங்களின் பாய்ச்சல்களும் அவற்றின் மூலம் கட்டப்படும் எள்ளல் கலந்த தலைகீழாக்கமும் உவப்பானதாகவே இருந்தன. இதனால், அம்பேத்கரின் கதையைப் பாவைக் கூத்தாக நடத்துவது என்று முடிவுசெய்து, அதற்கான வேலைகளைத் தொடங்கினோம்.

இந்த நேரம், தற்செயல்போல, கோவில்பட்டியில் வசித்து வரும் மரபான பாவைக் கூத்துக் கலைஞர் லெட்சுமணராவ் எங்களுக்கு அறிமுகமானார். அவருக்கு, இளம்பிராயத்து ஆண், பெண் குழந்தைகள் இல்லையென்பதால் சிரமப்பட்டுக் கொண்டிருந்தார். எங்களது திட்டத்தைப் பற்றித் தெரிவித்ததும், அவருக்கு ஒரு பக்கம் நம்பிக்கையும் மறுபக்கம் தயக்கமுமே முதலில் தோன்றியது.

இதன் மூலம் நிரந்தர வருமானம் கிடைக்குமென்பது நம்பிக்கை; எழுதப்படிக்கத் தெரியாத தன்னால் புதிய கதையை உருவாக்க முடியுமா என்ற தயக்கம் மறுபக்கம். நாங்கள் தைரியம் கொடுத்தும்

அவரால் தனியாகக் கரையேற முடியவில்லை . இறுதியாகத் தனக்குத் துணையெனத் தனது அண்ணன் மகனான, எழுத்தறிவு பெற்றிருந்த இன்னுமொரு கலைஞரான, முத்துக்குமார் ராவைத் துணைக்கு வைத்துக்கொண்டார். முத்துக்குமார் 'ரிக்கார்ட் டான்ஸராக' பாவைக் கூத்து வாழ்க்கையைத் தொடங்கி, இன்று அதனை விடுத்து வில்லிசைக் கலைஞராக, இசைக் கலைஞராக என்று பல்வேறு அவதாரங்கள் எடுத்துவருபவர்.

எங்களது திட்டத்தைப் படிப்படியாக வகுந்து கொண்டோம். முதலில் கூத்திற்கான கதை வசனம், பாடல்களைக் கட்டுவது; இரண்டாவதாக பாவைகளைத் தயார் செய்வது; மூன்றாவது பாவைகளைப் பயன்படுத்தி கதை-வசனப் பாடல்களை நிகழ்த்துவது என்பது எங்கள் திட்டம். இதன் முதல் கட்டமாக இவ்விரு கூத்துக் கலைஞர்களுக்கும் அம்பேத்கரின் வாழ்க்கையையும் சிந்தனைகளையும் திரும்பத் திரும்பச் சொல்லத் தொடங்கினோம்.

லெட்சுமணராவ் மரபான நாட்டார் கலைஞருக்கான அத்தனை அம்சங்களையும் கொண்டிருப்பவர். வயது ஐம்பது போலிருக்கலாம். ஆனால் நாற்பது என்றே சொல்வார். தனுஷ்கோடியில் பெரும் புயல் வந்து பாலம் உடைந்தபோது தனக்குப் பத்து வயது என்றார். இதுதான் அவரது காலக் கணிதம். தொடர்ந்து வெற்றிலை போடுவார். படித்தவர்களைப் பார்த்தால் கூச்சமும் அவர்கள் கொஞ்சம் இடம் நகர்ந்து அப்புறமோ இப்புறமோ சென்றால் குறும்பும் அவரிடம் துளிர்க்கும். மிக இயல்பானவர். தனக்குத் தெரிந்ததைப் பற்றிய கர்வமும் தெரியாததைப் பற்றிய அடக்கமும் அவரிடம் உண்டு. தனது புகைப்படங்களைப் பத்திரிகைகளில் பார்ப்பதில் அவருக்கு அலாதிப் பிரியம்.

முத்துக்குமார் கொஞ்சம் வேறு மாதிரி. செல்போன் வசதியுள்ள நாட்டார் கலைஞர். தொடர்ந்து நிகழ்ச்சிகளுக்காக ஓடிக் கொண்டிருப்பவர். பேரம் பேசுவதை நுட்பமாகக் கற்றறிந்தவர். ஆனால், நாம் சொல்வதெல்லாம் லெட்சுமணராவைக் காட்டிலும் முத்துக்குமாருக்கே முதலில் விளங்குகிறது.

கதை வசனப் பாடல்களை எழுதும் வேலையை முத்துக்குமாரும், பாவைகளைத் தயாரிக்கும் வேலையை லெட்சுமணராவும் செய்வதாக ஏற்பாடு. அம்பேத்கரின் கதையை விளக்குவதும், அதில் இடம்பெறும் கதாபாத்திரப் பாவைகளைத் தேர்வு செய்வதும் ஒரு மாதம் போல் நடந்து கொண்டிருந்தது.

தமிழகக் கிராமங்களில் பாவைக் கூத்தை நிகழ்த்தக்கூடிய மரபான கலைஞர்கள் எவருக்கும் தாய்மொழி தமிழில்லை. மராட்டிய

மொழியின் ஏதோவொரு திரிபு வடிவத்தையே தாய்மொழியாகச் சொல்கிறார்கள். தங்களுக்குள் பேசிக்கொள்ளும் ஒவ்வொரு தரமும் இந்த மொழியையே பயன்படுத்திக் கொள்கின்றனர். பிறரோடு பேசும்போது மட்டுமே தமிழ். இவர்கள் தங்களை 'மண்டிகர்' என்ற சாதிப் பிரிவாகச் சொல்கிறார்கள். இவர்களில் ஆண்களின் பெயர்கள் 'ராவ்' என்ற பின்னொட்டும் பெண்களின் பெயர்கள் 'பாய்' என்ற பின்னொட்டும் கொண்டுள்ளன.

மகாராஷ்டிரம் தங்களது பூர்வீகம் என்று சொல்லும் இக்கலைஞர்கள் தமிழகத்திற்கு இடம்பெயர்ந்து வந்ததற்குத் தஞ்சையை ஆண்ட சரபோஜி மன்னரைத் தொடர்புபடுத்திப் பழங்கதையொன்றைச் சொல்கின்றனர். அம்மன்னரின் படைகளோடு இங்கே வந்ததாக அவர்களிடம் வாய்மொழித் தகவல்கள் உள்ளன. மன்னரோடு தொடர்புடைய குடிகள் என்பதில் அவர்களுக்கு உள்ளூர மகிழ்ச்சி உண்டு.

அத்தோடு ராமர் கதையைப் பாடுவதே தங்களுக்கான வாழ்க்கைத் திட்டம் என்பதை ஐதீகம் போல நம்புகின்றனர். 'ராமா, ராமா என்று சொல்லியே எங்களது சீவனம் நடக்கிறது' என்பது அவர்களின் பெருமை. இராமாயணக் கதையைப் பத்து நாட்கள் கூத்தாக நிகழ்த்தினால் அவ்வூரில் கட்டாயம் மழை பெய்யும் என்று கலைஞர்கள் நம்புகிறார்கள்.

முற்காலத்தில் மக்களும் இதனை நம்பி இக்கலைஞர்களை ஆதரித்து வந்துள்ளனர். ஆனால், நாளடைவில் இந்நம்பிக்கை பொய்த்துப் போனதில் இவர்களுக்குப் பெரும் வருத்தம். சரபோஜி மன்னரோடும் ராமர்கதையைப் பாடுவதால் தெய்வத்தோடும் தொடர்புடையவர்கள் நாங்கள் என்ற இயல்பான குலப்பெருமை இவர்களிடம் உண்டு. ராமர்கதையைப் படிப்பதால் மது அருந்துவது இல்லை என்கின்றனர். சுத்தபத்தமாய் இருந்தே ராமர் கதையை நிகழ்த்த வேண்டுமென்ற கருத்தில் பிடிவாதம் இருக்கிறது. இதற்கும் ஒரு படி மேலே, தவறியும்கூட பாவைகளின் மீது கால்பட்டுவிடக் கூடாது என்கின்றனர். ஏனென்றால் பாவைகள் புனிதமானவை! புனிதமான பாவைகள் என்பதால் மாட்டுத் தோலால் செய்யாது, ஆட்டுத் தோலால் மட்டுமே செய்யப்பட வேண்டுமென்று சொல்கின்றனர்.

இரண்டு பாவைக் கூத்துக் கலைஞர்களுக்கும் அம்பேத்கரின் கதையைக் கொஞ்சம் கொஞ்சமாக விளக்கினோம். அம்பேத்கரின் குடும்பப் பின்னணி, வளர்ப்பு, கல்வி போன்ற செய்திகளைக் காட்சிப்படுத்துவது எப்படி என்ற திசையில் எங்களது உரையாடல் வளர்ந்து கொண்டிருந்தது.

அம்பேத்கரின் வாழ்க்கை வரலாற்றை எழுதிய தனஞ்செய்கீர் அம்பேத்கரின் பிறப்பைப் புனிதப்படுத்தும் நிகழ்வொன்றைத் தனது புத்தகத்தில் சொல்லியிருந்தார். அம்பேத்கரின் சித்தப்பா ஒரு சந்நியாசி. அவர் ஒருமுறை அம்பேத்கரின் தந்தையைச் சந்தித்து 'உனக்கொரு மகன் பிறப்பான்; அவன் உலகப் புகழ் பெறுவான்' என்பது போல் முன் கணித்துச் சொன்னதாக ஒரு செய்தி உண்டு.

இந்தச் செய்தி பாவைக் கூத்துக் கலைஞர்களை உற்சாகப்படுத்தியது. தெய்வங்களைப் பாடி வந்த அவர்களுக்கு அம்பேத்கரும் ஒரு தெய்வமே என்று நினைக்கும் வகையில் இச்சம்பவம் அமைந்திருந்தது. எனவே, இதிலிருந்தே அம்பேத்கரின் கதையைத் தொடங்கலாம் என்று பிரியப்பட்டார்கள். இவ்வாறு செல்வதில் இன்னுமொரு வசதியிருப்பதையும் அவர்கள் கண்டுபிடித்தனர். அம்பேத்கரின் பிறப்பை முன்னறிவிக்கும் சந்நியாசி பாவையைப் புதிதாகச் செய்ய வேண்டிய அவசியமில்லை. இராமாயணத்தில் வரும் விஸ்வாமித்திரரையோ அல்லது வசிஷ்டரையோ இதற்காகப் பயன்படுத்திக்கொள்ளலாம் என்பது அவர்கள் யோசனை.

இந்த இடத்தில் நாங்கள் சற்றுக் கறாராகவே இருக்க வேண்டி வந்தது. இன்னுமொரு தெய்வமாக்கலைச் செய்ய நாங்கள் விரும்ப வில்லை. அது எங்களது திட்டத்திற்கு எதிராகவும் விளங்கியது. அம்பேத்கரை வலிகள் நிரம்பிய, அவமானங்களை மென்று விழுங்கிய, கடைசி வரையில் காயம்பட்டுக்கொண்டிருந்த, போராடுவதை என்றுமே கைவிடாது ஏராளமான தோல்விகளைச் சந்தித்த மனிதராகவே நாங்கள் சொல்ல விரும்பினோம். எனவே, பாவைக்கூத்துக் கலைஞர்களின், தனஞ்செய்கீர் போன்றோரின் புராணிய மனக்கோளாறுகளை அறவே புறக்கணிப்பது என்று முடிவு செய்து, அதனை அக்கலைஞர்களிடமும் தெரிவித்தோம்.

அதன் பின்பு, மறுபடியும் எங்கள் கதை-வசனப் பாடல் படலம் தொடங்கியது. அம்பேத்கரின் கதையை எளிமையான காட்சிகளாக வகைப்படுத்தினோம். அக்காட்சிகளின் மையப்பொருளை மறுபடி மறுபடி சொல்லிப் பார்த்துக் கூர்மைப்படுத்தினோம். ஒவ்வொரு காட்சிக்கும் தேவையான பாவைகளை வரிசைப்படுத்தினோம். அதன் பின்பு, மரபான பாவைக்கூத்தின் வடிவத்தில் ஒவ்வொரு காட்சிக்குமான உரையாடலையும் பாடல்களையும் எழுதும்படி அல்லது உருவாக்கும்படி கலைஞர்களைக் கேட்டுக்கொண்டோம்.

இந்த இடத்தில் எங்கள் திட்டத்தில் தேக்கமொன்று ஏற்பட்டது. அதாவது, பாவைக் கூத்துக் கலைஞர்களால் அம்பேத்கர் கதைக்கான உரையாடல்களை இயல்பாக உருவாக்க முடியவில்லை. காட்சிகளை

விளக்கிய பின்பும், கதாபாத்திரங்களை வரிசைப்படுத்திய பின்பும் அவர்களால் வசனங்களையோ பாடல்களையோ தன்னிச்சையாகக் கட்ட முடியவில்லை. கலைஞர்களின் கற்பனை வளத்தை எது தடுத்துக்கொண்டிருக்கிறது? ஏன் அவர்கள் தொடர்ச்சியாகத் தடுமாறுகிறார்கள் என்று நாங்கள் யோசித்த பொழுதே பாரம்பரியக் கலைகளின் தனித்துவமான தன்மையொன்றை நாங்கள் அறிய முடிந்தது.

அதாவது, நவீன நாடகமொன்றைப் போலவோ அல்லது திரைப் படங்களைப் போலவோ பாவைக் கூத்தானது காட்சிகளால் செய்யப் படுவதில்லை என்ற உண்மையை நாங்கள் அப்பொழுதே உணர முடிந்தது. எல்லா விதமான தகவல்களை வழங்கிய பின்பும் அவர்களால் வசனம் எழுத முடியாமல் போவது ஏனென்று கேட்ட பொழுதுதான் அவர்கள் மிக எளிதாக, ‘கைகளில் அந்தந்தப் பாவைகளை எடுத்து ஆட்டத் தொடங்கினாலே எங்களுக்கு கதை ஓடும்’ என்று சொன்னார்கள்.

அப்பொழுதுதான் நாங்கள் செய்த தவறு எங்களுக்கு உரைத்தது. காட்சிகளாகப் பாவைக்கூத்தைக் கற்பனை செய்வது தவறு. கூத்துக் கலைஞன் பாவைகளைக் கொண்டே கதையோட்டத்தைக் கற்பனை செய்கிறான். காட்சி என்ற சம்பவத் தொடர்ச்சியை விடவும், பாவைகளின் அசைவையும் தோரணையையும் கொண்டு கதையை உள்வாங்கிக்கொள்வது கலைஞர்களுக்கு எளிதில் கைவரப் பெறுகிறது. எனவே, பாவைக் கூத்தைப் புரிந்துகொள்ளும் முயற்சியில், கதை நகர்வைப் பாவைகளோடு தொடர்புபடுத்தியே புரிந்துகொள்ள வேண்டுமென்று நாங்கள் முடிவு செய்தோம்.

அம்பேத்கரின் கதையைப் பாவைக் கூத்துக் கலைஞர்கள் மிக மெதுவாகவே உள்வாங்கிக்கொண்டிருந்தார்கள். அம்பேத்கர் தமிழரல்லர்; மகாராஷ்டிர மாநிலத்தைச் சார்ந்தவர் என்பது விளங்கவே அவர்களுக்கு ஒரு முழு நாள் தேவைப்பட்டது. அம்பேத்கரைத் தமிழர் என்றே ஏனோ கற்பனை செய்திருந்தனர். அவருடைய வாழ்க்கையின் பெரும்பகுதி பாம்பேயைச் சுற்றி நடப்பதை, இங்கிருந்து தமிழரொருவர் அங்கே சென்று வாழ்ந்திருப்பார் போல என்று நினைத்திருந்தார்களாம். ‘அம்பேத்கர் மராட்டியர்’ என்ற கண்டுபிடிப்பு அவர்களுக்குள் மகிழ்ச்சியை ஏற்படுத்தியதை நாங்கள் கண்டோம். பாவைக்கூத்துக் கலைஞர்களின் பூர்வீகமும் மராட்டியம்! இதனை நாங்கள் பெரிதுபடுத்தவில்லை.

அதன் பின்பு அம்பேத்கரின் கதை விபரங்கள் மீது அவர்களுக்குப் புதிரான ஆர்வமொன்று உருவாயிற்று. அவர் குடும்பத்தார் பெயர்கள்

'ராவ்' என்று ஏன் முடிகின்றன என்று கேட்டார்கள். அம்பேத்கரின் தாயார் பெயர் 'பீமா பாய்' என்று காணப்படுவதை அவர்களுக்குள் பேசிக்கொண்டனர். (கலைஞர்களின் குடும்பங்களில் ஆண் பெயர் 'ராவ்' என்றும், பெண்களின் பெயர் 'பாய்' என்றும் முடிவதை இந்த இடத்தில் ஞாபகத்தில் கொள்ள வேண்டும்).

அடுத்ததாக, அம்பேத்கரின் குலம் பற்றிக் கேட்கத் தொடங்கினார்கள். நாங்கள் 'மகார்' என்று சொல்வதை அவர்கள் ஏறக்குறைய சந்தேகத்தோடே பார்த்தார்கள். 'மண்டிகர்' என்னும் கலைஞர்களின் சாதியாக அவர் இருந்திருக்கக் கூடாதா என்று அவர்கள் வருத்தப் பட்டதுபோல் இருந்தது.

நாங்கள் அவர்களைச் சீண்டுவதற்காக, 'நீங்களெல்லாம் மன்னர்களோடு தொடர்புடைய சாதிகளாயிற்றே? அம்பேத்கர் பிறந்த மகார் இனமோ தாழ்த்தப்பட்ட இனம். உங்களுக்கும் அவருக்கும் என்ன தொடர்பிருக்க முடியும்?' என்று கேட்டு வைத்தோம். அவர்கள் பதில் சொல்லவில்லை.

அம்பேத்கரின் வாழ்க்கையில் நடைபெற்ற துயரங்கள், துக்கங்கள், அவமானங்கள், தோல்விகள், புறக்கணிப்புகள் என்று ஒவ்வொன்றாகக் கேட்ட பின்பு கலைஞர்களின் அணுகுமுறையில் லேசான மாறுதலொன்று தெரியத் தொடங்கியது.

அதன் பின்பு ஒரு முறை, வேறெதையோ பேசிக்கொண்டிருந்த பொழுது எழுதப் படிக்கத் தெரிந்திராத லெட்சுமணராவ் இதுபோல சொன்னார்: 'எங்களது மண்டிகர் சாதியும்கூட அம்பேத்கரின் சாதியைப் போல தாழ்த்தப்பட்ட சாதியாகத்தான் இருந்திருக்க வேண்டும். ஒரு தாழ்த்தப்பட்டவன் அடையும் எந்தவொரு அவமானத்திற்கும் குறையாமல் நாங்களும் பட்டுக்கொண்டிருக் கிறோம். எங்களுக்கும் நிரந்தரமாக வீடுகள் இல்லை; நாடோடி களாகத் திரிகிறோம்; கிராமங்களில் இன்றெல்லாம் நாங்கள் அடையும் அவமரியாதை கொஞ்சம் நஞ்சமில்லை; வயிற்றுப் பாட்டிற்காக அசிங்கமாக ஆட்டம் போட வேண்டியிருக்கிறது; எங்களுக்கும் தாழ்த்தப்பட்டவர்களுக்கும் எந்தவித வேறுபாடும் இருப்பதாகத் தெரியவில்லை. ஒரு வேளை இப்படியான கொடுமைகளிலிருந்து தப்பிக்கத்தான் நாங்கள் தமிழ்நாட்டிற்கு ஓடி வந்தோமோ, என்னவோ? ராஜாவோடு வந்தோம் என்பதெல்லாம் சும்மா பெருமைக்காகச் சொல்வது.'

லெட்சுமணராவ் இப்படிச் சொல்வது முத்துக்குமார் ராவிற்கு உடன்பாடாயில்லை. தனது மறுப்பை அவர் வெளிப்படையாகச் சொல்லவில்லை என்றாலும், தங்களது சாதிக்கும் அரச

குடும்பத்தினருக்குமான 'உறவு' காலங்காலமாகச் சொல்லப்பட்டு வருவதால் உண்மை என்றே வழியுறுத்தினார்.

ஆனால், லெட்சுமணராவ் தங்களது சாதியை ஒடுக்கப்பட்ட சாதியாகவே அதன் பின்பும் பேசிக் கொண்டிருந்தார். அம்பேத்கரின் வாழ்க்கை வரலாற்றை அறிந்து கொண்டதன் அடிப்படையில் தங்களது வரலாற்றுப் பெருமையைக்கூட கலைத்துப் பார்க்கும் தோரணை அவருடைய பேச்சில் தொடர்ந்து தென்பட்டது.

இந்தச் செய்தியை லெட்சுமணராவ் என்ற நாட்டார் கலைஞரிடம் நடைபெற்ற தனித்துவமான மாற்றம் என்பது போல் நான் சொல்ல விரும்பவில்லை. அவரிடம் நடைபெற்ற மாற்றத்திற்கான வித்து அம்பேத்கரின் வாழ்க்கையில் இருப்பதாகவே நான் நினைக்கிறேன். அம்பேத்கர் சிந்தனைகளையும் வாழ்க்கையையும் அறியத் தொடங்குகிற நபர்களை அவற்றிலுள்ள யதார்த்தமே முதலில் ஈர்க்கிறது. அம்பேத்கரின் வாழ்க்கையில் நேர்ந்த ஏராளமான காயப்படுத்தும் சம்பவங்களும் அவற்றையெல்லாம் மௌனமாக விழுங்கிக்கொண்டு அவர் பயணிப்பதும் தொடர்ச்சியாகத் தன்னை மறுநிர்மாணம் செய்து எழுந்து வருவதும், ஒடுக்கப்பட்ட வாழ்க்கை ஒன்றின் இன்றியமையாத பக்கங்களாக அமைந்துள்ளன. அறிகிற அத்தனை பேரையும் ஒடுக்கப்பட்டவர்களாக உணரச் செய்யும் ஆற்றல் நிரம்பிய சம்பவங்களால் கோக்கப்பட்டது அவரது வாழ்க்கை. லெட்சுமணராவும் தனது வாழ்வின் அவல யதார்த்தத்தைப் பார்க்கக்கூடிய கண்களை அம்பேத்கரிடமிருந்து பெற்றுக் கொண்டார் என்றுதான் இந்த இடத்தில் சொல்லத் தோன்றுகிறது.

இரண்டாம் அத்தியாயம்

மூன்று தமிழ்ப் பெண்கள்

சொல்லப்படாத கதைகளுக்கான பாழ்மண்டபம்

அந்த நாட்களில் மேற்குத் தொடர்ச்சிமலை அடிவாரக் கிராமங்களில்தான் அலைந்து கொண்டிருந்தேன். சங்கப் பாடல்களில் குறிப்பிடப்பட்ட ஊர்கள்கூட இவற்றுள் உண்டு. ஆனால் எல்லாக் கிராமங்களும் புதுக்கருக்கு அழியாமல் அப்படியே இருக்கும். ஏதோ, சில நாட்களுக்கு முன்புதான் மலையிலிருந்து இறங்கிச் சமவெளிகளில் வாழ வந்தோம் என்பது போல் அங்கே மனிதர்கள் இருந்தார்கள்.

அந்தக் கிராமங்களில் வாழ்ந்த காலங்களில் மலையும் எங்களோடு குடித்தனம் நடத்தியது. மேற்குத் தொடர்ச்சி மலையில் மழை பெய்தால் ஊர்க் குளங்களெல்லாம் நிரம்பிவிடும். எனவே மலையில் மழை பெய்ய வேண்டுமென்று ஊர்சனம் கவலைப்படும். இரவுகளில் மலையின் ஏதாவது ஒரு பகுதியிலாவது ஒளிரும் மரவட்டை போல நெருப்பு கனன்று கொண்டிருக்கும். 'மலையிலே தீப்பிடிக்குது பிள்ளைகளே வாருங்க!'

இதைவிட ஆக்ரோஷமானது, பின்னிரவுகளில் மலையிலிருந்து புறப்பட்டு வரும் வினோதமான கதறல்! சாதாரண செவிகளுக்கு இது முதலில் புலனாவதில்லை. பழகினாலே அந்த உறுமலை நீங்கள் கேட்க முடியும்.

'ஒலுங்கு கடி தாங்காம யானைங்க பிளிறுது' என்பார்கள். அதன் பின்பே, நம் காதுகளுக்குப் பிளிறும் சத்தம் கேட்கும். ஒலுங்கு என்ற காட்டுக் கொசு கடித்து யானைகள் பிளிறும் வகைக்குத் துன்புறும் என்பதிலுள்ள முரண் எவ்வளவு அழகானது!

நான் அலைந்து வாழ்ந்த கிராமங்களில் மேற்குத் தொடர்ச்சி மலை என்பது இப்படியே அன்றாட வாழ்க்கையின் அங்கமாக இருந்தது.

'பிறந்த குழந்தைக்கு முதல் உணவு என்ன தெரியுமா?' என்றொரு பெண் என்னைக் கேட்டிருந்தாள்.

'சேனை புகட்டுகிறது' என்றேன். 'அதென்ன சேன?' என்றாள்.

'வேறொண்ணுமில்ல, அந்தக் காலத்துல மொத்த சனமும் மலையில தான கிடந்துச்சு. அப்ப, குழந்தைக்கி மொத சுவையா சுனையில உள்ள தண்ணியதான் சொட்டு விடுவாகளாம். அதுக்குப் பேருதான் சுனை புகட்டுகிறது. மலங்காட்டுலர்ந்து இறங்குனப்புறம் இன்னமும் விடல அத', அவளேதான் எனக்குப் பதிலும் சொன்னாள்.

இன்றைக்குப் புளியைக் கரைத்து, பானகம் போலச் செய்து, நாக்கில் தடவுகிறார்கள். வயதில் மூத்தவர்கள்தான் தடவ வேண்டும். அப்படிச் செய்பவர்களின் குணம் அக்குழந்தைக்கும் வந்து சேருமென்பது நம்பிக்கை. புளிப்பும் இனிப்புமாய்ச் சொரசொரக்கும் விரலின் தொடுதலில் அக்குழந்தை புதுச் சுவையை உதப்பி வெளியே தள்ளுகிறது. மலையில் புகட்டிய தண்ணீர், மண்ணின் குணத்தைக் குழந்தைக்குத் தருகிறது; தரையில் புகட்டும் பானகம் மனிதர்களின் குணத்தைத் தருகிறது; இதுதான் நம்பிக்கை. வார்த்தை என்னவோ ஒன்றுதான். 'சுனை' மட்டும் கொஞ்சம் கசங்கிச் சேனையாகி இருக்கிறது.

மலையிலிருந்து இறங்கிச் சமவெளியைத் திருத்தி வாழத் தொடங்கி நெடுங்காலம் ஆகிப் போச்சு என்றாலும், வார்த்தைகள் மட்டும் பழசை மறக்கவேயில்லை. ஏதாவதொரு மூலையில் பழசைப் போட்டு மூடிவைத்திருக்கிறது. விதை நெல்லைப் போலத்தான்! தொல்லியலாளனின் கைகளுக்குக் கிடைத்த சாதாரண கல், கற்காலக் கருவியாக உருமாறுவதைப் போன்றவொரு ரசாயனமே வார்த்தைகளில் எஞ்சியிருக்கும் பழஞ்சுவடுகளைக்

கண்டுகொள்வது. தமிழ்ச் சொற்களில் கண்டறியப்படாத பழைய சுவாசங்கள் இப்படி ஏராளம் உண்டு.

மலையடிவாரக் கிராமங்களில் நான் வாழ்ந்தது கதைகளைக் கேட்பதற்காக. இப்படியுமா ஒரு வாழ்க்கை என்பதே பலரின் ஆச்சர்யம். 'கதை கேட்கிற நாயைச் செருப்பால அடி' என்றொரு கதையைக் கேட்டிருக்கிறீர்களா?

நான் எதற்காகக் கதை கேட்கிறேன் என்பதை நிறைய தரம் விளக்கியிருக்கிறேன். பல நேரங்களில் அவர்களே 'நீ ஏன் கதை கேட்கிறாய்?' என்று தொடங்கிவிடுவார்கள். பதில் சொல்லிக் கொண்டிருப்பது மட்டுமே நமது வேலையாக இருக்கும்.

பெரும்பாலும் கிராமங்களில், நாம் வலிய சென்று அறிமுகப்படுத்திக் கொள்ளத் தேவையே இருந்ததில்லை. நம்மை யாரென்று விளக்கிச் சொல்வதுதான் வேலையாக இருக்கிறது. ஆனால், எப்பொழுதுமே விளக்க முடியாத பேரதிசயம், நமக்கு நாம் தானே!

ஒரு வழியாக இந்த அறிமுகப் படலம் முடிந்ததென்றால், அடுத்த சங்கடம் கதை என்றால் என்ன என்று அவர்களுக்கு விளங்குவது. கொல்லன் வீட்டில் ஊசி விற்கச் சொல்லிக் கொல்லனே கேட்பான்.

நாம் தேடிச் செல்லும் பொருள் அவர்களிடம் இருக்கக்கூடுமென்ற நம்பிக்கை சிறிதளவுகூட அவர்களிடம் இருக்காது. 'நீங்கள் தேடுவதெல்லாம் எங்களிடம் இருக்குமா?' என்ற தன்னிரக்கம்! இதனால் பல சமயங்களில், என்னைக் கோவில் பூசாரிகளிடம் அனுப்பி வைத்திருக்கிறார்கள். சில நேரங்களில் வட்டச் செயலாளர் களிடம்கூட அனுப்பப்பட்டிருக்கிறேன். ஆனால், ஒவ்வொரு முறையும் திரும்ப வந்து நான் தேடுவது அவர்களிடம்தான் இருக்கவேண்டும் என்று சொல்லுவேன்.

நகரத்திலிருந்து வந்திருக்கும் நபர், கதைகளைப் பற்றி விசாரிக்கிறார் என்றதும், அது ராமாயணம் அல்லது பாரதமாகத்தான் இருக்குமென்று அவர்களாகவே ஒரு முடிவிற்கு வந்துவிடுகிறார்கள். அப்படியில்லை என்றால், அக்கதைகள் குறைந்தபட்சம் எழுத்தில் வந்தவையாக இருக்க வேண்டுமென்று கருதிக்கொள்கிறார்கள்.

மேற்கூறிய இரண்டைப் பற்றியும் அவர்களுக்குப் பழக்கமில்லை என்பதால், நான் தவறான இடத்தில் தேடுவதாய்ப் பரிதாபப் படுவார்கள். எனக்காக மெனக்கெட்டு யோசனை சொல்வார்கள். தொலைத்த இடத்தில் தேடாமல் வெளிச்சமான இடத்திலா தேடுவது? ஒவ்வொரு முறையும் இந்த நாடகத்தைத் தாண்டியே நான் கதைகளைக் கேட்டிருக்கிறேன்.

அதன் பின் நான் தேடி வந்த கதைகளைப் பற்றி அவர்களுக்கு விளக்கத் தொடங்குவேன். 'அதுல ராஜா ராணியெல்லாம் வருவாங்க; மிருகங்கள் பேசும்; ராட்சதர்கள் உண்டு; அஞ்சு தலைப் பாம்பு வரும்; ஏழு கடல் ஏழு மலை தாண்டிப் போக வேண்டியிருக்கும்; நாக கன்னிகள் நீருக்கடியில் கோட்டை கட்டிக் குடியிருப்பார்கள்; வயதான நாகங்கள் விஷத்தை இரத்தினமாய்க் கக்கும்'. இப்படியே நான் சொல்லிக்கொண்டிருப்பேன். யானையைத் தடவித் தடவி விவரித்த கதைதான். அவர்களுக்குக் கொஞ்சமாய் விளங்குகிறது என்றாலும், இவ்வளவு சாதாரணமானவைகளைத் தேடி இத்தனை முஸ்தீபுகளோடு யாராவது வரக்கூடுமா என்பது அப்பொழுதும் சந்தேகம்தான்!

அப்பொழுதெல்லாம் யோசித்திருக்கிறேன். கதைகள் தங்களைப் பற்றிச் சொல்வதானால் என்ன சொல்லிக்கொள்ளும்.[1] கதைகள் ஊர்களைப் பேசுகின்றன, நபர்களைப் பேசுகின்றன, சம்பவங்களைப் பேசுகின்றன, மரம், மட்டை, செத்தை என ஒன்றுவிடாமல் அத்தனையைப் பற்றியும் பேசுகின்றன. அப்படியானால் தங்களைப் பற்றி என்ன பேசிக்கொள்ளும்? கதைகளைப் பற்றிய கதைகள் உண்டா? இருக்க வேண்டும்.

'உண்டு என்கிறார் ஏ.கே. ராமானுஜன். அவர் தொகுத்து, ஆங்கிலத்தில் மொழிபெயர்த்து வெளியிட்ட நூலொன்றில் முதல் கதையே அப்படியொரு கதைதான். கதை பற்றிய கதை.[2]

அவளொரு வயதான பெண். கணவனை இழந்தவள். ஆறுதலுக்கு ஒரேயொரு மகன் மட்டும். மகனுக்குத் திருமணம் முடித்து வைத்தாள். கதையே இங்குதான் தொடங்கியது. மருமகளுக்கு மாமியாரைப் பிடிக்கவில்லை. காலம் போன காலத்தில் சும்மா கிடக்காமல் இதென்னவொரு வயோதிகத் தொந்தரவு என்று யோசித்தாள். மாமியார் ஒழிந்தால் மொத்த அதிகாரமும் தன் கையில்தான் என்பது அவள் கணக்கு.

சாப்பாடு தரமாட்டாள்; முகங்குடுத்துப் பேசமாட்டாள்; ஏதொண்ணும் கலக்க மாட்டாள். ஒரு நாயினும் கேவலமாக மாமியாரைப் படுத்தினாள். கொடுமை தாங்காது அவளே எங்கேயாவது ஓடிப்போக வேண்டுமென்பது மருமகளின் திட்டம்.

மாமியாரோ மகா பொறுமைசாலி. எல்லாவற்றையும் சகித்துக் கொண்டாள். எதற்கும் எதிர்ச்சொல் பேசுவதில்லை. கேள்வி கேட்பதில்லை. அத்தனை கொடுமைகளையும் தனக்குள்ளேயே பொத்திப் பொத்தி வைத்துக்கொண்டாள்.

யாரிடமும் சொல்லி அழக்கூட வழியில்லை அவளுக்கு. அக்கம்பக்கத்திற்குத் தெரிந்தால் பெருங்கேவலம். மகனிடம் சொல்லலாம் என்றால் நிம்மதியிழந்துவிடுவான். அவளிடமிருந்து ஒரு சொல்லும் உதிரவில்லை. அழுது தீர்க்க வேண்டிய கொடுமைக் கதைகளெல்லாம் அவளுக்குள்ளேயே புதைந்து கிடந்தன.

இது போன்ற சொல்லப்படாத கதைகள் பெருகப் பெருக, நாளடைவில் மாமியாரின் உடல் கதைகளால் பெருக்கத் தொடங்கியது. அத்தனை கதைகளையும் வெளியே விடாமல் தனக்குள்ளே அல்லவா வைத்திருக்கிறாள்! காற்றடைத்த பையல்ல; கதைகளடைத்த பை.

நாளுக்கு நாள் அவள் மேனி பூரிப்பது கண்டு மகன் மகிழ்ந்து போனான். மனைவி வந்த பின்பு, அம்மாவிற்கு வேலை இல்லை; ராணி போல் உட்கார்ந்து சாப்பிடுவதால் உடம்பு வைக்கிறது போலும் என்று நினைத்துக்கொண்டான்.

மாமியாரின், உடலோ சொல்லப்படாத கதைகளால் ஊதிக் கொண்டிருந்தது. நடப்பதற்கே சிரமப்பட்டாள். மூச்சிரைத்தது. ஒரு கட்டத்தில் கதைகளின் பாரத்தால் உடலே வெடித்துவிடும் என்ற நிலைகூட வந்து சேர்ந்தது. ஒரு நாள் வேகு வேகுவென்று நடந்து ஊருக்கு ஒதுக்குப்புறமாய் இருந்த பாழ் மண்டபம் வந்து சேர்ந்தாள். கூரைகள் அற்று, நாற்புறமும் இடிபாடுகளுடன் நின்றது மண்டபம்.

முதலில் கிழக்கு முகமாக நின்று தனக்குள் புதையுண்டிருந்த கதைகளையெல்லாம் ஒவ்வொன்றாகச் சொல்லத் தொடங்கினாள். அடைபட்டிருந்த கதைகள் கீழ்ப்பக்கச் சுவரில் மோதிக் காற்றில் கலந்தன. சொல்லச் சொல்ல மாமியாரின் உடல் கொஞ்சம் கொஞ்சமாக வற்றத் தொடங்கியது. கால்வாசிக் கதைகளைத்தான் சொல்லியிருப்பாள், கால்வாசி வீக்கம்தான் வற்றியிருக்கும், இதற்கு மேலும் தாங்காது என்று பெருத்த சப்தத்தோடு கீழ்பக்கச் சுவர் தரையோடு தரையாய் இடிந்து சரிந்தது.

இதென்னவொரு சோதனை என்று அடுத்தத் திசையில் திரும்பி நின்று மிச்சக் கதைகளைச் சொல்லலானாள். இந்தச் சுவரும் ரொம்ப நேரம் தாங்கவில்லை. பெருத்த ஓசையோடு இடிந்து சரிந்தது. ஆனால், உடம்பு பாதியாக வற்றியிருந்தது. அப்படியே மீதமிருந்த இரண்டு குட்டிச் சுவர்களையும் இடித்த பின்புதான் அவளுடலில் தங்கியிருந்த கதைகள் அனைத்தும் வெளியேறிப் போயின.

தனது துயரங்களையெல்லாம் கதைகளாகப் புலம்பிய பின்பே மாமியாரால் பழைய நிலைக்குத் திரும்ப முடிந்தது.

ஆகாவென்றிருந்தது. எதுவுமே நடக்காதது போல் பழைய மாமியாராய் அவள் வீட்டிற்குத் திரும்பிப் போனாள்.

கதை இத்தோடு முடிந்து போகிறது. சொல்லப்படாத கதைகள் எவ்வளவு பாரமானவை; எத்தனை கொடூரமானவை என்ற ஞாபகத்தோடு நாட்டுப்புறக் கதை தன்னை முடித்துக் கொள்கிறது.

யதார்த்தம், யதார்த்தமென்று சொல்கிறோமே, அது கிஞ்சித்தும் நாட்டுப்புறக் கதைகளில் இருப்பதில்லை. தாங்கள் சொல்ல நினைப்பதை மட்டுமே சொல்லிச்செல்கின்றன. யதார்த்தம் என்ற வம்புக்குள் சிக்கிக்கொள்வதேயில்லை. கட்புலன்களைத் தாண்டிய உலகமே புனைவு என்ற தெளிவு எத்தனை வசதியானது! வசீகரமானது!

உண்மை எது, புனைவு எது என்றெல்லாம் தோன்றுகின்ற அநாவசியக் குழப்பங்கள் நாட்டுப்புற இலக்கியங்களில் தோன்றுவதில்லை. ‘எழுத்து’ தன்னை எப்பொழுதும் நிரந்தரமானது, உண்மையானது என்று பயமுறுத்திக்கொண்டேயிருக்கிறது. எனவேதான் புனைவின் சாத்தியங்களைத் தாமதமாக உணரக்கூடிய சாபத்தைப் பெற்றிருக்கிறது.

பேச்சு வடிவில் வெளிப்படும் நாட்டுப்புறக் கதைகளுக்கு இப்படியான ஆரம்பத் தடங்கல்கள் இல்லையென்று சொல்லலாம். அது எப்பொழுதும் கற்பனையானதாகவும் அதீதமானதாகவுமே கற்பிக்கப்பட்டிருக்கிறது.

இதற்காக வாய்மொழி இலக்கியங்கள் புனைவின் எல்லையைத் தொட்டவை என்றும் சொல்வதற்கில்லை. அதிபுனைவுகளாகக் கருதப்படும் தொன்மங்கள் கூடச் சட்ட திட்டங்களுக்கு உட்பட்டே கற்பனை செய்யப்படுகின்றன. அவற்றிற்கான புனைவு வழித்தடங்கள் என்று செப்பனிடப்பட்ட சட்டங்கள் உண்டு.[3] ஆனால், அந்தச் சட்டங்கள் யதார்த்தம் என்று பேசித் தங்களைச் சுருக்கிக்கொள்வதில்லை என்பது மட்டும் நிஜம்.

‘சொல்லப்படாத கதைகளினால் அவதியுற்ற மாமியார் கதை’ யின் புனைவுக் கூறுகளெல்லாம் ஒரு பக்கம் இருக்கட்டும். இந்தக் கதை என்னதான் சொல்கிறது? நவீன சமூக அறிவியல் கோட்பாடுகள் சார்ந்து இக்கதைக்குப் பல்வேறு வியாக்கியானங்களைச் செய்ய முடியும். அதற்கான இசைவுக் கூறுகளைக் கொண்டே இக்கதை செய்யப்பட்டிருக்கிறது.

நாட்டுப்புறக் கதைகளை உளவியல் சார்ந்து அணுகக்கூடிய வழக்கமொன்று உலகளவில் பிரபலம்.[4] பொதுவாக எந்தவொரு

கதையாடலும் உளவியல் விளக்கங்களுக்கு உவப்பானவை என்றாலும், நாட்டுப்புறக் கதைகள் ஒருபடி மேலே. இந்தக் கதையும் விதிவிலக்கல்ல.

இக்கதையில் வரும் மாமியார் வெளிச் சொல்ல முடியாத சங்கடங்களால் மன அழுத்தத்திற்கு உள்ளானவள். ஏறக்குறைய மனப்பிறழ்ச்சி நோயால் பீடிக்கப்பட்டவள். கதறி அழுது புலம்பவும் ஏதாவதொரு தோளில் சாய்ந்து ஆறுதலடையவும் இயலாத சமூக யதார்த்தம் அவளை மௌனியாக மாற்றிவிட்டிருக்கிறது. அவளுடல் பெருப்பதாய்ச் சொல்லப்படும் கற்பனைகூட உளவியலின் அடிப்படையில் நோயின் அறிகுறியாகவே இருக்க முடியும்.

குடும்பம் என்ற அமைப்பும் சமூகம் என்ற சூழலும் பலவீன மானவர்களை மனப்பிறழ்ச்சி நோய்க்கு இட்டுச் செல்லும் சந்தர்ப்பங்களில் அதனின்று மீண்டு வருவதற்கான தந்திரமாகச் சொல்லப்படுவதுதான் புலம்பல் அல்லது கதறல் அல்லது பேசித் தீர்த்துவிடல். பலவீனமானவர்களின் மனப்பாரங்கள் அனைத்தும் கதை வடிவிலேயே, அதுவும் சொல்லப்படாத கதைகளின் வடிவிலேயே காணப்படுவதாய் நாட்டுப்புறக் கதை விவரிப்பதை, இருபதாம் நூற்றாண்டில் அறிவியல்பூர்வமாக உளவியலாளர்கள் கண்டறிந்தார்கள் என்பது ஆச்சர்யம்தான்.

மனதின் சிக்கல்களையும் சிடுக்குகளையும் மொழியின் துணைகொண்டு (அதாவது பேச்சின் மூலம்) அவிழ்க்க முடியுமென்று சிக்மண்ட் ஃப்ராய்டு மனப்பிறழ்ச்சி நோய்க்கான மருத்துவ முறையைக் கண்டுபிடித்தது இருபதாம் நூற்றாண்டின் சாதனை.[5] அதனைத் தொடர்ந்து அவருக்குப் பின் வந்த ழாக் லெக்கன் 'ஆழ்மனமே மொழியைப் போன்றுதான் கட்டப்பட்டிருக்கிறது' என்று சொன்னதும் நிகழ்ந்தது.[6] மனம் பிறழ்ந்தவர்களின் நோய்க்கூறுகளை அறிவதற்கு அவர்களைப் பேசும்படி பணிக்க வேண்டியிருக்கிறது. நோயைக் கண்டறிந்தபின் குணப்படுத்துவதற்கும் அவர்களை ஆழ, அகலமாய்ப் பேசவே சொல்கிறார்கள். மொழி போல் செய்யப்பட்ட ஆழ்மனதுள் அதிரடியாய் இறங்கும் மௌனம் விளைவிக்கும் சிராய்ப்புகளை, ஊனங்களைப் பேச்சு மட்டுமே படிப்படியாய்க் குணப்படுத்தும் என்று உளவியல் சொல்கிறது.

தன்னியல்பாக நாட்டுப்புறக் கதையும் இதே போன்றவொரு மருத்துவத்தைத்தான் மாமியாருக்கும் நடத்திக் காட்டுகிறது. பகிர்ந்து கொள்ளப்படாத கதைகளே அவளைத் துன்புறுத்துவதாய்க் கற்பனை செய்கிறது. அந்தக் கதைகளுக்குப் பேச்சு வடிவம் கொடுத்தால்

விரட்டிவிட முடியுமென்பது நாட்டுப்புறக் கதையின் நம்பிக்கை. கதையின் இறுதியில், மாமியார் அப்படித்தான் தனது கதைகளை யெல்லாம் மடை திறந்தது போலப் பேசத் தொடங்குகிறாள் குணமும் அடைகிறாள்.

இந்த இடத்தில் தமிழ் ஆய்வாளர்களாகிய நாம் உணர்ச்சிவசப்பட்டு, 'ஆஹா! நமது நாட்டுப்புறக் கதைகளின் மேன்மைதான் என்னே! நவீன மருத்துவம் இன்றைக்குச் சொன்னதை நமது தாத்தன்களும் பாட்டிகளும் என்றைக்கோ சொல்லிவிட்டார்களே! தமிழ்ப் பண்பாடு தமிழ்ப் பண்பாடுதான்!' என்பது போன்ற அவசரங்களுக்கு வந்துவிட வேண்டாம்.

கதையில் வரும் மாமியார், பாழ் மண்டபத்தில் நின்று தனக்குத்தானே பேசிக்கொண்டிருப்பதை உங்களால் கற்பனை செய்ய முடிகிறதா? காரை பெயர்ந்து, செங்கல்கள் உதிரும், அரச மர வேர்கள் ஓடிய சுவரைப் பார்த்துப் பேசிக்கொண்டிருக்கும் வயதான பெண்ணை மனதில் கொண்டு வாருங்கள். அவள் கைகளை ஆட்டி ஆட்டி, ஆவேசத்துடன், உடலெல்லாம் அதிர, வியர்வை சொட்டச் சொட்ட நின்றிருப்பாள். முகம் பல்வேறு உணர்ச்சிகளைக் கொந்தளிப்புடன் வெளிப்படுத்தியிருக்கும். அழுதிருக்க வேண்டும். ஏளனம் எச்சிலோடு தெறித்திருக்கும். சில சமயங்களில் முகத்தில் அப்பாவித்தனமும் அறியாமையும் இழையோடியிருக்கலாம். எல்லாமே சொல்லப்படுகின்ற கதைகளின் போக்கிற்கேற்ப.

இப்படியே அந்த மாமியார் பாத்திரத்தைக் கற்பனை செய்யச் செய்ய நமக்குப் பரிச்சயமான மனிதத் தோற்றங்கள் நிழலாடுகிறதா? ஆடுகிறது! ஆடும்! இதே போன்ற கதாபாத்திரங்களை நாம் தினந்தோறும் பார்க்கிறோம். பேருந்து நிலையங்களில், சாலை நடுவில், தேவாலய வாசல்களில், அழி வைத்த ஜன்னல் கம்பிகளுக்குப் பின்னால், சில சமயம் குப்பை மேடுகளில், சிதைந்த துணிப் பைகளோடு, வழியும் குப்பைகளை வாரிச் சுருட்டியபடி, பரட்டைத் தலையுடன், உடலுறுப்புகளில் காயாத நீண்டு அகண்ட புண்களோடு, கால்களில் சங்கிலிகளால் பிணைக்கப்பட்டு, தலை விரித்தாடிய கோலத்தில் சொல்லப்படாத கதைகளை இன்னும் இன்னும் தொடர்ந்து சொல்லியபடி நம்மைச் சுற்றியே பேசிக்கொண்டிருக்கிறார்கள். என்றைக்குமே காலியாகாத கதைகளைப் பேசிக்கொண்டிருக்கிறார்கள்.

கதையில் வந்த மாமியாருக்கும் இவர்களுக்கும் ஒரேயொரு வித்தியாசம்தான் இருக்க முடியும். மாமியாருக்குக் கிடைத்தது போன்ற பாழ் மண்டபம் இவர்களுக்கு வாய்க்கவில்லை.

இவர்களுக்குக் கிடைத்ததெல்லாம் தேவாலயங்களும் கோவில்களும் தர்காக்களும் பேருந்து நிலையங்களும் வாகனங்கள் சீறும் சாலைகளும்தான்.

அந்தப் பாழ் மண்டபம் எங்கிருக்கிறது அல்லது அப்படிச் சொல்லப்படுவதன் அர்த்தம்தான் என்ன?

பண்பாட்டின் நடைமுறைகளால் காயம்பட்ட, புறக்கணிக்கப்பட்ட, இது போன்ற மனம் பிறழ்ந்த நபர்களுக்கான ஆறுதலைத் தரும் அமைப்பொன்று நம் சமூகத்தின் எந்த மூலையிலும் காணப்பட வில்லை. அவ்வாறு நிர்க்கதியானவர்களைத் தெய்வ சந்நிதியில் தொலைத்து விடுவதே நமது உளப்பகுப்பாய்வு முறையியல். வேறு சில நேரங்களில் உடுக்கையடித்து, வேப்பிலையால் விளாசி, உடல்ரீதியாய்த் துன்புறுத்தும் நாட்டுப்புற வைத்தியமும் உண்டு.

மனப்பிறழ்வை மொழியோடு தொடர்புபடுத்தி நம் சமூகம் யோசித்திருந்தது என்றால், அதற்கான தீர்வை ஏன் யோசித்திருக்க வில்லை? அந்தத் தீர்வுதான் பாழ் மண்டபம் என்றால், அது சமூகத்தின் எப்பகுதியைக் குறிக்கிறது? நமது பாழ் மண்டபங்கள் எங்கே போயின? நாட்டுப்புறக் கதையை நமது பண்பாட்டு மேன்மையாகக் கொண்டாடினால், அதற்கு எதிர்த் திசையில் இயங்கும் பேயோட்டும் நாட்டுப்புற வழக்கத்தை என்ன செய்வது?

இதனால்தான் நாம் அவசரப்பட்டு நம்மை நாமே விதந்து பாராட்டிக்கொள்ள வேண்டாமென்று சொன்னேன். நம்மிடம் சில அடிப்படையான கோளாறுகள் இருப்பதாக எனக்குத் தோன்றுகிறது. மரபையும் பாரம்பரியத்தையும் அடையாளம் காண்பதில் நம்மிடம் பல்வேறு குழப்பங்கள் இருக்கின்றன. நாம் கொண்டாடும் பண்பாட்டில் ஏராளமான கலப்புகள் நடந்துள்ளன. இந்தக் கலப்புகளால் நாம் ஏராளமான நல்லவைகளை இழந்திருக்கிறோம். பதிலுக்கு, வசதியான மூடத்தனங்களை உள்வாங்கியிருக்கிறோம். இதற்கு நேர்மாறாகவும் உண்டு.

இழந்துபோன நல்ல விஷயங்களில் ஒன்றாகத்தான் நான் பாழ் மண்டபங்களைக் கருதுகிறேன். ஒரு காலத்தில் நம்மிடம் இவை போன்ற பாழ் மண்டபங்களும் அவை பற்றிய கதைகளும் இருந்தன என்று நம்பலாம்.

இந்த இடத்தில் வேறொரு தகவலையும் நாம் யோசித்துப் பார்க்கலாம். பாழி என்றும் பள்ளி என்றும் சொல்லக்கூடிய அமைப்புகள் தமிழகத்தில் இருந்ததாய் வரலாற்றாசிரியர்கள் தெரிவிக்கிறார்கள்.[7] கி.பி. 8ஆம் நூற்றாண்டிற்கு முந்தைய

தமிழகத்தில் சமணத்தோடும், பௌத்தத்தோடும் ஆசிவகத்தோடும் நெருக்கமான உறவுகளைக் கொண்டிருந்த தமிழ் மரபில் பாழி, பள்ளி என்ற இரு அமைப்புகளும் ஏறக்குறைய சமூக நிறுவனங்களின் குணத்தோடே செயல்பட்டுவந்துள்ளன.

'பள்ளி' என்ற அமைப்பு பௌத்தச் சார்புடையதாகவும், 'பாழி' என்பது ஆசிவகச் சார்புடையதாகவும் கருதப்படுகிறது. இவ்விரு அமைப்புகளும் சமயக் குரவர்களின் வசிப்பிடமாக இருந்துள்ளன. பேராசிரியர் நெடுஞ்செழியன், பழந்தமிழ் அறிஞர்களான வள்ளுவர்களே பாழிகளில் வசித்து வந்ததாகத் தெரிவிக்கிறார்.[8] வானியல், மருத்துவம், கணிதம், இலக்கணம், இசை, ஓவியம், சிற்பம் போன்ற கலைகளின் உச்சத்தை எட்டக்கூடிய அறிஞர்கள் நிரம்பிய இப்பாழிகள் தமிழ் அறிவியலின் கேந்திரங்களாக நம்பப்படுகின்றன.

பொதுவாக ஊர்களுக்கு வெளியே குன்றுகளிலும் மலைகளிலும் அமைந்துள்ள இப்பாழிகளே வெகுமக்களின் மருத்துவத் தேவை களைப் பூர்த்தி செய்வனவாகவும் அமைந்திருந்தன. இன்றைய தினம் 'சமணப் படுக்கைகள்' என்று தவறுதலாக நம்பிக் கொண்டிருக்கிற கற்படுக்கைகள் நிரம்பிய குகைகளே அன்றைய பாழிகள். மனிதர்கள், விலங்குகள், தாவரங்கள் என்று அனைத்திற்குமான மருத்துவ உதவிகளும் இப்பாழிகளிலேயே நடைபெற்று வந்தன.

நமது கதையில் வரும் மாமியார் கதாபாத்திரம் 'தனது மன உளைச்சலையும் அதனால் உண்டான உடற் கோளாறையும், ஊருக்கு வெளியிலுள்ள பாழியில் போய்ச் சரிபண்ணிக்கொள்கிறது' என்ற தகவலை இப்பின்னணியில் விளங்கிக்கொள்ளும்போது, தமிழ் அறிவுலக வரலாற்றில் புதிய வெளிச்சங்கள் படர்வதை உணரமுடியும். நாளடைவில் இப்பாழிகளெல்லாம் அழிக்கப் பட்டுவிட அவை குறித்த கதைகள் மட்டிலும் எஞ்சியிருக்கின்றன. அப்படியானால் இந்த நாட்டுப்புறக் கதை பண்பாட்டின் எச்சத்தைப் பேசுகிறது என்று சொல்லலாமா?

'இல்லையில்லை, நாட்டுப்புறக் கதைகள் எச்சங்களல்ல; இன்றைக்கும் பொருந்துபவை' என்று வாதிடுபவர்கள் நம்மிடையே இருக்கிறார்கள். உளவியல் தீர்வுக்கான சமூக நிறுவனங்கள் சமூகத்தில் நிர்மூலமாகிவிட்டன என்பதைச் சொல்லும் உவமையாகத்தானே 'பாழ் மண்டபம்' காட்டப்படுகிறது என்று அவர்களால் சொல்ல முடியும். ஆனால், சொல்லப்படாத கதைகளைச் சொல்லக்கூடிய இடங்களும் அவற்றைக் கேட்கக்கூடிய காதுகளும் இன்றைக்கு நம்மிடம் இல்லை என்பதுதானே உண்மை!

இந்தக் கதைக்கான உளவியல் விளக்கங்கள் ஒரு பக்கம் இருக்க, வேறொரு கோணத்திலிருந்தும் இக்கதையைச் சிலாகிக்க முடியும். இதற்காக ஒட்டுமொத்தக் கதையையும் நாம் ஒரு உருவகம் போல எடுத்துக்கொள்ள வேண்டும். மாமியார் கதாபாத்திரம் அதிகார பீடங்களால் ஒடுக்கப்பட்ட, நலிந்த பிரிவினரைச் சுட்டுகிறதாகவும் 'மருமகள்' பாத்திரம் அதிகாரத் துஷ்பிரயோகம் செய்வோரைக் குறிப்பதாகவும், மகனுடைய பாத்திரம் உணர்ச்சியற்ற ஒட்டுமொத்தச் சமூகத்தைப் பிரதிபலிப்பதாகவும் விளக்கமளிக்க முடியும்.

இவ்வாறு அளிக்கப்படும் விளக்கத்தின் உச்சபட்சம், பாழ் மண்டபத்தின் சுவர்கள் இடிந்து தரைமட்டமாகும் சம்பவம்தான். அச்சம்பவம், அதிகாரப் போதையில் உழல்பவர்களுக்கான அபாய மணியாகவே ஒலிக்கிறது. நலிவுற்றவர்கள் மௌனமாக இருக்கும் வரையிலேயே அநியாயங்கள் தொடர்ந்து நடைபெறும். என்றைக்கு ஒடுக்கப்பட்டவர்கள் பேசத் தொடங்குகிறார்களோ அன்றைக்கு அத்தனையும் தவிடுபொடியாகும் என்பதே அக்கதையின் குறியீட்டு விளக்கமென்று சொல்லமுடியும்.

ஆனால், துரதிர்ஷ்ட வசமாக, கதையின் போக்கு வெகு சொற்பமாகவே இது போன்ற விளக்கங்களை ஆதரிக்கின்றது. இவ்விளக்கத்தின்படி மாமியார் கதாபாத்திரத்தை ஒடுக்கப் பட்டவர்களின் குறியீடாகக் கருதுவோம் என்றால், ஒடுக்கப் பட்டவர்கள் ஏன் பிரச்சினை எங்கேயோ இருக்க, பாழடைந்த மண்டபத்தைப் போய்த் தவிடு பொடியாக்குகிறார்கள் என்ற கேள்விக்கு நாம் பதில் சொல்ல வேண்டும்.

தரைமட்டமாக்கிய பின்பு பழையபடியும் ஒடுக்கப்பட்டவர்களாகவே ஊருக்குள் வருகிறார்களே அதன் பொருள் என்ன? மறுபடியும் அதிகார அடக்குமுறைக்குள் வந்து வாழப் பழகிக்கொள்கிறார்கள் என்று அர்த்தமா? ஒடுக்குகிறவர்களுக்கும் ஒடுக்கப்படுபவர் களுக்குமான முரண்பாடே இக்கதை என்று நாம் யோசித்தால் அம்முரண்பாட்டை மேலெழும்பவிடாமல் பார்த்துக்கொள்ளும் தந்திரத்தையே கதை செய்கிறது என்பதை உணரலாம்.

மாமியாரும் மருமகளும் மகனும் ஒருவருக்கொருவர் பேசிக் கொள்ளும் சாத்தியங்களைக் கதை சாமர்த்தியமாகத் தவிர்க்கிறது என்பதைக் கவனியுங்கள். மாமியாரைப் புதுப்பித்து மறுபடியும் மருமகளிடம் அனுப்பி வைப்பதைத்தானே கதை முடிவாகச் சொல்கிறது? அப்படியானால் இந்தக் கதை யாருக்குச் சார்பாக பேசுகிறது?

இந்தக் கதை மட்டுமல்ல, இன்னும் ஏராளமான நாட்டுப்புறக் கதைகள் குடும்பம் என்ற அமைப்பை, இன்றைக்கு இருப்பது போல என்றைக்கும் கட்டிக் காப்பாற்றவே விரும்புகின்றன. அதிகாரப் பகிர்வில் ஏற்றத்தாழ்வுகளும் அதனால் கட்டற்ற வன்முறைகளும் நிரம்பிய குடும்ப உறவுகளை வலியுறுத்துவதே பெரும்பாலான கதைகளின் நோக்கம். எப்பொழுதெல்லாம் குடும்ப அமைப்பிற்குள் சலசலப்புகள் ஏற்படுகின்றனவோ அப்பொழுதெல்லாம் லாவகமாய், நைச்சியமாய் பேசி அவற்றை விவாதத்திற்குக் கொண்டு வராத சூழ்ச்சியே இக்கதைகள் செய்யும் தந்திரம்.

நாட்டுப்புறக் கதைகளின் இத்தகைய செயல்பாடுகளை அடையாளப் படுத்திய ஆய்வாளர்கள் இதனை வேறு வார்த்தைகளில் விளக்கு கிறார்கள். அதாவது, குடும்ப அமைப்பின் வன்முறைக்குப் பலியானவர்களைச் சமாதானப்படுத்தி, மீண்டும் குடும்பத்தின் அதிகார வரம்பிற்குள் கொண்டுவரும் செயலை அவர்கள் 'சமூகவயமாதல்' என்று அழைக்கிறார்கள்.[9] அதாவது, சமூகத்தின் நடைமுறைகளில் நம்பிக்கையிழந்த நலிவுற்றவர்களை மீண்டும் உற்சாகப்படுத்தி சமூக உறுப்பினராக மாற்றும் வேலை. இந்தக் கதையும்கூட அதையேதான் செய்கிறது. அதாவது மாமியாரைப் புனருத்தாரணம் செய்து பழையபடி அதிகார வரம்பிற்குள் கொண்டுவருகிறது.

உள்கட்டுமானங்களை அலசியதன் மூலம், அப்புனைவு தந்த ஆரம்ப வசீகரங்களை மறக்கடிக்கச் செய்ததற்காக என்னை மன்னிக்க வேண்டும். ஒரு கதை என்பது ஒரு கதை மட்டுமல்ல என்பதை நாம் புரிந்துகொள்ளவேண்டும். ஒரு கதை எப்போதும் தன்னைச் சுற்றிலும் பல்வேறு வழக்காறுகளை, விஷயங்களைக் கொண்டே இயங்குகிறது.

சுருக்கமாகச் சொல்வதானால் எதுவுமே இங்கு தனித்து இயங்குவதில்லை. ஒன்றைச் சுற்றிப் பலவும் பின்னிப் பிணைந் திருக்கின்றன. பின்னிப் பிணைந்த தன்மையிலேயே உள்வாங்கிக் கொள்ளப்படுகிறது. ஒரு கதையின் அர்த்தம் அக்கதைக்குள் மட்டுமே இல்லையென்பதை இதனை முன்னிட்டே நான் வலியுறுத்திச் சொல்ல விரும்புகிறேன். அதன் விளைவாகவே 'சொல்லப்படாத கதைகள்' குறித்து இவ்வளவும் பேச வேண்டி வந்தது.

ஆண் புத்தி கொண்ட கதை

ஏ.கே. ராமானுஜன் சேகரித்த கதையைப் போன்றே 'கதை பற்றிய கதை' ஒன்றை நானும் ஒருமுறை கேட்டேன். மேற்குத் தொடர்ச்சி

மலையடிவாரக் கிராமமொன்றில் அனாமதேய சப்தங்கள் சூழ்ந்த இரவில் இந்தக் கதை எனக்குச் சொல்லப்பட்டது.

அந்தக் கதையில் இரண்டே இரண்டு பேர்தான் இருந்தார்கள். ஓர் இளம் பெண்; ஓர் இளம் ஆண்; புது மணத் தம்பதியர். பெண்ணிற்குப் பக்கத்தில்தான் ஊர். திருமணமானதால் கணவன் ஊருக்கு வாழ வந்தவள். சின்னஞ்சிறுசுகள் தனிக்குடித்தனம் நடத்தின.

இன்னும் கூச்சம் விலகவில்லை. வெட்கத்தோடும் தயக்கத்தோடும் முகம் பார்க்காமல்தான் பேச்சு. கணவன்-மனைவி பழக்கத்தை ஊர்களில் 'பேசிப் பழகுவது' என்பார்கள். இவர்களுக்குள் பேச்சும் இல்லை, பழக்கமும் இல்லை. கும்மிருட்டில் குருட்டுக் கலவிதான் நடந்துகொண்டிருந்தது. இவர்களது கூச்சத்தைத் தெளிய வைக்க உருப்படியான பெருசுகளும் யாருமில்லை.

அந்தப் பெண் அவ்வளவு அழகாகப் பாடுவாள். கதை போட்டால் கேட்டுக்கொண்டேயிருக்கலாம். வாக்கப்பட்டு வரும்வரை, பாடுவதற்கும் கதை போடுவதற்குமென்றே அவளையும் ஒரு ஆளாய் களையெடுக்க, நாத்து நட, அறுப்புக்கு என்று போட்டிபோட்டுக் கூட்டிப் போவார்கள். அவ்வளவு விசேஷம்! அவ்வளவு பிரபலம்!

பாடத் துவங்கினால், ஆயிரமாயிரம் பாடல்கள் அவளிடம் இருந்து வந்து கொட்டும்; கதை போட்டாளென்றால், நிறுத்தத் தோணாது. இதெல்லாம் கொடுப்பினை என்றுதான் பிறந்தவூரில் பேசிக் கொண்டார்கள்.

வாக்கப்பட்டவூரில் இந்த விபரமெல்லாம் யாருக்கும் தெரியாது. புதுப்பெண் என்பதால் தானாகப் பாடுவதற்கும் வெட்கம். இதனால், பாடுவதும் கதைபோடுவதும் அவளுக்கு மறந்தே போயிற்று. பாடுவது வேண்டுமானால் மறந்து போகலாம்; கதை போடுவது வேண்டுமானால் மறந்து போகலாம். ஆனால் பாடல்களும் கதைகளும் எங்கே போகும்?

சீரழிஞ்சது போலிருந்தது அதுகளுக்கு. சிந்துவாரின்றிப் போனோமே என்று அங்கலாயித்துக்கொண்டன. 'காலாற ஒரு நடை போய் வந்து எவ்வளவு நாட்களாகிவிட்டன!' என்று பாடல்களும் கதைகளும் தங்களுக்குள் பேசிக்கொண்டன.

அவளுக்குள்ளேயே அடைந்து, நாலு மக்க மனுசரையே பார்க்காததால், அவைகளின் மேல் சாம்பல் போல பூஞ்சை படரத் தொடங்கியிருந்தது. புழுக்கம் வேறு. நாளெல்லாம் கசகசப்பாய் இருந்தது. மூச்சு முட்டிக் கிடந்த பாடல்களும் கதைகளும் அந்தப்

பெண்ணிற்குச் சரியான பாடம் கற்றுத் தருவது என்று முடிவு செய்தன. அதற்கான சந்தர்ப்பத்திற்காய்க் காத்திருந்தன.

சந்தர்ப்பமும் சீக்கிரமே வந்தது!

ஒரு நாள், அந்தப் பெண்ணிற்குள் அடைந்திருந்த பாடல்களும் கதைகளும் காலாரக் கொஞ்சம் நடந்து வரலாம் என்று முடிவு செய்தன. பாடல்தான் முதலில் வந்தது. ஒரே குதி! அவளுக்கு வெளியே வந்து விழுந்தது. அடுத்ததாய்க் கதைகள்! கூட்டமாய், ஒன்றை ஒன்று கைகோர்த்துக்கொண்டு வெளியே குதித்து வந்தன.

அவளுக்கு இது எதுவுமே தெரியவில்லை. மும்மரமாய் சமையற்கட்டில் வேலையாயிருந்தாள். அவள் கணவன் வெளியே போயிருக்கிறான், வருவதற்குள் சமையலை முடித்தாக வேண்டும்.

வெளியே குதித்த பாடல்களும் கதைகளும் கை, கால்களை நீட்டி நெட்டி முறித்தன. இத்தனை காலமாய் ஒரேயிடத்தில் அடைந்து கிடந்த சடவு தீர வீட்டிற்குள்ளேயே நடை பழகின. கொஞ்சமாய் ஆசுவாசம் ஆனதும், தங்களை அடைத்து வைத்தவளை எப்படிப் பழிவாங்கலாம் என்று கூடிக் கூடிப் பேசின. இதற்குள், வாசலில் நின்றிருந்த கதையொன்று அவள் கணவன் தூரத்தில் வந்து கொண்டிருப்பதாய் அரவம் சொல்லியது.

கண நேரம்தான்! அதற்குள் பழிவாங்குவது எப்படி என்று முடிவு செய்துவிட்டன. பாடல்கள் எல்லாம் ஒன்றாய்ச் சேர்ந்து ஒரு ஆம்பளை சட்டையாய் மாறிக்கொண்டன. பின்பு சுவற்றில் அறைந்திருந்த ஆணியில் போய்த் தொங்கிக் கொண்டன. கதைகளெல்லாம் ஓடிவந்து தங்களுக்குள் எதையோ உச்சரிக்க, ஆம்பளைச் செருப்பாய் மாறி, வாசலுக்கு வெளியே போய்ப் படுத்துக்கொண்டன.

இந்தக் கூத்தையெல்லாம் கொஞ்சமும் அறியாத அந்தப் பெண் கணவனுக்காக அவசர அவசரமாய்ச் சமையல் செய்து கொண்டிருக்கிறாள். அவசரத்தில், சூடு பாத்திரம் கையில் பட்டு பொத்துப்போனதைக்கூட அவள் பொருட்படுத்தவில்லை.

ஏதோ வேலையாய்ச் சென்றிருந்த கணவன் வீட்டிற்கு வருகிறான். வாசலில் செருப்பு கிடக்கிறது. யாராயிருக்கும்? பார்த்த செருப்பாக இல்லை. புது தினுசில் இருக்கிறது. யார் வந்திருப்பார்?

குழப்பத்தோடு வீட்டிற்குள் வந்தான். வீட்டிற்குள் யாரையும் காணோம். யாருடைய செருப்பு அது? ஆம்பளையாள் செருப்பு! யார் வந்திருக்க முடியும்?

‘ஏளா...’

அவள் சமையற்கட்டில் போராடிக்கொண்டிருந்ததால், அங்கிருந்தே குரல் வந்தது. ‘வந்திட்டேன்’.

‘யாரும் வந்தாகளோ?’

‘இல்லியே...’ என்றபடி அவள் சமையற் கட்டிலிருந்து வெளியே வரவும், அவன் சுவற்றில் தொங்கிய சட்டையைப் பார்க்கவும் சரியாய் இருந்தது.

‘இது என்னது? யார் வந்திருந்தா?’

‘யாரும் வர்லியே’

‘பின்னே இது எப்படி இங்கே? சட்டை தொங்குது, வாசல்ல செருப்பு கெடக்கு, எவன்டி வந்தான்?’

அவள் நெஞ்சை குபுக்கென்று பயம் கவ்வியது.

இது என்ன புதுப் பழி! இந்தச் சட்டை யாருடையது என்றால், நான் என்ன கண்டேன்? வாசலில் செருப்பு வேறு கிடக்கிறதாம்! சந்தேகப் படுகிறார்களோ?

‘ஐயோ, அப்படியெல்லாம் யாரும் வரலிங்க’.

‘பின்ன எப்படி செருப்பும் சட்டையும்? எவன் வந்தான்? யாரடி மறைச்சி வச்சுருக்க உள்ள?’ என்றபடி வீடு முழுக்க ஓடி ஓடித் தேடத் தொடங்கினான். அவள் நடுங்கிக்கொண்டிருந்தாள்.

நிஜமாகவே யாரும் இருக்கவில்லை. எப்படி இருப்பார்கள்? இது எல்லாம்தான் கதைகளின், பாடல்களின் வேலையாச்சே!

கணவனுக்குத் தனது வாழ்க்கையே இருண்டதுபோல் ஆகிவிட்டது. இனி தனக்கு எதிர்காலமே இல்லை என்று சொல்லிக்கொண்டான். வெப்பிராளம் தாங்காமல், விறுவிறுவென்று நடந்து வந்து, ஊர்க் கோவிலில் படுத்துக்கொண்டான்.

மனசு கொதிக்கிறது. ‘தன்னை இப்படி வகையாக ஏமாற்றி விட்டாளே’ என்று பதறுகிறது. தூக்கம் வராமல் புரண்டு கொண்டிருந்தான்.

அந்தக் கோவிலில் ஒரு சிறு விளக்கு மட்டும் எரிந்து கொண்டிருந்தது. அந்த விளக்கை இரண்டு விட்டில் பூச்சிகள் சுற்றி வந்து கொண்டிருந்தன. ஒன்றையொன்று விரட்டிக்கொண்டிருப்பது போல் போக்குக் காட்டின.

அதில் ஒரு விட்டில் பூச்சி தூக்கம் வராமல் தவித்துக்கொண்டிருந்த இவனைப் பார்த்தது. பார்த்த மாத்திரத்தில் சிரிக்கத் தொடங்கியது. அடுத்த விட்டிலுக்கு என்ன, ஏது என்று விளங்கவில்லை.

'என்ன, என்ன? ஏன் சிரிக்கிறே?'

'அதோ படுத்துக் கிடக்கானே, அவன் கதையைக் கேட்டா... நல்ல கூத்து போ...' என்று சொல்லி அடக்கமாட்டாமல் சிரித்தது விட்டில்.

சிரிப்புச் சத்தம் கேட்ட கணவன் விட்டில்கள் பேசுவதைக் கவனிக்கத் தொடங்கினான்.

'இந்தா வந்து படுத்துக் கிடக்கானே, இவனுக்குச் சமீபத்துலதான் கல்யாணமாச்சி. அதுக்கு முன்ன இங்க வந்து கிடக்கான்னா அது பெரிய வேடிக்கை' என்று சொல்லி அந்த விட்டில் அடுத்த விட்டிலுக்குக் கதை சொல்லத் தொடங்கியது.

அவனுக்குப் பெண் பார்த்தது, கல்யாணம் முடிச்சது, பொண்ணுக்குக் கதை சொல்லத் தெரிஞ்சது, பாட்டுப் பாடத் தெரிஞ்சது, அது இவனுக்குத் தெரியாதது, அதனால புதுப்பொண்ணு ரொம்ப நாளாக் கதை சொல்லாதது - பாடாதது, இதுக்காகக் கதைகளும் - பாடல்களும் செஞ்ச தந்திரம், அதுல வந்து சண்டை, இவனோட எல்லாக் கதையையும் சொல்ல, கதை கேட்ட விட்டிலுக்கும் சிரிப்பா வந்தது. இரண்டும் விழுந்து விழுந்து சிரிச்சதுகள்.

இதையெல்லாம் கேட்டுக்கொண்டிருந்த கணவன் மூஞ்சி போன போக்கைத்தான் விவரிக்க முடியவில்லை. ஒரு மாதிரி பைத்தியக் காரன் போலச் சிரிச்சான். பிறகு எழுந்து, விறுவிறுனு வீட்டைப் பார்க்க நடந்தான்.

போனதும் முதல் வேலையாய் பெண்டாட்டியக் கூப்பிட்டு ஒரு பாட்டுதான் பாடச் சொன்னான். அவளோ ஒப்பாரி மாதிரி ஒன்றை ஆரம்பித்துப் பிறகு தெம்மாங்குப் பாட்டுகளாய் பாட ஆரம்பித்தாள். அன்றையிலிருந்து தினசரி ஒரு தரமாவது அவளிடம் கதையோ பாடலோ கேட்காமல் அவன் தூங்கியதில்லை.[10]

கல்கத்தா புவனேஸ்வரியும் நெல்லை மாவட்டப் பெண்ணும்

அடித்தள மக்கள் ஆய்வுகளில் காயத்ரி சக்ரவர்த்தி ஸ்பீவாக்கின் ஒரு கட்டுரை மிக முக்கியமானது. 'அடித்தள மக்கள் பேசுவார்களா?'

என்ற தலைப்பில் அமைந்த அக்கட்டுரை பல்வேறு அடிப்படையான கேள்விகளை எழுப்பக்கூடியது.[11] ஒடுக்கப்பட்ட மக்களின் பேச்சு என்ன வடிவத்தில் அமைந்திருக்கும், அப்பேச்சு வெளிப்படுவதை அறிந்துகொள்வது எவ்வாறு, அப்பேச்சை எவ்வாறு விளங்கிக் கொள்வது போன்ற விஷயங்களை அது பேசுகிறது.

அக்கட்டுரையின் கடைசிப் பகுதியில் ஒரு பெண் வருகிறாள். 1920களில் கல்கத்தாவில் (கொல்கோத்தா) வசித்த பெண். பதினாறு, பதினேழு வயதிருக்கும். அவள் பெயர் புவனேஸ்வரி பாதுரி. மத்திய தர வர்க்கத்தைச் சார்ந்த பெண்.

1926ஆம் வருடம், கல்கத்தாவின் வட பகுதியில் அமைந்திருந்த அவளது பிறந்த வீட்டில் புவனேஸ்வரி தூக்கிலிட்டு இறந்து போனாள். அந்நாட்களில் பரபரப்பாகப் பேசப்பட்ட தற்கொலை அது. ஏன் இறந்தாள் என்று யாருக்கும் தெரிய வில்லை. ஏதாவது கள்ளத் தொடர்பால் கர்ப்பம் தரித்திருப்பாளோ? அவமானம் தாங்காமல் தற்கொலை செய்தாளோ என்று முடிவு செய்யவும் வழியில்லை. ஏனென்றால், தற்கொலை செய்த நாட்களில் புவனேஸ்வரி வீட்டுக்குத் தூரமாக இருந்தாள். மாதவிலக்கு நாட்களில்தான் இந்தச் சம்பவம் நடந்திருக்கிறது.

புவனேஸ்வரி ஏன் தற்கொலை செய்துகொண்டாள் என்ற விபரம் பத்து வருடங்களுக்குப் பின்புதான் தெரிய வந்தது. இறப்பதற்கு முன் தனது மூத்த சகோதரிக்கு புவனேஸ்வரி எழுதியிருந்த சிறு குறிப்பை அப்பொழுதுதான் கண்டுபிடித்தார்கள். அந்தக் குறிப்பின்படி, புவனேஸ்வரி இந்திய சுதந்திரப் போராட்டத்தில் கலந்து கொண்டிருந்தாள். ஆயுதம் தாங்கிப் போராடிய குழுவொன்றில் அவள் இணைந்திருந்தாள். அந்தக் குழு அவளுக்கு ஒரு முக்கியமான பணியைத் தந்திருந்தது.

அவள் ஓர் அரசியல் படுகொலையை நிகழ்த்த வேண்டும்! இதுதான் அவளுக்குத் தரப்பட்ட பணி. ஆனால், இந்தப் படுகொலையைச் செய்யும் மனவுறுதி புவனேஸ்வரிக்கு இருக்கவில்லை. அதே நேரம், தான் சார்ந்த இயக்கத்தின் உத்தரவை மீறவும் அவளுக்குத் துணிவில்லை. இந்த இரண்டிற்குமிடையே புவனேஸ்வரி தேர்ந்தெடுத்ததுதான் தற்கொலை. புவனேஸ்வரி கைப்பட எழுதிய சிறு குறிப்பிலிருந்து இவ்விஷயங்கள் தெரியவந்தன. இப்படியாக புவனேஸ்வரி தற்கொலை வழக்கு முடிவிற்கு வந்தது.

காயத்ரி சக்ரவர்த்தி ஸ்பீவாக்கிற்கு அந்த வழக்கு இன்னும் முடியவில்லை என்றே தோன்றுகிறது. புவனேஸ்வரியின் சாவில் விளக்கப்படாத ஒரு விஷயம் இருப்பதாக அவர் உணர்கிறார்.

வேறெந்த விஷயத்தையும்விட அது முக்கியமானது என்றும் கருதுகிறார்.

அதாவது, மாதவிலக்கான நாட்களில் தற்கொலை செய்துகொள்ள வேண்டுமென்று புவனேஸ்வரி ஏன் முடிவு செய்தாள்? மாதவிலக்கற்ற நாட்களில், பதினேழு வயது புவனேஸ்வரி தற்கொலை செய்துகொண்டிருந்தால் என்ன நடந்திருக்கும் என்பது நமக்கெல்லாம் நன்றாகத் தெரியும். ஏதாவது கள்ளத் தொடர்பாக இருக்கலாம்; கர்ப்பமாகி இருக்கலாம்; அவமானம் தாங்காமல் தூக்கிலிட்டுக்கொண்டாள் என்ற பேச்சுகள் சர்வ சாதாரணமாய்க் கிளம்பியிருக்கும்.

ஏனென்றால் பெண்ணின் உடல் என்றைக்குமே அவளுக்கானது அல்ல. அதை என்ன செய்ய வேண்டுமென்று அவள் முடிவெடுத்து விடவும் முடியாது. அவளது உடலை இன்னொரு ஆணுக்குத் தானமாக வழங்க அவளது தந்தையால் முடியும். தானமாகப் பெற்ற கணவன் அவ்வுடலைத் தாய்மையடையச் செய்யமுடியும். அவன் ஒரு வேளை இறந்து போனால், புவனேஸ்வரி தன் உடலைத் தீக்கு இரையாக்கிச் சதி மாதாவாகிவிட வேண்டும். ஆக, என்றைக்குமே புவனேஸ்வரி தன் உடலுக்குச் சொந்தக்காரியில்லை.

ஆனால், அந்த மூன்று நாட்களைத் தவிர! அந்த மூன்று நாட்களில் ஆண்கள் அவளை உரிமை கொண்டாட மாட்டார்கள். 'விலக்கு' என்று தள்ளிவைத்துவிடுவார்கள். உபயோகமற்றவளாகி விடுவாள்.

புவனேஸ்வரி இந்தப் புனிதமான 'விலக்கு' நாட்களைத்தான் தேர்ந்தெடுத்தாள்! தன்னுடலுக்குத் தானே எஜமானி என்று அவள் சொல்ல விரும்பினாளோ? எந்தக் கள்ளத் தொடர்பாலும்தான் கர்ப்பமாகி விடவில்லை, அவமானத்தால் சாக முடிவு செய்ய வில்லை என்று சொல்ல விரும்பினாளோ?

காயத்ரி சக்கரவர்த்தி ஸ்பீவாக் அப்படித்தான் நினைக்கிறார். புவனேஸ்வரி தன்னுடலையே பேச்சாக மாற்றிவிட்டு இறந்து போயிருக்கிறாள். 'ஆயுதம் தாங்கிய போராட்டக் குழுவில் நான் உறுப்பினர். எனக்கு ஒரு பணி தரப்பட்டது. அதை என்னால் செய்ய முடியவில்லை. எனவே தற்கொலை செய்கிறேன்' என்று எழுதிய குறிப்புகளெல்லாம் தகவல்கள் மட்டுமே.

புவனேஸ்வரியின் உண்மையான பேச்சு தற்கொலைக்கான நாளைத் தேர்ந்தெடுத்ததுதான். புவனேஸ்வரி போன்ற ஒடுக்கப்பட்ட மனிதர்கள் இப்படித்தான் பேசுகிறார்கள். நாம் பழகியிராத, அறிந்திராத, கண்டுகொள்ளாத மொழிகளில்.

இனி நாம் நம்ம ஊருக்கு வருவோம். கல்கத்தா புவனேஸ்வரி மாதிரியே நம்மூரிலும் பல பெண்கள் இருக்கிறார்கள். பேசுகிறார்கள். அவர்களுடைய பேச்சை நாம் என்றைக்காவது காது கொடுத்துக் கேட்டிருக்கிறோமா? அவர்கள் என்ன சொல்ல வருகிறார்கள் என்பதை என்றைக்காவது விளங்கிக்கொண்டிருக்கிறோமா?

நெல்லை மாவட்டத்தில் அப்படியொரு பேச்சு வெளிப் பட்டிருக்கிறது. அப்பேச்சு பதிவும் செய்யப்பட்டிருக்கிறது. ஆனால், துரதிர்ஷ்டவசமாக அது வேறு காரணங்களுக்காகச் சிலாகிக்கப் படுகிறது. ஒடுக்கப்பட்ட மனிதரின் குரலாக அது பார்க்கப்படாமல் தமிழ்ச் சமூகத்தின் மேன்மையாக விதந்து கொண்டாடப்படுகிறது.

இந்தப் பதிவு 1997ஆம் வருடம் செய்யப்பட்டது. செய்தவர் தொ. பரமசிவன். 'அறியப்படாத தமிழகம்' என்ற நூலில் பக்கம் 93 மற்றும் 94ல் 'பண்பாட்டு அசைவு' என்ற தலைப்பில் இப்பதிவை அவர் செய்துள்ளார்.[12]

நெல்லை மாவட்டத்தில் நிகழ்ந்த சம்பவம் இதுதான். அது ஒரு இறப்புச் சடங்கு. இருபத்தெட்டு வயதுடைய இளைஞர் இறந்து போயிருந்தார். அவருடைய மனைவிக்கு இருபத்து மூன்று வயதாம். மூன்று வயதில் குழந்தையும் உண்டு.

பிணத்தைச் சுடுகாட்டிற்குக் கொண்டுசெல்லும் முன் ஒரு சடங்கு நிகழ்த்தப்படுகிறது. வயதான பெண்மணி ஒருவர் தண்ணீர் வழியும் குவளையில் மூன்று பிச்சிப் பூக்களை மிதக்கவிட்டுக் காட்டிய பின்பு வீட்டிற்குள் சென்றுவிட்டாராம். அங்கு கூடியிருந்த அனைவரும் இதைக் கண்டு அதிர்ச்சியடைந்தார்கள். வருத்தப்பட்டார்கள்.

மூன்று பூக்களைக் குவளையில் போட்டுக் காட்டியதற்கு ஒரு அர்த்தம் உண்டு. இறந்துபோனவரின் மனைவி கர்ப்பமாக இருக்கிறாள் என்பதுதான் தண்ணீர் நிரம்பிய குவளையின் அர்த்தம். ஒவ்வொரு பூவும் மாதக் கணக்கைச் சுட்டுகிறது. மூன்று பூ என்றால் அந்தப் பெண் மூன்று மாதக் கர்ப்பம் என்று பொருள். இதனால்தான் சுற்றியிருந்தவர்கள் அவ்வளவு தூரம் வருத்தப்பட்டார்கள். கணவனில்லாமல் அவள் எவ்வளவு கஷ்டப்படப் போகிறாள்!

சரி, இந்தக் கர்ப்ப விஷயத்தைச் சாவு வீட்டிலேயே சொல்ல வேண்டிய நிர்ப்பந்தம் என்ன? ஊருக்கே அறிவிக்க வேண்டிய தேவை என்ன? வெளிப்படையாய்ச் சொல்லாமல் குறிப்பாகச் சொல்லப் படுவது ஏன்? அதையும் வயதான பெண்மணி செய்வது ஏன்?

இதற்கும் கட்டுரையில் உடனடி விளக்கமொன்று சொல்லப் பட்டுள்ளது. ஆறு மாதம் சென்று அப்பெண், குழந்தையைப்

பிரசவிக்க, விதவைக்கு எப்படிக் குழந்தை என்று யாராவது தப்பாகப் பேசிவிட்டால்? அவளது நடத்தையைச் சந்தேகப்பட்டுவிட்டால்? அதற்காகத்தான் இப்படியொரு பாதுகாப்பு ஏற்பாடு. எல்லாமே அந்த விதவைப் பெண்ணை ஊர் வாயிலிருந்து காப்பாற்றுவதற்காகத்தான்! யாரும் எதையும் நாக்கு மேல் பல் போட்டுப் பேசிவிடக்கூடாதே என்பதற்காகத்தான்! நமது தமிழ்ப் பண்பாடு எவ்வளவு மென்மையாக அசைகிறது பாருங்கள்! யாருக்கும் வலிக்காமல் இப்படி அசைகிற பக்குவம் நம்மைத் தவிர வேறு யாருக்கு வரும்?

உண்மையில், இந்த சம்பவத்தில் விளக்கப்பட வேண்டியது, விதவைப் பெண்ணின் மௌனமும் சடங்குகளைச் செய்த வயதான பெண்மணியின் மௌனமும்தான். அந்த விதவைப் பெண் வெளியே வந்திருக்கவே இல்லை. முடியாது. அவள் கணவனின் உடல் அகிலேயே அழுதுகொண்டிருக்கத்தான் அனுமதி தரப்பட்டுள்ளது. மூன்று வயதுக் குழந்தை அவளருகில் அமர்ந்து மலங்க மலங்க விழித்துக் கொண்டிருக்கலாம் அல்லது அவள் அழுவதைப் பார்த்துத் தானும் அழுதுகொண்டிருக்கலாம்.

அந்தச் சூழலில்தான் அவளிடம் யாராவது கேட்டிருப்பார்கள். கடைசியாய் மாதவிலக்கு எப்போது வந்தது? கர்ப்பம் ஏதும் இல்லையே! கர்ப்பமாகவா இருக்கிறாய், அப்படியானால், இது எத்தனையாவது மாசம்? சபையில் இதையெல்லாம் சொல்லிவிட வேண்டும்!

கணவனை இழந்த பெண்ணின் உடலுக்கென்று தனியான ரகசியங்கள் எதுவும் இருக்கக்கூடாது. அப்படி ஏதேனும் ரகசியங்கள் இருந்தால் அதனை உடனடியாக அம்பலப்படுத்திவிட வேண்டும். அவளுடைய உடலின் எஜமானன் இறந்து போன சூழலில், சமூகம் அப்பொறுப்பை ஏற்றுக்கொண்டு தாற்காலிகக் கணவனாக செயல்படத்தொடங்குகிறது.

தலைவிரிகோலமாய்க் கணவனின் உடலருகே அழுது கொண்டிருக்கும் பெண் கணவனின் இறப்பிற்காக மட்டும்தானா அழுகிறாள். தன்னை இந்தச் சமூகம் இப்படியெல்லாம் துகிலுரிந்து பார்க்கிறதே என்பதற்காகவும்தானே அழுதிருப்பாள். இருபத்து மூன்று வயது இளம் விதவையை இதற்கு மேல் கொடுமைப்படுத்த வழிகள் உண்டா என்ன?

அந்த வயதான பெண்மணி குவளையில் பூக்களைப் போட்டு அங்க குழுமியிருந்த ஆண்களுக்கெல்லாம் (சாவு வீட்டில் பெண்கள் முற்றத்தில் நிற்பது இல்லை) விஷயத்தைச் சொன்ன போது மனதிற்குள் குமைந்து போயிருக்காதா?

‘நல்லா பார்த்துக்கோங்கடா, மூணு பூ போட்டுருக்கேன். நாள பின்ன அசிங்கமா பேசிராதீங்கடா’ என்று தானே அது மனதிற்குள் பேசியிருக்கும்!

தண்ணீர் நிரம்பிய குவளையையும் அதில் போடப்பட்ட பிச்சிப் பூக்களையும் பார்க்கும்போது, மௌனமான அந்தச் சடங்கு கவர்ச்சிகரமானதாகத்தான் தோன்றுகிறது. அடடா... பண்பாடு எவ்வளவு மென்மையாக அசைகிறது என்று தாளம் போடத்தான் தோன்றுகிறது.

ஆனால், ஒடுக்கப்பட்டவர்களின் பேச்சு இந்தக் குறியீட்டு நிகழ்வு இல்லை என்பதை நாம் விளங்கிக்கொள்ள வேண்டும். ‘குவளையில் போடப்பட்ட பூ’ பண்பாட்டின் ஆவேசக் கூச்சல். தனது கூச்சலின் அசிங்கம் வெளியே தெரியாமலிருக்க அந்நிகழ்விற்குக் குறியீட்டு மூலாம் பூசிப் புனிதப்படுத்தியிருக்கிறது.

ஒடுக்கப்பட்ட பெண்கள் மௌனமாகவே இருக்கிறார்கள். பேசும் மௌனம்! அந்தப் பேச்சை சாதாரண ஆணின் காதுகளைக் கொண்டு கேட்க முடியுமா என்று தெரியவில்லை. அவனுடைய காதுகள்தான் ‘பண்பாட்டுப் பெருமை’ என்ற கவசத்தால் மூடப்பட்டிருக்கிறதே!

இப்படித்தான் பல நேரங்களில் ஒடுக்கப்பட்டவர்களின் குரல்களை அலட்சியப்படுத்தி, புறக்கணித்து, சமூகம் தனது பண்பாட்டை உயர்த்திப் பிடித்துக் கூத்தாடிக்கொண்டிருக்கிறது.

தமிழ்ச் சமூகம் இதில் கில்லாடி!

அடிக்குறிப்புகள்:

1. வழக்காறுகள் பற்றிய வழக்காறுகளை ஆங்கிலத்தில் ‘metafolklore’ என்று அழைக்கிறார்கள். கதைகளைப் பற்றிய கதைகள், பழமொழிகளைப் பற்றிய பழமொழிகள், பாடல்கள் பற்றிய பாடல்கள்...... இப்படியே ‘meta folklore’க்கு உதாரணங்களைச் சொல்லிக் கொண்டே போகலாம். இத்தகைய வழக்காறு பற்றிய வழக்காறுகள்’, ஒரு சமூகம் தனது வழக்காறுகள் குறித்து என்ன நினைக்கிறது என்பதற்கான திறவுகோல்கள்.

2. Ramanujan, A.K., 1991, *"Folktales from India. Oral Tales from Twenty Indian Languages"*, Pantheon Books, New York.

3. புராணங்களின் கட்டமைப்பு குறித்து கிளாட் லெவிஸ்ட்ராஸ் விரிவாகப் பேசியுள்ளார். 'அமைப்பியல் மானிடவியல்' என்ற கோட்பாட்டின் அடிப்படையில் புராணங்களின் உள்கட்டமைப்பை ஆய்வு செய்த லெவிஸ்ட்ராஸ் 'அசிடிவால்' என்ற புராணத்தை ஆய்வு செய்தது முன்மாதிரியாகக் கொள்ளத்தக்கது. பார்க்க, Levi-Strauss, Claude, 1963, 1967, *"Structural Anthropology Vol.I and II"*, translated by Claire Jacobson and Brooke Grundfest Schoepf, Doubleday Anchor Books, New York

4. நாட்டுப்புறக் கதைகளை உளவியல் ஆய்வுகளுக்கு உட்படுத்தியவர் எரிக் ஃப்ராம் ஆவார். ஃப்ராய்டின் அலசல் முறையால் ஈர்க்கப்பட்ட எரிக் ஃப்ராம் நாட்டுப்புறக் கதைகளுக்குள் வெளிப்படும் அமுக்கப்பட்ட பாலியல் விருப்பத்திற்கான சங்கேதங்களை நுட்பமாகப் பேசியவர். பார்க்க Fromm, Eric, 1951 *"Forgotten Language : An Introduction to the Understanding of Dreams, Fairy Tales and Myths"*.

5. சிக்மண்ட் ஃப்ராய்டு என்ற ஆஸ்ட்ரிய நாட்டு உளவியலாளர் இருபதாம் நூற்றாண்டு சமூக அறிவியலை வடிவமைத்தவர்களுள் முக்கியமானவர். 'உளப்பகுப் பாய்வு' என்றொரு புதிய ஆய்வு முறையை உருவாக்கியவர். நனவிலி மனம் குறித்த இவரது கோட்பாடுகள் பிரபலமானவை. கனவுகளை ஆராய்ந்து இவர் எழுதிய நூல் புகழ்பெற்றது. நாட்டுப்புற வழக்காறுகளைப் பற்றியும் ஏராளமாக எழுதியுள்ளார். பார்க்க, *"Jokes and Their Relation to the Unconcious"*, *"Totem and Taboo"*.

6. ஃப்ராய்டின் உளவியல் கோட்பாடுகளை வளர்த்தெடுத்தவர்களுள் ழாக் லெக்கன் முக்கியமானவர். பின் அமைப்பியல் வாதத்தின் பிதாமகர்களுள் ஒருவர். பெர்டினான் டி சசூரின் மொழியியல் கோட்பாடுகளின் துணையோடு நனவிலி மனதை ஆராயும் வழிமுறைகளைக் கண்டறிந்தவர். பார்க்க: Lacan, Jacques, 1968, *"The Language of The Self: The function of Language in Psychoanalysis"*, The Johns Hopkins University Press, Baltimore; Lacan, Jacques, 1977, *"Ecrits : A Selection"*, translated by Alan Sheridan, W.W. Norton and Co., New York.

7. மயிலை சீனி வேங்கடசாமி, 2000, சமணமும் தமிழும், தென்னிந்திய சைவ சித்தாந்த நூற்பதிப்புக் கழகம், திருநெல்வேலி, சென்னை.

8. நெடுஞ்செழியன். க., 2006, நெடுஞ்செழியனின் சங்க காலத்தமிழர் சமயம், பதிப்பாசிரியர் இரா. சக்குபாய், பாலம், சென்னை .

9. நாட்டுப்புறக் கதைகள் சமூகவயமாதலை உருவாக்கும் கருவிகள் என்பது செயற்பாட்டு மானிடவியலரின் முடிவு. ஒரு சமூகத்தின் விழுமியங்களும் மதிப்பீடுகளும் கதைகள் மூலமே இளந்தலைமுறையினருக்குக் கடத்தப் படுவதாய் இவர்கள் கருதுகின்றனர். பார்க்க: Flassi, Alersandro, 1980,

"Folklore by the fireside: Text and Context of the Tuscan Vegila", University of Texas Press, Austin.

10. ஸ்ரீவில்லிபுத்தூருக்கு அருகிலுள்ள தென்மலை என்ற சிற்றூரில் வசிக்கும் வெள்ளத்துரைச்சி நாட்டுப்புறக் கதைகள் சொல்வதில் வல்லவர். இந்தக் கதையை சுமார் பதினைந்து வருடங்களுக்கு முன்பு அவர் சொன்னபோது, கதை கேட்கும் நபர்களாக அவரது பெண்மக்களே அவரைச் சுற்றி உட்கார்ந்திருந்தனர். அதற்கு முன்பும் இதே கதையை அவர்கள் பலமுறை கேட்டிருந்தனர் என்றாலும் ஒவ்வொரு முறையும் புதிதாய்க் கேட்கும் தன்மையிலேயே இது போன்ற கதைகளைக் கேட்டுக்கொண்டிருந்தனர். திரும்பத் திரும்பச் சொல்வதும் கேட்பதும்தான் நாட்டுப்புறக் கதைகளின் சுவராஸ்யம். கதைகளைப் பற்றிய இந்தக் கதை இதுவரையில் தமிழில் பதிவு செய்யப்பட்டிருக்கவில்லை. முதல் முறையாக இப்பொழுதுதான் எழுத்து வடிவம் பெறுகிறது.

11. Spivak, Gayatri Chakravorty, 1988, *"Can the Subaltern Speak?"* in *"Marxism and the Interpretation of Culture"*, Eds. Cary Nelson and Lawrence Crossberg, University of Illinois Press, Urbana, P.271-313.

12. பரமசிவன். தொ., 1997, 'பண்பாட்டு அசைவு', அறியப்படாத தமிழகம், ஜெயா பதிப்பகம், பாளையங்கோட்டை, பக்.93-94.

மூன்றாம் அத்தியாயம்

தேவேந்திரர்களின் அம்மன்கள்: வழக்காறிலிருந்து வரலாற்றிற்கு

நாட்டுப்புற தெய்வம் பற்றிய ஆய்வுகள் இன்னமும் முழுமையாகத் தமிழகத்தில் வேரூன்றாத தருணத்தில், அதன் சாத்தியங்களை அறிந்து கொள்வது ஆய்வாளர்களுக்குப் பயன் தரலாம். தெய்வங்கள் தொடர்பான வழக்காறுகள் சேகரிக்கப்பட்டுத் தொகுக்கப் பட்டுள்ளன என்பதில் யாருக்கும் கருத்து வேறுபாடுகள் இல்லை. ஒரு பாடு ஆய்வேடுகள், இந்த வகையில் உண்டு. அதேசமயம் இவையனைத்தையும் வைத்துக்கொண்டு செய்வதென்ன என்றொரு குழப்பமும் உண்டு.

வெவ்வேறு திசைகளின் வழியே நாட்டுப்புறத் தெய்வங்களுக்குள் நம்மால் வந்துசேர முடியும். நிகழ்த்து கலைகளை ஆய்வு செய்கிறவர்கள் அவற்றின் ‘சூழல்’ என்ற தொடர்ச்சியில் தெய்வத்திற்குள் வந்து சேருகிறார்கள். கதைப்பாடல் ஆய்வுகள் தெய்வங்களையே பேசுகின்றன என்பதற்கு நா. வானமாமலையே சாட்சி.

சடங்குகள், சம்பிரதாயங்கள் என்று சேகரிப்பவர்களும் தெய்வத்தை நோக்கி வரவேண்டியிருக்கிறது. கைவினைக் கலைகளை ஆய்வு செய்கிறவர்கூட ஏதாவதொரு தருணத்தில் நாட்டுப்புற சமயத்தைக்

கடந்தே செல்கிறார். வாய்மொழி வழக்காறுகளைச் சேகரிப்பவர்கள் நேரடியாக தெய்வங்கள் பற்றிய கதைகளையே நிறைய கேட்கிறார்கள், பேசுகிறார்கள். இதனை முன்னிட்டே, 'நாட்டார் தெய்வம் என்பது மனோபாவம்: பல்வேறு வழக்காறுகளின் ஊடாட்டத்தில் விளையும் மனோபாவம்' என்று எழுதுகிறேன்.

நாட்டுப்புறச் சமயம் தொடர்பான வழக்காறுகளில் மிக எளிய தோற்றமுடையவை வாய்மொழி வழக்காறுகள். அவைதான் சிக்கலானவையும்கூட. கேட்பதற்கும் சேகரிப்பதற்கும் எளிமை யானவை; ஆனால் விளங்கிக்கொள்ளக் கடினமானவை.

விசாரிக்க, விசாரிக்க அடுக்கடுக்காய் மக்களின் ஞாபகங்களிலிருந்து கிளம்பி வரும் வாய்மொழிக் கதைகள் பலதரத்தவை. சில தெய்வம் தொடர்பானவை; சில கோவில் தொடர்பானவை. தெய்வம் தொடர்பான கதைகளில், தோற்றக்கதையும் உண்டு, திருவிளையாட்டுக் கதைகளும் உண்டு. கோவில் தொடர்பான கதைகள் தனி ரகம் - தல புராணம் என்று சொல்லப்படுபவை, சிலைகள் கண்டெடுக்கப்பட்ட கதைகள், கோவில் கட்டப்பட்ட கதை, இடிந்த கதை, இடம்பெயர்ந்த கதை - இப்படி ஏராளம்! ஏராளம்!

தெய்வங்கள் குறித்துச் சொல்லப்படும் அள்ள அள்ளக் குறையாத இக்கதைகளைக் கொண்டு என்ன செய்வது என்ற மலைப்பை யாராலும் தவிர்க்க முடியாது. அவ்வளவு விளக்கங்களை ஆய்வாளர் சேகரித்துவிட முடியும். ஒவ்வொரு விளக்கமும் தன்னளவில் திருப்திகரமான ஒன்றுதான். ஆனால், அனைத்தையும் ஒருசேரப் பார்க்கையில் நமக்குத்தான் தலை சுற்றுகிறது.

பெரிய ஆற்றின் அம்மன்

திருநெல்வேலியில், தாமிரபரணி ஆற்றின் கிழக்குக் கரையில் அம்மன் கோவில் ஒன்று உண்டு. பேராச்சியம்மன் என்று பெயர். அந்த இடத்தைக் குட்டத்துறை என்று அழைக்கிறார்கள். அந்தப் பகுதிக்கு வண்ணார்பேட்டை என்பதே பெயர். இந்து அறநிலையத் துறையின் கட்டுப்பாட்டினுள் இயங்கும் கோவில் அது. கும்பாபிஷேகம் நடத்தி, ஆறு கால பூசை செய்து, உயர் சாதிப் பூசாரியை நியமித்து திராவிட அரசாங்கமே சமஸ்கிருதவயமாக்கிய கோவில். திருமண வரம் வேண்டியும் பிள்ளை வரம் வேண்டியும் வண்ணாரப் பேட்டையைச் சுற்றியுள்ள பெண்களெல்லாம் அக்கோவிலுக்குப் படையெடுக்கிறார்கள். செவ்வாய், வெள்ளிகளில் இவர்களது கூட்டம்தான் அதிகம்.

ஊரில் நிறைய பெண்களுக்குப் பேராச்சி என்று பெயர். 'ஸ்ரீபேராச்சி அம்மன் துணை' என்று விளம்பரப் பலகை மாட்டி ஏராளமான ஆட்டோக்களும் லாரிகளும் ஓடுகின்றன. எல்லோருக்குமே அந்த அம்மன் பெயர் 'பேராச்சி' தான். கோவிலுக்குள் போனால்தான் பூசாரி வேறு கதை சொல்கிறார்.

அம்மனுடையது மகிஷாசுரமர்த்தினி கோலமாம். எருமைத் தலையுடைய அரக்கனைச் சிங்க வாகனம் ஏறி வந்து அழித்த காளியின் வடிவமாம். கோவிலின் உள்ளே சுவரெல்லாம் இதையே பெரிது பெரிதாக வரைந்து வைத்துக் காட்டுகிறார்கள். ஆனால் கர்ப்பத்தில் அம்மன் சாந்தமாய் நின்ற கோலம்தான். கருகருவெனப் பளபளக்கிறது கற்சிலை.

பத்து நாள் தசரா விழாதான் விஷேசம் என்கிறார் பூசாரி. அக்கா தங்கையருள் மூத்தவள் இவளாம். பத்தாம் நாள் புறப்பட்டுப் போய் அரக்கனை அழிப்பாளாம். தென்னாட்டில் மைசூருக்கு அடுத்து பாளையங்கோட்டையிலும் குலசேகரப்பட்டினத்திலும்தான் தசரா கொண்டாடப்படுகிறது.

குலசேகர அம்மன் பெயர் முத்தாலம்மன். முத்துக் குளிக்கும் கடற்கரையில் வீற்றிருக்கும் அம்மன், முத்தாலம்மன், தாமிரபரணி ஆற்றங்கரையில் குடியிருக்கும் அம்மன், பேராற்று அம்மன். இன்றைக்கோ இரண்டையும் 'மகிஷாசுரமர்த்தினி' என்கிறார்கள்.

அம்மனுக்குச் சைவப் படையல்தான் பாரம்பரியம். ஆனால், அம்மனுக்கு எதிரே பலிபீடம் ஒன்றும் இருக்கிறது. சைவப் படையலுக்கு ஏன் பலிபீடம்? பூசாரியிடம் இதற்கும் விளக்கம் உண்டு.

பலிபீடத்தின் ஒருபுறம் அம்மன் இருக்க, மறுபுறம் கை நீட்டிக் காட்டுகிறார். அம்மனையே நேருக்கு நேராய்ப் பார்த்தபடி சிறு வடிவப் பெண் சிலை. அதன் பெயர் வேதாளமாம். மகிஷனின் பத்தினி! அரக்கனான மகிஷனை வீழ்த்திய பெருமிதத்தில் காளி கிளம்ப, வேதாளம் மறித்தாளாம்.

'அவன் அரக்கன்! அவனைக் கொன்றது நியாயம். ஒரு பாவமும் அறியாத எனக்கு என்ன வழி? வயிற்றுக்கு எங்கு போவேன், இனி?'

காளி, வேதாளத்தைத் தன்னுடனே வந்துவிடச் சொன்னாள்.

வேதாளம் மீண்டும் கேட்டாள். 'வருவது இருக்கட்டும். நீயோ சைவப் பட்சிணி. நான் மாமிசம் சாப்பிடுபவள். எனக்கு உன்னால் சோறிட முடியுமா?'

'முடியும் வா!' என்று சொல்லி வேதாளத்தை அழைத்து வந்து தன்னெதிரே அமர்த்திக்கொண்டாளாம் காளி.

அம்மனுக்குக் கொடை கொடுக்கும்போது, வேதாளத்திற்கு அசைவப் படையல் வைப்பார்களாம். இவ்வளவு நேரமாய் மகிஷாசுரமர்த்தினி, சக்தி அவதாரம், பார்வதி வடிவம், காளி என்றெல்லாம் புராணக் கதைகளைச் சொல்லிக்கொண்டிருந்த பூசாரி, முதன்முறையாய் நாட்டுப்புறத் தெய்வத்திற்கான அடையாள மொன்றைச் சொல்கிறார். 'அம்மனுக்குக் கொடை!'

எவ்வளவு நேரம்தான் பொத்தி வைக்க முடியும்? மகிஷாசுரமர்த்தினி என்ற போர்வை விலகி அம்மனின் நிஜ முகம் இப்பொழுதுதான் துலங்கத் தொடங்குகிறது.

அம்மனுக்கு எப்போது கொடை விழா நடக்கும் என்ற என் கேள்வியைப் பூசாரி சாமர்த்தியமாய்த் தவிர்க்க நினைக்கிறார். என் அக்கறையை வேறொரு சங்கதியின் மேல் திருப்புவதற்கு முயல்கிறார். அதனை முன்னிட்டு, இந்த அம்மனுக்கு விசேஷம் அதனுடைய கண்மலர் தான் என்கிறார். நானும் அவரது ஆசையைக் கெடுக்காமல் கண்மலர் பக்கமாய் நகரத் தொடங்குகிறேன். ஆனால் மனதிற்குள் 'கொடை' குடைந்து கொண்டுதான் இருக்கிறது.

மகிஷாசுரமர்த்தினி போலவே இன்னொரு போர்வையும் அம்மன் மேல் போர்த்தப்படுகிறது. இந்த முறை பேராச்சி அம்மனின் திருவிளையாடல்கள் சொல்லப்படுகின்றன. திருவிதாங்கூர் மகாராஜா ஒருவருக்குக் குஷ்ட நோய் வந்துவிட மிகவும் சிரமப்பட்டாராம். வைத்தியர்களெல்லாம் கைவிரித்துவிட யாரோ பேராச்சியம்மன் அருளால் குணமாகும் என்று கைகாட்டி விட்டிருக்கிறார்கள். இதையும் பார்த்துவிடலாம் என்று எண்ணி, மகாராஜா பேராச்சியம்மனை வேண்ட, பூரண குணம் பெற்றாராம். நன்றிக்கடனாக அவர் கட்டித்தந்த கல்மண்டபம் இன்றைக்கும் இருக்கிறது என்றார் பூசாரி.

இன்னொரு முறை ஆங்கிலேய அதிகாரி ஒருவர் அம்மன் கோவிலுக்குப் பின்புறமுள்ள மாளிகையில் தங்கி ஓய்வெடுத்து வந்தாராம். அந்த நேரம் அம்மனுக்குக் கொடை என்பதால், வெடிச்சத்தமும் மேளச்சத்தமுமாய் இருந்திருக்கிறது. சத்தத்தால் தூக்கம் கெட்ட அதிகாரி கொடையை நிறுத்தும்படி உத்தரவு போட்டார்.

கொடை நின்றது. மறுநாள் காலையில் அதிகாரியின் கண்கள் குருடாகிப் போயின. அய்யோவென அலற, பேராச்சியம்மனே காரணம் என்று சொல்லியிருக்கிறார்கள். ஆங்கிலேய அதிகாரியும் தன் தவறை உணர்ந்து, அம்மனை வேண்டி, தன் கண்களைப் பெற்றுக்கொண்டார். பிரதியுபகாரமாய் அம்மனுக்குக் கண்மலர்

செய்து தந்தாராம். இதே போலவொரு ஆங்கிலேய அதிகாரி கதையைக் குலசேகரப்பட்டினத்து முத்தாலம்மனுக்கும் சொல்கிறார்கள்.

திருவிதாங்கூர் மகாராஜாவாலும் ஆங்கிலேய அதிகாரியாலும் பேராச்சியம்மன் குஷ்ட நோயையும் கண் நோய்களையும் தீர்க்கவல்லவள் என்ற நம்பிக்கை அந்தப் பகுதியெங்கும் பரவுகிறது. குஷ்டம் மட்டுமே என்றில்லாமல் அனைத்து விதமான தோல் நோய் கண்டவர்களும் கண் நோய் உற்றவர்களும் பேராச்சியம்மனுக்கு வேண்டிக்கொள்கிறார்கள்.

இப்படியே பக்தர்கள் எண்ணிக்கை வளர்ந்து, வளர்ந்து பேராச்சியம்மன் திருமண, குழந்தை வரங்களெல்லாம் வழங்கத் தொடங்குகிறாள். அம்மனுக்கு நகைகள் செய்து போடுகிறார்கள்; நிலங்களை எழுதி வைக்கிறார்கள்; தினசரி வழிபாடு கொண்டு வருகிறார்கள். பல்வேறு தரத்துப் பக்தர்களும் வருகின்ற காரணத்தால் நிரந்தரப் பூசாரி அமர்த்தப்படுகிறார். காணிக்கைகள் குவிகின்றன.

வருவாய் அதிகரிக்க அதிகரிக்க பேராச்சியம்மன் மகிஷாசுர மர்த்தினியாக மாறுகிறாள். இந்து அறநிலையத் துறையின் பராமரிப்பிற்குள் வருகிறாள். பிராமணப் பூசாரிகளினால் கும்பாபிஷேகமும் செய்யப்படுகிறது.

வருகிற பக்தர்களில் வசதியானவர்கள் தங்களுக்குப் பிடித்தமான தெய்வங்களுக்கும் அங்கே கோவில்களை எழுப்புகிறார்கள். ஐயப்பன் சந்நிதியொன்று தோன்றுகிறது; முருகன் என்ற சுப்பிரமணியருக்கு ஒருசிறு மாளிகை. பேராச்சியம்மன் கோவில் கொஞ்சம் கொஞ்சமாய் வளாகம் என்ற தோரணையை அடைகிறது. பல் தெய்வங்கள் நிரம்பிய வளாகம்.

பேராச்சியம்மன் கோவிலின் வரலாறு என்ன என்று அங்கு வந்து போகும் பக்தர்களிடம் கேட்கிறேன். எல்லோரும் உத்தேசமாகப் பேசுகிறார்கள். ஆயிரம் வருடம் இருக்கும் என்கிறார்கள். கூடவே அம்மன் சக்தி வாய்ந்தவள் என்ற உபரித் தகவலையும் தருகிறார்கள்.

'இந்தக் கோவிலின் பூர்வீகம் என்ன?' என்கிறேன். யாருக்கும், இதுதான் என்று சரியாகச் சொல்லத் தெரியவில்லை. அல்லது மறைக்கிறார்களோ என்று எனக்குப் படுகிறது.

'எந்தச் சமூகத்திற்கு அல்லது எந்தப் பகுதிக்குப் பாத்தியப்பட்ட கோவில் இது?' என்று கேட்கிறேன்.

‘அம்மன் எல்லோருக்கும் பொதுவானவள்’ என்று பதில் வருகிறது. இந்தச் சாதி என்றில்லாமல் எல்லோரும் வணங்கும் தெய்வம். பலதரப்பு மக்களும் வழிபடுகிறார்கள்’.

நான் மறுபடியும் அந்தத் தவிர்க்கப்பட்ட கேள்வியைக் கேட்கிறேன். ‘அம்மனுக்குக் கொடை எப்போது? யார் நடத்துவார்கள்?’

இந்த முறையும் என்னைத் திசைதிருப்பிப் பயனில்லை என்றோ என்னவோ பதில் முகத்தில் அறைகிறது. ‘ஏழூர் பச்சேரியிலிருந்து வருசம் ஒரு முறை கொடை விழா நடத்துவார்கள். அரசாங்கமே அவர்களுக்கு இந்த உரிமையை வழங்கியிருக்கிறது.’

பச்சேரி என்பது பள்ளச்சேரியின் சுருக்கம். பாளையங்கோட்டையின் கோட்டைப் பகுதியைச் சுற்றி, தாமிரபரணி மற்றும் பாளையங் கால்வாயின் கரையோரங்களில் இன்றளவும் காணப்படுகிறது தேவேந்திர குல வேளாளரின் ஏழு குடியிருப்புகள். அவர்களது முதன்மைத் தொழில் வேளாண்மைதான். நெல் விளையும் பூமி. தாமிரபரணியின் மேற்கே கோபுரம் கொண்டுள்ள நெல்லையப்பருக்கு நெல் கொடுத்த குடியிருப்புகள்.

பேராச்சியம்மன் கோவில் பற்றிய தகவல்களை வேறு இடங்களிலிருந்துதான் சேகரிக்கவேண்டும் என்ற யோசனையில், கோவில் வளாகத்தைவிட்டு வெளியேறி, வண்ணாரப்பேட்டை ஊருக்குள் வந்த பின்புதான் சொல்கிறார்கள் அதுவும் ஒரு பச்சேரிதான் என்று. வண்ணாரப்பேட்டை என்பது பின்னால் வந்த பெயர். அழகனேரி, அருகன்குளம், ராஜாக்குடி என்று ஒன்றைத் தொட்டு ஒன்றாகத் தேவேந்திரகுல வேளாளர் குடியிருப்புகள்.

இக்குடியிருப்புகளின் இளையவர்களிடம் பேராச்சியம்மன் குறித்து விளக்க முடியாதவொரு அக்கறையின்மையே தொனிக்கிறது. அதைப் பற்றிப் பேச என்ன இருக்கிறது என்ற பாவனையிலேயே பதில் சொல்கிறார்கள். வருடம் ஒரு முறை கொடை விழா நடைபெறும் என்ற தகவலுக்கு மேலே அவர்களுக்கு எதுவும் தெரியவில்லை. ஆனால், வயதானவர்கள் இன்னமும் ஞாபகம் வைத்திருக்கிறார்கள்.

சுப்பிரமணியம், ஓய்வு பெற்ற பள்ளி ஆசிரியர். தேவேந்திர குல வேளாளர். தனது பழைய நினைவுகளிலிருந்து பேசத் தொடங்கினார். அவர் பேசப் பேச வேறொரு புதிய பரப்பு விரியத்தொடங்கியது. கொஞ்ச நேரத்தில் அங்கே ஒரு சிறு கூட்டமே கூடிவிட்டது. பலரும் தத்தமது ஞாபகங்களைப் பகிர்ந்துகொள்ளத் தொடங்கினார்கள்.

பேராச்சியம்மன் கோவில், ஏழூர் பச்சேரியைச் சேர்ந்த தேவேந்திரகுல வேளாளர்களின் பூர்வீகக் கோவில். ஆயிரம், இரண்டாயிரம் வருடப் பழமையுடையது என்று சொல்வார்கள். அந்தக் காலங்களில் இந்திர விழாவெல்லாம் நடக்கும். வெள்ளைக் குடைப் பிடித்து பச்சேரி பெரியவர்கள் வழிகாட்ட, ஏழூரும் திரண்டு தாமிரபரணியின் கரையில் வந்தமர்ந்து, புதுப்புனலில் விளையாடி வீடு திரும்பும். இது சித்திரையில் நடக்கும்.

பேராச்சியம்மனுக்கு ஆயிரம் கண் பானையில் பொங்கலிட்டுக் கொடை நடத்துவதுதான் வழக்கம். அம்மன் ஆற்றிலிருந்து வந்தவள். தாமிரபரணியில்தான் அவளைக் கண்டெடுத்தார்கள். அவளைக் கண்டெடுத்த இடம், ஒரு வலிய சுழல் போல் இன்றும் பயமுறுத்துகிறது.

ஆற்றுச் சுழலிலிருந்து வந்தவள் என்பதால் பேராற்று அம்மன். 'கசம்' என்று சொல்லப்படும் அந்தச் சுழலில் கண்டெடுத்த அம்மனைக் கரையில் வைத்து வணங்கி வந்தனர், தேவேந்திர குல வேளாள மக்கள்.

கொஞ்ச காலத்தில் அம்மனை எல்லோரும் மறந்து போனார்கள். மண் மூடிக்கொண்டது. எவ்வளவு காலங்களாக மண்ணிற்குள் இருந்தாளோ தெரியாது. ஒருமுறை பச்சேரியைச் சார்ந்த சிலர் விவசாய வேலைகளை முடித்துவிட்டு, தாமிரபரணிக் கரை ஓரமாய்க் கள்ளு குடிக்க அமர்ந்தார்கள். தங்கள் கைகளிலிருந்த வேளாண் உபகரணங்களை அங்கங்கே வைத்துவிட்டுக் கள்ளை அருந்தினார்கள்.

எல்லாம் முடிந்த பின்பு, கையோடு கொண்டு வந்தக் கூடையை எடுத்துக்கொண்டு கிளம்பலாம் என்றால் கூடை தரையிலிருந்து அசையவில்லை. யார் யாரோ வந்தெல்லாம் தூக்கிப் பார்த்தார்கள். யார் கைக்கும் அசைவதாகக் காணோம். இறுதியாக ஒரு சிறு பெண் வந்து தொட, கூடை எளிதாக வந்தது. அந்தப் பெண்ணில் அம்மன் இறங்கி தன்னை வெளிப்படுத்தினாள்.

கூடை வைக்கப்பட்ட இடத்தைத் தோண்டிப் பார்த்தார்கள். ஆற்றில் கண்டெடுக்கப்பட்ட அம்மன்! பின்பு அம்மனை ஊரே தூக்கிச் சென்று இப்பொழுது கோவில் கொண்டுள்ள இடத்தில் வைத்தது. இந்த இடமும் அம்மன் காட்டித் தந்ததுதான்.

அம்மனின் இருப்பிடத்திற்கு ஒரு விசேஷம் இருக்கிறது. சிலைக்குக் கீழே சுரங்கம் ஒன்று ஓடுகிறது. அது நேராக, தாமிரபரணி ஆற்றில், அம்மன் வெளிப்பட்ட சுழலில் போய்ச் சேர்கிறது. இதனால்,

அம்மனுக்குப் படைக்க வேண்டிய ஆயிரம் கண் பானைப் பொங்கலைச் சுழலிலேயே விட்டு விடுகிறார்கள். அது சுரங்கம் வழியாக அம்மனிடம் சென்று சேர்வதாக நம்பிக்கை.

ஒரு முறை தேவேந்திர குல வேளாளக் குடும்பத்துச் சிறு பெண் தவறிச் சுழலுக்குள் விழுந்துவிட்டது. என்ன தேடியும் உடல் கூடக் கிடைக்கவில்லை. ஆனால், அதிசயம் போல் அப்பெண் மூன்று தினங்களுக்குப் பின் கரை வந்து சேர்ந்தாள்.

அதன் பின்பு அவள் சொல்லிய விஷயங்களை மக்கள் இன்றைக்கும் நம்புகிறார்கள். சுழலுக்குள் சுரங்கம் இருப்பது உண்மைதான். எல்லாமே வெளிச்சமாக இருக்கிறது. அழகிய நந்தவனம் இருக்கிறது. வருடாவருடம் சுழலில் விடுகிற ஆயிரம் கண் பானைகளையெல்லாம் ஓரிடத்தில் வரிசையாக அடுக்கி வைத்திருக்கின்றனர். தமிழக ஆலிஸின் அற்புத உலகம்!

இந்தச் சம்பவங்களுக்குப் பின்பு தேவேந்திர குல வேளாளர்கள் பேராச்சியம்மனை மறக்கவில்லை. வருடாவருடம் கொடை நடத்தத் தவறுவதில்லை. ஆயிரம் கண் பானைகளை சுழலுக்குள் விடவும் தவறுவதில்லை.

இதனிடையே அம்மனுக்கு நேரெதிரே சுடலைமாடசாமிக்கும் பூடம் ஒன்றை நிறுவி வழிபடத் தொடங்கினார்கள்.

இதுவெல்லாமே நடந்துகொண்டிருந்த நாட்களில்தான், நாம் மேலே பார்த்த திருவிதாங்கூர் மகாராஜா சம்பவமும் ஆங்கிலேய அதிகாரியின் அனுபவமும் நிகழ்கிறது. இதனிடையே பாளையங் கோட்டையைத் தங்களது ராணுவக் குடியிருப்பாக, அலுவல் நகரமாக மாற்றுகின்ற ஆங்கிலேயர்கள் தங்களுக்குத் துணி வெளுக்க வேண்டி கணிசமான சலவைத் தொழிலாளர்களைத் தாமிரபரணிக் கரையோரம் குடியேற்றி, அதனை வண்ணாரப்பேட்டை என்று மாற்றுகிறார்கள். குடியேறிய சலவைத் தொழிலாளர்களும் பேராச்சியம்மனையே வழிபடத் தொடங்குகின்றனர்.

அதுகாறும் பேராச்சியம்மன் குறித்து அக்கறையற்றிருந்த பலருக்கும், அவள் பெயரில் உடைமைகள் பெருகப் பெருக பக்தி அதிகமாகிறது. குறிப்பாக, விளைநிலங்களின் காவல் உரிமையைப் பெற்றிருந்த மறவர் சாதியினர் பேராச்சியம்மன் மீது பக்திப் பரவசம் அடைகிறார்கள்.

அதீத பக்தியில் கோவிலுக்குச் சொந்தமான வேளாண் நிலங்களைக் குத்தகைக்கு எடுக்கின்றனர். இதேபோல் வெள்ளாளர்களின் பக்தி அறங்காவல் குழு அமைப்பிலும், பூசாரிகளாக நியமனம்

பெறுவதிலும் வெளிப்படுகிறது. திராவிடக் கட்சிகளின் பக்தியோ, இக்கோவிலை இந்து அறநிலையத் துறையின் கீழ் கொண்டு வருவதில் வெற்றிபெறுகிறது.

மறவர்களின் எதேச்சதிகாரத்தால் தங்களது பூர்வீக உரிமைகளும் பண்பாட்டு வேர்களும் பறிபோவதையுணர்ந்த தேவேந்திர குல வேளாளர்கள் தங்களது எதிர்ப்புணர்வை அப்போதைக்கப்போது வெளிப்படுத்தியபடியே இருந்தனர். இதனிடையே பேராச்சியம்மன் மகிஷாசுரமர்த்தினியாக மாற்றப்பட்டு தசரா விழாவைப் பிரம்மாண்டமாய்க் கொண்டாடத் தொடங்கியதும், வெளிப் படையான மோதல்கள் வெடிக்கத் தொடங்கின.

இன்றைக்கு விமரிசையாகப் பேசப்படும் குலசேகரப்பட்டினம் தசரா விழாவைக் காட்டிலும் சிறப்பாகக் கொண்டாடப்பட்ட பாளையங் கோட்டை தசரா விழா சாதியப் பலத்தை நிரூபிக்கும் களமாகவே மாறத் தொடங்கியது.

ஒவ்வொரு பகுதியிலிருந்தும் அம்மன் சகோதரிகளின் அலங்கரித்தத் தேர்கள் ஊர்ப் பொது மைதானத்திற்குள் கொண்டுவரப்படும் பொழுது, அந்தந்த அம்மனுக்குப் பாத்தியதை கொண்ட இடைநிலைச் சாதிகள் தத்தமது பலத்தை வெளிப்படுத்தும் நிகழ்வாகவே அவ்விழாவை மாற்றியிருந்தன.

இதனால், தசரா விழா இடைநிலைச் சாதியின் தாதாக்கள் வெறியாடும் திருவிழாவாக இருந்தது. பழிவாங்குவதும் கணக்குத் தீர்ப்பதும் இந்த விழாவின்போது நடந்தேறியது. பண்பாட்டு அதிகாரத்தை எந்தச் சாதி கைகொள்வது என்று நடந்த அந்தப் போட்டியில், பூர்வீக வேளாண்குடி மக்களான தேவேந்திர குல வேளாளர்கள் செய்வதறியாது திகைத்து நின்றனர். இடைநிலைச் சாதிகளின் வன்மையான வெறியாட்டத்திற்கு அவர்களிடம் வெகுகாலம் வரை பதிலில்லை.

வன்முறையை வன்முறையால் வெற்றிகொள்வதற்கு, 1980கள் வரையில் அம்மக்கள் காத்திருக்க வேண்டியதாயிற்று. 1980களில், ஜான் பாண்டியன் தலைமையில் உருவான தேவேந்திர குல வேளாளர் சங்கமும் அவரோடு திரண்ட இளைஞர்களும் தசரா விழாவில் வெறியாடிய சாதித் தலைவர்கள் அனைவரையும் ஒவ்வொருவராய் வேரறுக்கத் தொடங்கினர்.

தேவேந்திர குல வேளாளர்கள் ஆயுதமேந்தி நிகழ்த்திய இந்தக் களையெடுப்பின் உற்சாகம் தென் தமிழகமெங்கும் பரவியிருந்தது. ஒவ்வொரு ஊரிலும் தேவேந்திரகுல வேளாளர் சங்கக் கொடிகள் ஏற்றப்பட்டன. இம்மானுவேல் சேகரன் சிலைகள், படங்கள்

திறக்கப்பட்டன; இம்மானுவேல் பெயரில் இளைஞரணிகள், கபடிக் குழுக்கள் உருவாக்கப்பட்டன. தேவேந்திர குல வேளாளர்கள் மத்தியில் ஏற்பட்ட இந்த உத்வேகம், பின்னாளில் சாதிய அடக்குமுறைகளைக் கணிசமாகக் குறைத்தது என்பது வரலாறு.

இந்தச் சூழலிலேயே பேராச்சியம்மன் கோவிலினுள்ளும் தங்களது பண்பாட்டு உரிமையைக் காப்பாற்றிக்கொள்வதில் தேவேந்திர குல வேளாளர்கள் முனைந்து நின்றனர்.

கோவிலின் வருமானம் பெருகி, அமைப்பு விரிந்து, பக்தர்கள் திரண்டு, செவ்வியல் குணம் மேலோங்கி, தமிழக அரசின் இந்து அறநிலையத் துறையின் கட்டுப்பாட்டிற்குள் வந்தபொழுது, திராவிடக் கட்சிகளின் செல்வாக்கால் மறவர்களும் வெள்ளாளர்களும் கோவிலின் அதிகார நிலையங்களைத் தங்களுக்குள் பங்கிட்டுக்கொண்டனர். தாங்களே கோவிலின் உரிமையாளர்கள் போல் இவ்விருவரும் பேசுவதை எதிர்க்க வழியற்ற ஏழூர்ப் பச்சேரியைச் சார்ந்தவர்கள் இந்த வம்பே வேண்டாமென்று பிடிமண்ணை அள்ளிச்சென்று தங்கள் குடியிருப்புகளில் தனிக்கோவிலை ஏற்படுத்திக்கொண்டனர்.

வண்ணார்பேட்டையில் வசிக்கும் தேவேந்திரர்கள் வேறெங்கும் போக வழியின்றி, விடாப்பிடியாகப் போராடி, வருடம் ஒரு முறை கொடை கொடுக்கும் உரிமையை மட்டும் தக்கவைத்துக் கொண்டார்கள். இன்றளவும் சித்திரை மாதத்தில் ஒரு செவ்வாயன்று பேராச்சியம்மனுக்குக் கொடை நிகழ்த்தி ஆயிரம் கண் பானையில் பொங்கலிட்டுத் தாமிரபரணியின் அதிசயச் சுழலில், அது பேராச்சியம்மன் காலடிக்கு வந்து சேருமென்று விட்டு வருகிறார்கள். இந்தக் கொடை விழா மட்டுமே, பூர்வீகமாய் இந்த அம்மனையும் கோவிலையும் நிர்மாணித்தவர்கள் இவர்களே என்பதற்குச் சாட்சியாக நிற்கிறது.

இச்சூழலில் அம்மனை மகிசாசுரமர்த்தினியாகக் கதைகட்டிப் பெரிய அளவில் வியாபாரம் நடத்தப் பிறசாதிகள் அத்தனையும் ஆவலாய்க் காத்திருக்கின்றன. அதற்கான முயற்சிகளும் படிப்படியாக நடந்து கொண்டு இருக்கின்றன.

சமூக விடுதலை என்பதும், அடக்கு முறையினின்று மீண்டு வருதல் என்பதும், ஒடுக்குதலிலிருந்து மேலெழுதல் என்பதும் பல்வேறு படிநிலைகளைக் கொண்டவொரு பெருநிகழ்வு. விடுதலையானது ஒரேயொரு போராட்டத்தாலோ எழுச்சியினாலோ நடந்து விடுவ தில்லை. தொடர்ச்சியான, சூழ்நிலைகளுக்கு ஏற்ற தந்திரங்களோடே சமூக விடுதலை சாத்தியம்.

சென்ற நூற்றாண்டின் கடைசி ஐம்பது வருடங்களில் ஆயுதமேந்திய போராட்டம் மூலமே தனது விடுதலை சாத்தியம் என்று, வன்முறையைக் கையிலெடுக்க வேண்டிய கட்டாயத்திற்குத் தேவேந்திர குல வேளாளர்கள் தள்ளப்பட்டனர். முதுகுளத்தூரில் இம்மானுவேல் சேகரன் தொடங்கி, பாளையங்கோட்டையில் ஜான் பாண்டியன் தொடர்ந்து வன்முறையை வன்முறையால் வென்று வந்த அனுபவம் இச்சமூகத்திற்கு உண்டு.

இன்றைய காலகட்டத்தில் இச்சமூகம் தனது விடுதலையின் அடுத்த கட்டத்தை வந்தடைந்ததாகவே நான் கருதுகிறேன். சமூகக் கொடுமைகளைக் கருத்தியல் தளத்தில் எதிர்கொண்டு, பண்பாட்டு விடுதலையை அடைய வேண்டிய காலகட்டத்தை அது அடைந்திருக்கிறது. 'பண்பாட்டு விடுதலை' என்ற வார்த்தை எவ்வளவுக்கெவ்வளவு எளிமையானதோ அதற்கு நேர்மாறாகச் சிக்கலானது, அதனை அடைந்துவிடுவது சமூகத்தளத்தில் எதிர்கொண்ட வன்முறையான ஒடுக்குமுறைக்கு எதிராக வன்முறையையே ஆயுதமாகக் கொண்டது போல், பண்பாட்டு ஒடுக்கு முறைகளுக்கு எதிரான ஆயுதமாகப் பண்பாடே கைக்கொள்ளப்பட வேண்டும் என்பதுதான் விதி.

பண்பாட்டு விடுதலையை நோக்கிய பயணத்தின் முதல் தடையாக எந்தச் சமூகக் குழுவும் எதிர்கொள்வது, வரலாறு என்ற பெயரில் செய்யப்பட்டு, பாதுகாக்கப்படும் ஒருதலைப்பட்சமான, சார்பு நிலைகளைக் கொண்ட பதிவுகளைத்தான். எழுத்தை ஆயுதமாகக் கொண்டு, உண்மைக்குப் புறம்பான திரிபுகளைத் தங்களுக்குச் சாதகமாக மாற்றியமைத்து ஒடுக்கும் சக்திகள் பரப்பி வைத்த வரலாற்றிற்கு எதிரான மாற்று வரலாற்றை உருவாக்குவதே இதன் முதல் படி.

அதாவது, ஏற்கெனவே செய்யப்பட்ட வரலாற்றை நிர்மூல மாக்குதல். இந்தப் பணியைச் செய்வதற்கு, வரலாற்றை எழுதும் முறையியலை ஆயுதமாகப் பயன்படுத்த வேண்டியிருக்கிறது. எதையெதையெல்லாம் கொண்டு பொய்யான வரலாறு எழுதப் பட்டிருக்கிறதோ அதே விஷயங்களைப் பயன்படுத்தி அவற்றை இல்லாமலாக்குதல்.

இரண்டாவது, மிகச் சரியான வரலாற்றைக் கட்டமைத்தல். இந்த இரண்டாவது கட்டம் அதிகமான வேலைப்பளு உடையது. உழைக்கும் மக்களாகவே அறியப்படுகின்ற தேவேந்திர குல வேளாளர் போன்ற வேளாண்குடி சமூகங்களின் வரலாற்றை எழுதுவதில், மரபான வரலாற்று உத்திகள் அதிகம் துணை புரிவதில்லை.

எழுத்தையும் எழுத்து சார்ந்த பதிவுகளையும் மட்டுமே நம்பும்படி நிர்பந்திக்கும் வரலாற்று முறையியல்களைப் புறக்கணித்துவிட்டு, உழைக்கும் மக்கள் பெருமளவில் நம்பக்கூடிய வாய்மொழித் தரவுகளையும், ஆதாரங்களையும் முன்வைத்தே சரியான வரலாறு எழுதப்பட வேண்டும். அவ்வாறு எழுதப்படும்போதே அது மக்களின் வரலாறாக, பண்பாட்டின் வரலாறாக விளங்கமுடியும்.

இந்தக் கட்டுரையில் நான் பேசியுள்ள, பேராச்சியம்மன் கோவில் தொடர்பான வாய்மொழி ஆதாரங்கள் பண்பாட்டு வரலாற்றை எழுதுவதன் முதலடி. நான் ஏற்கெனவே சொல்லியபடி வாய்மொழித் தரவுகளை மூடி மறைத்து, பொய்யான கட்டுக்கதைகளை ஜோடனை செய்யும் வேலைகள் காலங்காலமாய் நடைபெற்று வருகின்றன. ஆனால், அதனையும் மீறி மக்கள் தங்களது ஞாபகங்களை நடுங்கும் உள்ளங்கைகளுக்குள் பொத்திப் பாதுகாத்து வருகிறார்கள்.

வேகவேகமாய் மாறிக் கொண்டிருக்கும் வாழ்க்கைச் சூழலில் இத்தகைய வாய்மொழி ஆதாரங்களும் மறைந்து போய்விடும் அபாயத்திலேயே நாம் வாழ்ந்துகொண்டிருக்கிறோம். எனவே, எவ்வளவு விரைவாக முடியுமோ அவ்வளவு வேகமாக வாய்மொழி வழக்காறுகளை எழுத்தில் பதிவுசெய்து ஆவணங்களாக மாற்ற வேண்டிய நிர்பந்தத்தில் நாம் வாழ்ந்துகொண்டிருக்கிறோம்.

தாமிரபரணிக் கரையிலுள்ள பேராச்சியம்மன் ஆயிரத்தில் ஒன்று. இதுபோல இன்னும் ஏராளம் உண்டு. எனக்குத் தெரிந்தே, உடன்குடி அருகிலுள்ள செட்டியாபத்து என்ற ஊரிலுள்ள அஞ்சுவீட்டுச் சாமி கோவில் தேவேந்திரகுல வேளாளர்களின் பண்பாட்டு வரலாற்றை சொல்லக்கூடியது. சாத்தூர் அருகிலுள்ள இருக்கன்குடி மாரியம்மன், மதுரையிலுள்ள பாண்டி முனி, மருகால்தலையிலுள்ள பூவிலுடையார் சாஸ்தா, ராஜபாளையத்தில் நீர்காத்த அய்யனார், ஸ்ரீவில்லிபுத்தூர் அருகிலுள்ள திருவண்ணாமலை பெருமாள் கோவில் என்று நீண்டு கொண்டே செல்லும் பட்டியல் உண்டு. இவையனைத்தும் கோவில்கள் மட்டுமல்ல, பூர்வீகத்தையும் பாரம்பரியத்தையும் நிரூபிக்கும் சான்றுகள்.

பேராச்சியம்மன் கோவில் தரவுகளைத் தேடினால், எப்படி தேவேந்திர குல வேளாளர் சங்கம் நிகழ்த்திய ஆயுதம் தரித்த போராட்டம் வெளிவருமோ, எப்படி பாளையங்கோட்டை அல்லது திருநெல்வேலியின் சரித்திரம் ஏழு பச்சேரிகளிலிருந்து தொடங்குமோ அதுபோலச் சமூகப் பண்பாட்டு இயங்கியலை வெளிப்படுத்தக் கூடியவை நாட்டுப்புறத் தெய்வங்கள். ஏறக்குறைய வெடிகுண்டை மடியில் கட்டித் திரிவதற்கும் இதற்கும் வித்தியாசமில்லை.

அம்மனை விலக்கி வைத்த ஊர்

திருநெல்வேலி மாவட்டம், சங்கரன்கோவில் தாலூகாவில் பந்தப்புளி என்ற வித்தியாசமான பெயரோடு ஒரு சின்ன கிராமம். கடந்த பதினைந்து ஆண்டுகளாக அவ்வூரின் பட்டியலினச் சாதியினர் (தேவேந்திர குல வேளாளர்) நடத்தி வந்த உரிமைப் போரின் வெற்றி கைக்கெட்டும் தூரத்தில் இருந்தது.

ஊருக்கே பொதுவான ஆயிரம் கண்ணநல்லூர் மாரியம்மன் கோவிலுக்குள் தேவேந்திரர்கள் நுழையக்கூடாது என்ற சாதிய அடக்குமுறையை நீதிமன்றமும் அரசாங்கமும் உத்தரவுகளின் மூலம் தகர்த்திருந்தன. அரசு அதிகாரிகள் திரண்டு வந்திருந்தனர். காவல் துறையினரும் குவிக்கப்பட்டிருந்தனர். ஊடகப் பணியாளர்கள் காத்துக்கொண்டிருக்கின்றனர். ‘கோவில் நுழைவுப் போரை’ முன்னெடுத்த கட்சி சார்ந்த, சாராத அத்தனை போராளிகளும் வரலாற்றுச் சிறப்புமிக்க அந்த நிகழ்ச்சியைக் காணக் குழுமி இருக்கிறார்கள்.

ஊரின் கிழக்குப் பகுதியில் தனித்து வசிக்கும் ஐம்பது குடும்பத்துத் தேவேந்திரர்களும் மாரியம்மனுக்கு வழிபாடு செய்யத் தயாராய் இருக்கிறார்கள். பூட்டு திறக்கப்படுகிறது. அரசு அதிகாரிகள் தேவேந்திரர்களைக் கோவிலுக்குள் அழைத்துச் செல்கிறார்கள். புகைப்படங்கள் எடுக்கப்பட்டன. கோஷங்கள் எழுப்பப்பட்டன.

எல்லோரையும் போல் தாங்களும் அம்மனுக்கு வழிபாடு செய்ய உரிமை உள்ளவர்களே என்ற பெருமிதம் தேவேந்திரர்களுக்கு. இதற்குத் தானே இத்தனைப் போராட்டங்களும்! ‘தீண்டாமை’ வெட்டி வீழ்த்தப்பட்டது. அம்மனுக்குமுன் எல்லோரும் சமம். உயர்ந்த சாதியாவது, தாழ்ந்த சாதியாவது? அன்றே ஊடகங்களில் இச்செய்தி விநியோகிக்கப்பட்டது.

ஆனால், இந்த வெற்றிக்களிப்பு ஒரு நாள் கூட முழுதாய் தாங்க வில்லை. தேவேந்திரர்கள் கோவிலுக்குள் நுழைந்து வழிபட்டதைக் கண்ட பிற சாதியினர் தடாலடியாய் ஒரு காரியம் செய்தார்கள்.

தேவேந்திரர்களோடு சேர்த்து ஆயிரம் கண்ணநல்லூர் மாரியம்மனையும் ஊரிலிருந்து விலக்கி வைத்தார்கள். இனி, எவரும் அம்மனை வழிபடுவதில்லை என்று முடிவு செய்தனர். ஊருக்குள்ளேயே இருந்த வேறு சில நாட்டுப்புறத் தெய்வங்களே தங்களுக்குப் போதும் என்று முடிவு செய்தனர்.

'பண்பாட்டுப் போரில்' ஏற்பட்ட இந்தப் புதிய திருப்பத்தை யாரும் எதிர்பார்த்திருக்கவில்லை. அம்மனையே விலக்கி வைப்பார்கள் என்று யாரும் கனவுகூடக் கண்டிருக்கவில்லை. இந்த வகையான புறக்கணிப்பின் வலி தேவேந்திரர்களை மேலும் மேலும் அவமானத்தில் மூழ்கடித்தது.

உயர் சாதியினர் என்று சொல்லிக்கொள்ளும் கம்பளத்து நாயக்கர், தேவர், வன்னியர் போன்றவர்களுக்கெல்லாம் எந்தவித மனக் குழப்பமும் இருக்கவில்லை. 'இந்த அம்மன் இல்லையென்றால் வேறொரு அம்மன்!'

பந்தப்புளி கிராமத்தில் நடைபெற்ற இந்தச் சம்பவம், சாதிய அடக்குமுறைகளுக்கு எதிரான போராட்டங்கள் குறித்துப் பல்வேறு கேள்விகளை நம்முன் எழுப்புகிறது. சாதியமும், அதன் விளைவான தீண்டாமையும் பண்பாட்டுக் காரணிகள் மட்டும் தானா? சாதி அடையாளம் சமூக மரியாதையையும் மேன்மையையும் மட்டுமேதான் வழங்குகிறதா? சாதியின் பொருளாதார அரசியல் என்று ஏதேனும் உண்டா? உண்டு என்றால் சாதிக்கு எதிரான போராட்டங்களில் அதனை எவ்வாறு அணுகுவது?

இந்தக் கேள்விகளுக்கான பதில்களை நாம் கண்டடையும் முன்னர், பந்தப்புளி என்ற கிராமத்தில் நடைபெற்ற சம்பவங்களைக் கொஞ்சம் பார்த்துவிடலாம்.

1990களில் தமிழகப் பட்டியலினச் சாதிகளிடம் ஏற்பட்ட விழிப்புணர்வு, பந்தப்புளியின் இளைய தலைமுறையினரிடம் மாற்றங்களை ஏற்படுத்தின. மாரியம்மன் கோவில் கொடை விழாவின் போது தாங்களும் கோவிலுக்குள் வருவோம் என்று குரல் எழுப்பத் தொடங்கினார்கள். ஆயிரம் கண்ணநல்லூர் மாரியம்மன் தங்களுக்கான தெய்வம் என்பதை நிரூபிக்கும் வாய்மொழிக் கதைகளைச் சேகரித்துப் பரப்பத் தொடங்கினார்கள். பந்தப்புளி என்ற கிராமத்தின் பூர்வீகக் குடிகள் தேவேந்திரர்கள்தான் என்று வாதாடத் தொடங்கினர். இதற்கான சான்றுகளை நாட்டுப்புற வழக்காறுகளில் இருந்து அவர்களால் சேகரிக்க முடிந்தது. இந்தப் பின்னணியில், நாட்டுப்புறவியல் சார்ந்து இரண்டு ஆய்வேடுகள்கூட மனோன்மணியம் சுந்தரனார் பல்கலைக்கழகத்தில் செய்யப்பட்டன.

புதிய தலைமுறைத் தேவேந்திரர்களின் இத்தகைய நடவடிக்கைகள் கம்பளத்து நாயக்கர்களைக் கோபமடைய வைத்தன. இதைத் தங்களது சாதியப் பெருமைக்கும், பாரம்பரியத்திற்கும் விடப்பட்ட சவாலாக அவர்கள் யோசித்தனர். நாயக்கர்களின் வீம்பை,

சுற்றியிருந்த சொற்பமான தேவர், வன்னியர் குடும்பங்கள் மேலும் மேலும் வலுப்படுத்தின.

தேவேந்திர இளைஞர்களின் குரல்கள் நாளுக்கு நாள் வலுவடைய, நாயக்கர்கள் தடாலடியாய்க் கோவில் தங்களுக்கே பாத்தியமானது என்றும், தேவேந்திரர்களுக்கு இதில் உரிமையில்லை என்றும் சொல்லி, தேவேந்திகுல வேளாளர் யாரும் கோவில் பக்கமே வரக் கூடாது என்று தடைபோட்டார்கள்.

கோவிலுக்கு வரக்கூடாது என்று போடப்பட்ட தடை கோவிலுக்கு மட்டுமானது அல்ல என்பதைத் தேவேந்திரர்கள் உணர்ந்திருந்தனர். கோவிலை மறுப்பது என்பது ஊரின் தென்பகுதியையே மறுப்பதாகும். அதாவது, தென்பகுதியில் செல்லும் சாலைப் பயன் பாட்டை மறுப்பது; குடிநீர்த் தொட்டி பயன்பாட்டை மறுப்பது என்று தினசரி வாழ்க்கையின் இயக்கத்தைக் கட்டுப்படுத்துவது. எனவே, கோவில் உரிமையை விட்டுத்தருவது என்ற பேச்சிற்கே இடமில்லை என்பதில் அவர்கள் தெளிவாக இருந்தனர்.

அந்தக் கோவிலில் வழிபடும் உரிமை தேவேந்திரர்களுக்கு உண்டா, இல்லையா என்ற சிக்கல் கொஞ்சங்கொஞ்சமாக அந்தக் கிராம அதிகாரத்தைத் தாண்டி நீதிமன்றங்களுக்கும் அரசு அலுவலகங் களுக்கும் எடுத்துச் செல்லப்பட்டது. இதனால் பந்தப்புளி கிராம வாழ்க்கையில் நாயக்கர்களுக்கும் தேவேந்திரர்களுக்குமிடையே பெரும் பிளவு ஏற்படத் தொடங்கியது.

இதன் வெளிப்பாடுகள் பள்ளிக்கூடங்களிலும், குழாயடிகளிலும் நியாயவிலைக் கடைகளிலும் எதிரொலிக்கத் தொடங்கின. தேவேந்திரர் ஒரு பக்கமாகவும் நாயக்கர்களோடு பிற சாதியினர் மறுபக்கமாகவும் இருந்து மல்லுக்கட்டியதை அரசு இயந்திரம் பொறுப்பின்மையோடே எதிர்கொண்டது.

பள்ளிக்கூடத்தில் சிக்கல் எழுந்தபோது தேவேந்திரர்களுக்குத் தனியான பள்ளிக்கூடத்தை ஏற்பாடு செய்தது; குழாயடியில் பிரச்சினை என்ற போது தனித்தனியான குடிநீர் இணைப்புகள் செய்யப்பட்டன. பட்டியலினச் சாதிகளை முன்னேற்றுகிறோம் என்ற பெயரில் காலனி வீடுகள் அல்லது தொகுப்பு வீடுகள் கட்டித்தந்து கிராம வாழ்க்கையிலிருந்து அவர்களை அந்நியப்படுத்தும் அதே வரையறையையே அரசாங்கம் இதிலும் பயன்படுத்தியது.

உச்சகட்டமாக, தேவேந்திரர்களுக்கு வேண்டுமானால் இன்னுமொரு 'புதிய ஆயிரம் கண்ணநல்லூர் மாரியம்மன் கோவிலை' அவர்களது குடியிருப்பின் அருகில் கட்டித்தர அரசாங்கம் முன்வந்தது. அதாவது

எல்லாவற்றிலும் தனித்தனி! ஊர் என்பது வேறு, பட்டியலினம் என்பது வேறு, பொது என்பதில் தேவேந்திரகுல வேளாளர்கள் என்றைக்குமே இடம்பெற மாட்டார்கள்.

நல்ல வேளையாகத் தனிக் கோவில் யோசனையைத் தேவேந்திரர்கள் ஏற்றுக்கொள்ளவில்லை. தங்களுக்குத் தனிக் கோவிலெல்லாம் வேண்டாம்; இருக்கும் கோவிலில்தான் வழிபடும் உரிமை வேண்டும் என்றனர். வழக்கு நீதிமன்றங்களில் இழுத்துக் கொண்டிருந்த காலத்தில் பந்தப்புளி எப்பொழுதுமே கொதி நிலையில்தான் இருந்து வந்தது. இதனால், நிரந்தர போலீஸ் பாதுகாப்பு ஏற்பாடு செய்யப்பட்டிருந்தது. இதனிடையே நீதிமன்றத் தீர்ப்பு தேவேந்திரர்களுக்குச் சாதகமாக அமைந்தது.

இதற்கெல்லாம் பின்புதான், நாம் பார்த்த உச்சகட்டக் காட்சி அரங்கேறியது. தமிழக அரசின் பாதுகாப்போடு தேவேந்திரர்கள் கோவிலில் நுழைந்து வழிபாடுசெய்ய, பிற சாதியினர் தேவேந்திரர்களோடு சேர்த்து அவர்கள் வழிபட்ட மாரியம்மனையும் விலக்கி வைத்தார்கள். ஊர் இன்று வரை நிரந்தரமாய்ப் பிளவுபட்டுக் கிடக்கிறது. என்றைக்கு வேண்டுமானலும் வெடித்துவிடக்கூடிய மனஅழுத்தங்களோடுதான் அம்மக்கள் அனைவரும் வாழ்ந்து கொண்டிருக்கிறார்கள்.

இரண்டு தரப்பினருக்கும் சொல்லிப் புலம்புவதற்கு ஆயிரம் காரணங்கள் இருக்கின்றன. கம்பளத்து நாயக்கர் சமூகத்துப் பெண்மணி ஒருவர், ‘இன்றைக்குக் கோவிலில் உரிமை கேட்பாங்க, நாளைக்கு எங்க வீட்டுக்கே வந்து பொண்ணக் கட்டிக்குடுனு கேப்பாங்க’ என்று ஆவேசமாய்ப் பேசினார்.

அதை நினைத்து வெட்கப்படவும் ‘வீடேறி வந்து பொண்ணு கேட்கிற விஷயம் எவ்வளவு ஆரோக்கியமானது!’ என்று விளங்க வைக்கவும் அந்த ஊரிலும் சரி, எந்த ஊரிலும் சரி யாருமிருக்க வில்லை. முட்டாள்தனத்தை முட்டாள்தனம் என்று சொல்லவும் அறியாமையை அறியாமை என்று சொல்லவும் இடமளிக்காத வகையிலேயே பந்தப்புளி மாதிரியான கிராமங்கள் தமிழகத்தில் நிறைய உள்ளன.

நான்காம் அத்தியாயம்

கட்டவிழும் 'சாதி' என்ற கதையாடல்

தென் மாவட்டங்களில் சாதியம் வன்முறை சார்ந்தது. அதுவும் தொடர்ச்சியான வன்முறை சார்ந்தது. ஏதாவதொரு கிராமத்தில் பற்றிக் கொள்கிற நெருப்பு, விறுவிறுவென இரண்டு மூன்று மாவட்டங்களுக்குப் பரவி விடுவது உண்டு. அப்படிப் பரவுகிற பட்சத்தில் குறைந்தது ஆறேழு மாதங்களுக்குத் திரும்பிய பக்கமெல்லாம் உயிர்ப் பலிகளும், உடைப்புகளும், எரிப்புகளும், துப்பாக்கிச் சூடுகளும் நடைபெறுவது வழக்கம்.

இன்னதுதான் காரணம் என்றில்லாமல், எந்தக் கணத்திலும் பற்றிக் கொள்கிற தணல் இந்தப் பகுதியெங்கும் பரவியிருக்கிறது. மெல்லிய திரை போல சாம்பல் பூத்த நெருப்பின் மீதே வாழ்க்கை. நெருப்பின் நீறு விலக்கிக்கொள்ள ஏதாவதொரு சிறு காரணம் போதுமானதாய் இருக்கிறது.

அந்த முறை, 'வீரன் சுந்தரலிங்கம்' பெயரில் தொடங்கப்பெற்ற போக்குவரத்துக் கழகம் வன்முறைக்கான காரணமாய் அமைந்திருந்தது. முந்திய தினம் பாண்டியன் பெயருடன் வந்து போயிருந்த பேருந்து, அன்றைய நாள் 'சுந்தரலிங்கம்' பெயரில் ஊருக்குள் வந்ததை மறவர் சமூகத்து மக்கள் தங்கள் சாதிக்கு நிகழ்ந்த அவமரியாதையாக உணர்ந்தார்கள். பேருந்து தீட்டுப்பட்டது.

எனவே சுந்தரலிங்கம் என்ற பெயரைத் தார் கொண்டு அழித்தனர். அப்படியும் தீட்டு விலகாததால் பேருந்தை எரித்துப் பார்த்தனர். சிறை பிடித்தனர். பேருந்தில் பயணம் செய்தவர்கள் மிரட்டப்பட்டனர். மிரளாதவர்கள் துன்புறுத்தப்பட்டனர். இப்படியே பேருந்து போன வழியெங்கும் கலவரம் பற்றிக் கொண்டது.

இதனிடையே, சுந்தரலிங்கம் பெயரிலான பேருந்தைப் பாதுகாக்கும் தார்மீகக் கட்டாயம் தமக்கிருப்பதாகக் கிளம்பிய பள்ளர்களும் மறவர்களும் நேருக்கு நேர் மோதிக்கொள்ளும் சம்பவங்கள் தொடர்ந்தன. பள்ளர் குடும்பங்கள் குறைவாய் உள்ள கிராமங்களில் இழப்புகள் அதிகமாய் இருந்தன. தினசரிகளில், விதவிதமான சம்பவங்கள் வெளிவந்தன. கலவரம் பரவக்கூடாது என்ற பாசாங்கில் 'இரு வேறு சமூகத்தினர்' என்ற பொதுப் பெயரில் மேற்கூறிய வன்முறைகள் பத்திரிகைகளில் விவரிக்கப்பட்டன. ஆனால், உண்மை எப்போதையும் போல் பாசாங்கைவிட வலிமையானதாய் இருந்தது.

1996இல் போக்குவரத்துக் கழகப் பெயர் மாற்றக் காரணம் சொல்லி அவிழ்த்துவிடப்பட்ட வன்முறையின்போது நானும் எனது நண்பர்களும் தென்மாவட்டங்களில் பயணம் செய்து கொண்டிருந்தோம். நாங்கள் அனைவரும் அப்பொழுது ஆராய்ச்சி மாணவர்கள். டெல்லியிலுள்ள ஜவாஹர்லால் நேரு பல்கலைக் கழகத்தில் நாங்கள் ஆய்வுக்காகப் பதிவு செய்திருந்தோம்.

என் நண்பர்கள் அனைவரும் வட தமிழகத்தைச் சார்ந்தவர்கள். தென்தமிழகத்தில் முதன் முறையாகப் பயணம் செய்கிறவர்கள். தென்மாவட்டங்களைப் பற்றிய கதைகளையே அவர்கள் அறிந்திருந்தனர். நாங்கள் நண்பர்கள் என்பதை விடவும், தலித் விடுதலையில் அக்கறையும் ஈடுபாடும் கொண்டவர்கள் என்ற பொதுத் தன்மையையும் கொண்டிருந்தோம்.

சாதிய அடக்குமுறையின் கோரமான முகத்தைப் பார்க்கின்ற அதிர்ச்சியும் அவமானமும் கோபமும் எங்களுக்குத் தேவையாய் இருந்தது. நொறுக்கப்பட்ட வீடுகளுக்குள் சென்று பார்த்தோம். வீதிகளில், திக்கற்று நின்றவர்களுடன் பேசினோம். கொலை செய்யப்பட்டவர்களின் உறவினர்களுக்கு ஆறுதல் சொன்னோம்.

பாதிக்கப்பட்ட பள்ளர் கிராமங்களுக்கு எங்களால் எளிதாய் சென்றுவர முடிந்தது. இக்கலவரத்தில் நேரடியாய் சம்பந்தப்படாத போதிலும் தலித்துகள் என்ற காரணத்தால் எரிக்கப்பட்ட பறையர், அருந்ததியர் குடியிருப்புகளையும் நாங்கள் பார்த்தோம். இப்படியே

பத்துப் பதினைந்து தலித் கிராமங்களுக்குச் சென்ற பின்பு எங்களுக்கு ஒரு கேள்வி இருந்தது. மறவர் அதிகம் வசிக்கும் கிராமமொன்று இந்தச் சூழ்நிலையில் எவ்வாறு தோற்றமளிக்கும்?

கலவரப் பகுதியில் எங்களுக்கு உறுதுணையாய் இருந்த உள்ளூர் வாசிகள் 'இந்த ஆசை அபாயகரமானது!' என்றார்கள். அங்கு போய்த் தெரிந்துகொள்ள ஒன்றுமிருக்கவில்லை என்று எங்களுக்கு அவநம்பிக்கை ஊட்டினார்கள். மேலும், எங்களது குழுவில் இரண்டு, மூன்று பேர் தலித்துகளாக இருந்ததையும், 'போக வேண்டாம்' என்பதற்கான காரணமாகச் சொன்னார்கள். ஆனால், நாங்கள் அனைவரும் பிடிவாதக்காரர்களாக இருந்தோம். எங்களது பிடிவாதமே வெற்றி கண்டது.

மறவர் அதிகமாக வசிக்கக்கூடிய கிராமத்திற்குச் சென்று வருவது என்று முடிவு செய்தோம். ஒரு நாள் காலையில் சென்று மாலையில் திரும்பி வருவதாக எங்கள் பயணத்திட்டம் அமைந்திருந்தது.

நாங்கள் செல்லவேண்டிய கிராமம் இக்கலவரத்தில் முக்கியப் பங்கினை வகித்த கிராமமாக இருக்க வேண்டுமென்று விரும்பி, அப்படியொரு கிராமத்தையும் தேர்ந்தெடுத்தோம். நாங்கள் தேர்வு செய்த அந்த ஊரே, இக்கலவரத்திற்கான மையப்புள்ளி என்பதாகப் பலரும் குறிப்பிட்டனர்.

காலங்காலமாகச் சாதி மேலாண்மையை விடாப்பிடியாய் ஆக்ரோஷமாய் வலியுறுத்தும் கிராமம் அது. அந்த ஊரைச் சுற்றியுள்ள பதினெட்டு கிராமங்களுக்கும் தலைமை இடம். அந்தப் பதினெட்டு ஊர்களிலும் சாதிய ஒடுக்குமுறை தீவிரமாகச் செயல்பட்டு வந்தது. போக்குவரத்துக் கழகப் பெயரைக் காரணம் காட்டி அந்தப் பகுதியெங்கும் கட்டவிழ்த்துவிடப்பட்ட கலவரங்கள் அந்த ஊரிலேயே திட்டமிடப்படுவதாய் பேச்சிருந்தது. அந்த ஊருக்கு நாங்கள் சென்றோம்.

அப்படியான ஊருக்கு நாங்கள் செல்வது உசிதமல்ல என்ற அபிப்பிராயம் சொல்லப்பட்டதாலும், எங்களில் சிலர் தலித்துகளாக இருந்ததாலும் கள ஆய்வின்போது சில பொதுவான பொய்களைச் சொல்வதென முடிவெடுத்தோம். அதன்படி, நாங்கள் அனைவரும் புதுடெல்லியிலேயே வசிக்கக்கூடிய தமிழர்கள்; எங்களுக்கான தமிழகத்து வேர்களோ அடையாளமோ சார்புகளோ இருக்கவில்லை; தமிழகத்து நிகழ்வுகள் எதிலும் எங்களுக்கு உணர்வுபூர்வமான ஈடுபாடு இல்லை; இவற்றிற்கெல்லாம் அப்பால் 'பொதுவான மனிதநேய அடிப்படையிலேயே' எங்களது இந்தப் பயணம்

அமைகிறது. இப்படியாகத் தற்காப்புக்கான சகல பொய்களுடனும் சால்ஜாப்புடனும் நாங்கள் அந்த ஊரை அடைந்தோம்.

வேறெந்தவொரு தமிழகக் கிராமத்தையும் போலவேதான் அந்த ஊரும் இருந்தது. ஒழுங்கற்ற தெருக்களில் முன்னும் பின்னுமாக வீடுகள். ஊரின் மையப்பகுதி என்று சொல்லப்பட்டதில் உயரமான மூன்று காரை வீடுகள். அவற்றில் ஒன்று கட்டி முடிக்கப்பட்டு நூறு வருடங்களுக்கும் மேலாகிறது என்று குறிப்பிட்டனர்.

காலையிலேயே வெயில் உச்சியில் விழுந்தது. எங்களுடைய வருகை ஊரில் பலரையும் ஆச்சர்யப்பட வைத்தது. நிமிடங்களில் எங்களைப் பற்றிய தகவல் ஊரெங்கும் பரவி, எங்களை ஊர் மொத்தமும் சூழ்ந்துகொண்டது. அதிகமான பெண்களும், சில இளைஞர்களும் சொற்பமான வயதானவர்களும், நிறைய சிறுவர்களும் அந்தக் கூட்டத்தில் இருந்தனர். அந்தக் கூட்டம் எங்களை ஊரின் கிழக்கே அமைந்திருந்த ஊர்ச் சாவடிக்கு இட்டுச் சென்றது.

நல்ல தண்ணீர் கிணற்றையும் மாரியம்மன் கோவிலையும் மயிலோடு சிவபக்தராக நின்றிருந்த பசும்பொன் முத்துராமலிங்கத் தேவர் சிலைபீடத்தையும் தாண்டி ஊர்ச்சாவடிக்கு வந்தோம். ஊர்ச்சாவடி எங்களுக்காகத் திறக்கப்பட்டது.

அது ஒரு சிறிய உயரம் குறைவான அறை. மொத்தக் கூட்டமும் அதனுள் உட்கார முடியாது என்பதால், சாவடியின் தாழ்வாரத்தில் உட்கார்ந்துகொள்வது சரியெனப்பட்டது. அதன்படியே நாங்கள் சாவடியின் தாழ்வாரத்தில் உட்கார்ந்தோம். தாழ்வாரம் என்பது சிமெண்டுத் தளமும், ஓடு வேய்ந்த கூரையும் கொண்டு மூன்று பக்கமும் திறந்த அமைப்பு.

நாங்கள் சிமெண்டுத் தரையில் அமர்ந்ததைப் பார்த்ததும் அவ்வூர் மக்களுக்குப் பதட்டமாய் இருந்திருக்க வேண்டும். அவசரமாய் சாவடியைத் திறந்தனர். அதிலிருந்த நிறம் உதிர்ந்த தகர நாற்காலிகளில் உட்காரச் சொன்னார்கள். அவ்வளவு பெரிய கூட்டத்துக்குள் நாங்கள் மட்டும் நாற்காலிகளில் அமர்ந்திருப்பது அசௌகரியமாக இருக்குமென்று அவர்களிடம் சொன்னோம். எல்லோரும் சரிசமமாய்த் தரையில் அமர்ந்திருக்கலாம் என்று சொல்லி மறுபடியும் கீழேயே உட்காரப் போனோம்.

அந்தக் கூட்டத்தில் மிகவும் வயதான, தொண்டுக் கிழவர்களும் கிழவிகளும்கூட இருந்தனர். மேலும் பாதிக்கும் மேல் எங்களைவிட வயதில் மூத்தவர்கள். அவர்களெல்லாம் நின்று கொண்டிருக்க அல்லது தரையில் உட்கார நாங்கள் மட்டும் நாற்காலியில் அமர்வது

சரியாயிருக்காது என்பதே எங்களது அபிப்பிராயம். ஆனால், எங்கள் யோசனைக்கு அவர்கள் கொஞ்சமும் செவிசாய்க்கவில்லை. அந்த நாற்காலிகளில் நாங்கள் உட்கார்ந்தாலே மேற்கொண்டு பேச்சு என்பதில் கறாராக இருந்தார்கள். எங்களுக்கு இந்த அனுபவம் ஆச்சர்யமாயிருந்தது. அது நேரம் வரைக்கும் அந்த மக்களைப் பற்றி எங்களுக்கிருந்த கலக்கம் விலகியது.

'நாற்காலியில் உட்கார்ந்தால் மட்டுமே நாங்கள் உங்களோடு பேசுவோம்' என்பதைக் கண்டிப்புடனே குறிப்பிட்டனர். அவர்கள் பெருங்கூட்டமாக இருந்ததால், அவர்களது இந்தக் கண்டிப்பான வேண்டுகோளே பெரும் சலசலப்பைப் போல இருந்தது. இறுதியில் நாங்கள் மட்டும் நாற்காலிகளில் அமர்ந்துகொள்ள அவர்கள் எங்களோடு பேசத் தொடங்கினார்கள்.

நாங்கள் எங்களைப் பற்றிய பொய்களை அவர்களிடம் சொன்னோம். அவற்றில், புதுடெல்லியிலிருந்து நாங்கள் வந்திருக்கும் தகவலே அவர்களுக்கு உற்சாகம் அளிப்பதாய் இருந்தது. அச்சமயம் மாநிலத்தில் நடைபெற்ற ஆட்சியை அவர்கள் அறவே வெறுத்தார்கள். எனவே டெல்லி என்றதும், நாங்கள் மத்திய அரசிற்கு நெருக்கமானவர்கள் என்று அர்த்தப்படுத்திக்கொண்டார்கள்.

மேலும், கலவரத்தைப் பார்வையிட வந்த வேறெந்தவொரு குழுவும் தங்களது உணர்வுகளை இதுவரையில் கண்டுகொள்ளாத கோபமும் அவர்களிடம் இருந்தது. இதனால் ஒரே சமயத்தில் பலரும் பேசுவதற்காக முயற்சி செய்தனர். அந்த இடமே கூச்சலும் குழப்பமுமாக இருந்தது. ஒவ்வொருத்தராய்ப் பேசலாம் என்ற யோசனையைக் கேட்கிற மனநிலையில் அவர்கள் இல்லை. ஒரே நேரத்தில் பலரது பேச்சைக் கவனிக்க வேண்டிய பரிதாபம் எங்களுக்கு.

எங்களது சங்கடத்தைப் புரிந்துகொண்டது போல் இடைக்கிடை அவர்களில் சிலரே பேச்சை ஒழுங்குபடுத்த முன்வந்தார்கள். ஆனால் அவ்வாறு ஒழுங்குபடுத்தியவர்களும் கொஞ்ச நேரத்தில் உணர்ச்சி வசப்பட்டு ஒரே சமயத்தில் பேசத் தொடங்கினார்கள்.

பாண்டியன் போக்குவரத்துக்கழகத்தைப் பிரித்து சுந்தரலிங்கம் போக்குவரத்துக்கழகம் ஆரம்பித்ததை அவர்கள் அறவே வெறுத்தனர். 'பாண்டியன்' என்ற பெயர் மறவர் சமூகத்தையே குறிக்கிறது என்பதை ஆணித்தரமாய் நம்பினார்கள். பாண்டிய மன்னர்களின் பரம்பரையிலேயே தாங்கள் பிறந்ததாய் வரலாற்று நோக்கில் அவர்களது விளக்கம் அமைந்திருந்தது. மேலும், சுந்தரலிங்கம் பெயரிலான பேருந்து தங்களது ஊருக்குள் வருவது

அவமானம் என்ற கொதிப்பை வெளிப்படுத்தினார்கள். சாதியப் படிநிலையில் தங்களது உயர்ந்த ஸ்தானத்தை அவர்கள் ஒருபோதும் விட்டுத்தரப் போவதில்லை என்று அறிவித்தனர். சாதியப் படிநிலை என்பது பழங்காலத்து வழக்கம் என்பதால், அது மாறுதலுக்கு அப்பாற்பட்டது என்றும் வாதம் செய்தனர்.

மரபையும் பண்பாட்டையும் பாதுகாக்கிற கடமை தங்களுக்கு ஏற்பட்டிருப்பதாய் அவர்களிடம் ஒரு கற்பனை இருந்தது. வேறெந்தக் காலத்திலும் இல்லாது தங்களது காலத்தில் மட்டும் இத்தகைய சாதிய விடுதலைவுணர்வு வெளிப்படுவது தனிப்பட்ட முறையில் தங்களுக்கான அவமரியாதை என்று புழுங்கினார்கள்.

ஆயிரம்தான் படித்தாலும் செல்வந்தர்களாக மாறினாலும் பழைய வழக்கம் அல்லது பண்பாடு என்று சொல்லப்படுவதை மாற்றிவிட முடியுமா என்று மறுகேள்வி கேட்டார்கள். வழமை என்பது மனித யத்தனங்களுக்கு அப்பாற்பட்டது என்ற கருத்தில் பிடிவாதம் காட்டினார்கள்.

எங்களுக்கு இதையெல்லாம் கேட்கக் கேட்க அதிர்ச்சியாய் இருந்தது. சாதியத்தை நியாயப்படுத்திப் பேசுகின்ற பேச்சை எங்களில் பலரும் முதன்முறையாய் நேரடியாய்க் கேட்டுக் கொண்டிருந்தோம். சாதியம் என்பது மனித உரிமைகளுக்கு எதிரான நிலைப்பாடு என்பதை நாங்கள் உறுதியாய் நம்புகிறவர்கள். சாதியக் கொடுமையை நியாயப்படுத்திப் பேசமுடியும் என்பதை நாங்கள் கற்பனையிலும் எதிர்கொண்டது இல்லை.

இந்தச் சூழலில் ஒரு பெரும் மக்கள் திரள் சாதியக் கொடுமையைச் சரியென்று வாதிடும் நிகழ்ச்சி எங்களுக்கு மூச்சுத்திணறலை ஏற்படுத்தியது. ஆசுவாசப்படுத்திக்கொள்வதற்காக அவ்விடத்தில் இருந்து வெகுதூரம் ஓடிப் போய் நீண்ட மூச்சொன்றை இழுத்து விட வேண்டுமென்று எனக்குத் தோன்றியது. அங்கிருந்து விலகிப் போனால்கூடப் போதும்.

நானும் நண்பர்களும் அவர்களது பதில்களில் திருப்தியுறவில்லை என்பதை அவர்கள் உணர்ந்துகொண்டார்கள். எனவே மேலும் மேலும் ஒரே விஷயத்தை பல்வேறு கோணங்களில் வலியுறுத்துவதாக அவர்கள் பேச்சு அமைந்திருந்தது.

குறிப்பாக, அவ்வூரின் பெண்கள் தங்களது மேலாண்மை எவ்வளவு தூரம் நியாயமானது என்று எங்களுக்கு விளக்கம் தந்து கொண்டிருந்தார்கள். இந்த விளக்கங்களுக்கு எதிர்வாதம் செய்வதில் எங்களுக்கு விருப்பம் இருக்கவில்லை. அது எங்களது நோக்கமும்

அல்ல. அவர்களது விளக்கங்களைக் கேட்பதற்காகவே நாங்கள் அங்கு போயிருந்தோம். ஆனாலும், அவர்களது பேச்சின் மீதான மறுப்பு எங்களது முகக்குறிப்பில் வெளிப்பட்டபடியே இருந்தது. அவர்கள் செய்வது சரிதானென்று நாங்கள் சொல்ல வேண்டுமென்று அவர்கள் விரும்பினார்கள். அதற்காகப் பல்வேறு விளக்கங்களைத் தந்து கொண்டிருந்தனர். இதனிடையே, கூட்டத்திலிருந்து ஒருவர் எங்களிடம் இப்படிச் சொல்லத் தொடங்கினார்.

'நீங்க இந்த சாவடில வந்து உக்காந்தப்போ, உங்களை எதுல உட்கார வச்சோம்? கட்டாயப்படுத்தி நாற்காலில் உக்காரச் சொன்னமா இல்லியா? ஏன் - நீங்க படிச்ச ஆளு; பெரிய இடத்தில இருந்து வாறீக. அதுக்கான மரியாதையா உங்களை உக்காரச் சொல்றதுதான் நியாயம். உங்களைச் சேர்ல உக்காரச் சொல்லிட்டு நாங்க தரையில் உட்காரலியா? அது அதுக்குனு ஒரு தராதரம் வேணும்ல. இவ்வளவு தான்யா விஷயம். இதே தராதரத்தத்தான் நாங்களும் கேக்குறோம். காலங்காலமா ஆண்டு வந்த பரம்பரை நாங்க. எங்கள அண்டி வாழ்ந்தது அவுங்க. எங்களுக்கான மரியாதைய அவுங்க தர்றது நியாயமா இல்லியா?'

நாங்கள் வலுக்கட்டாயமாய் அமர வைக்கப்பட்டிருந்த அந்த நிறம் உதிர்ந்து துருவேறிய, தகர நாற்காலிகள் இப்படியொரு ஒப்பிடுதலைத் தாங்காமல் எங்களைத் திக்... கென்று உணர வைத்தன.

இந்தச் சம்பவத்தை இவ்வளவு விஸ்தாரமாய் விவரிப்பதில் காரணங்கள் உள்ளன. தற்செயலாய், எவ்விதமான முன் தயாரிப்புகளுமின்றி, இயல்பான ஒன்றைப் போல் நிகழ்ந்துவிட்ட இச்சம்பவத்தை விடவும் கூடுதலான நேர்த்தியோடு அவ்வூர் மக்கள் தங்களது நியாயத்தை வேறுவகையில் வெளிப்படுத்தியிருக்க முடியாது. திட்டமிட்டதைக்காட்டிலும் திட்டமிடப்படாத தருணங்களிலேயே சுற்றுப்புறம் நிர்மலமாகத் தொடங்குகிறது.

சாதியத்தை நம்பக்கூடிய, அது நடைமுறைப் படுத்த வேண்டியதன் நியாயத்தை வலியுறுத்தக்கூடிய, அதே போல் சாதியம் நிர்பந்திக்கக்கூடிய சகல அசம்பாவிதங்களையும் பொறுத்துக் கொள்ளக்கூடிய மனப்போக்குகள் இச்சம்பவத்தில் துல்லியமாகப் பதிவு செய்யப்பட்டுள்ளன. சாதியப்படிநிலையின் அதல பாதாளத்தில் இடம்பெற்றுள்ள சாதியாக இருந்தாலும் (சூத்திரர்), பழமை என்பதிலும் மரபு, பண்பாடு, வரலாறு போன்றவற்றில் அவர்களுக்கிருந்த அபரிமிதமான பக்தி நம்மை யோசிக்கவே வைக்கிறது.

இச்சம்பவம் நடைபெற்று வெகுநாட்கள் வரையிலும், இதனை எந்த வகையில் அணுகுவது என்பதில் எனக்குக் குழப்பங்கள் இருந்தன. இந்நிகழ்ச்சியை நான் அப்படியே பதிவுசெய்ய முடிகிறதென்றால், அதற்கு என்ன பெயர் சொல்வது? நாட்டார் வழக்காற்றியலை ஆய்வுப் புலமாகக் கொண்டிருக்கும் என்னால், இச்சம்பவத்தை எளிதில் வகைப்படுத்த முடியுமென்று தோன்றவில்லை. வழக்காறுகள் என்று பட்டியலிடப்பட்ட எந்த வகையினுள்ளும் இச்சம்பவம் அடங்கவில்லை. உரைநடை வழக்காறுகளான நாட்டுப்புறக் கதைகள், புராணங்கள் போல் இது காணப்படவில்லை. அப்படியானால் இந்நிகழ்வை என்னவென்று சொல்வது? களப்பணியின்போது நடைபெற்ற சம்பவங்களில் ஒன்று என்பதாகச் சொல்லி மறந்து விடலாமா?

இது போன்ற சம்பவங்களை நாட்டுப்புறவியல் எவ்வாறு எதிர்கொள்கிறது என்பதே இக்கட்டுரையின் மையமான கேள்வி. வழக்காறுகளை ஆராயும் முறையை நாட்டுப்புறவியல் ஒரு கறாரான அறிவியலாகவே மாற்றியமைத்திருக்கிறது. வழக்காறுகளைச் சேகரிப்பதில் தொடங்கி, ஆய்வு செய்வது வரையிலான முறையியல்கள் ஒழுங்குபடுத்தப்பட்டுள்ளன. வழக்காறுகள் எவை? அவற்றை எவ்வாறு அடையாளம் காண்பது? அவ்வழக்காறுகளைச் சிதையாமல் சேகரிப்பது எப்படி? அவ்வாறு சேகரித்தவைகளை ஆய்வுக்கான தரவுகளாக மாற்றும் முறைகள் எவையெவை? ஆய்வுத் தரவுகளை வகைப்படுத்துவது எவ்வாறு? வகைப்படுத்தியவற்றைப் பாதுகாக்கும் முறைகள் எவை? தரவுகளை ஆய்வு செய்யும் பொழுது கவனிக்க வேண்டிய முறையியல்கள் யாவை என்று பல்வேறு விஷயங்கள் நாட்டுப்புறவியலில் பேசப்பட்டுள்ளன. வழக்காறுகளைச் சேகரிப்பதற்காகக் களப்பணி செல்லும் ஆய்வாளர் நாட்டுப்புறவியல் சொல்லித் தரும் மேற்கூறிய முறையியல்களை உள்வாங்கிய பின்பே கிராமங்களுக்குள் அடியெடுத்து வைக்கின்றார்.

வழக்காறுகளைத் தேடியபடி செல்லும் ஆய்வாளர், புதிய சூழலில், விதவிதமான அனுபவங்களுக்கு உள்ளாவது இயற்கை. சாதியக் கலவரங்கள் தொடர்பான எங்களது களஆய்வில், தற்செயலாய் எங்களுக்கு நிகழ்ந்தது போன்ற அனுபவங்கள் வழக்காறுகளைச் சேகரிக்கும் ஆய்வாளருக்கும் நிகழ்கின்றன. இத்தகைய நிகழ்வுகளை எதிர்கொள்ளும் நாட்டுப்புறவியலாளர் அச்சம்பவங்களையும் அவை தரும் உணர்வுகளையும் புறந்தள்ளும் வழக்கத்தைப் பரவலாகப் பார்க்க முடியும்.

மேற்கண்ட சம்பவங்கள் எதுவும் வழக்காறு என்ற வரையறைக்குள் அடங்காதவை. எனவே இத்தகைய அனுபவங்களைக் கவனத்தில்

கொள்வதும் அவற்றையே தரவுகளாகப் பாவிப்பதும் இயலாத ஒன்று. வழக்காறுகளாக அறியப்படாதவற்றைப் புறக்கணிப்பது என்ற நாட்டுப்புறவியலின் இத்தகைய முறையியல் கேள்விக்கு உட்படுத்தப்படுவது அவசியம்.

நாட்டுப்புறவியல், நாட்டார் வழக்காற்றியல், கிராமியக் கலையியல் என்று வெவ்வேறு பெயர்களில் அழைக்கப்படுகின்ற வழக்காறுகளைப் பற்றிய அறிவியல், தமிழகத்தில் இரண்டு வகையான போக்குகளைக் கொண்டது. இவையிரண்டும் இருவேறு வகையான நாட்டுப்புறவியலாளர்களை உருவாக்கியுள்ளன. இவற்றுள் முதல் வகையினர் வழக்காறுகளைக் கலை வடிவங்கள் என்ற பார்வையில் அணுகக்கூடியவர்கள். கலை வடிவங்கள் என்ற பெயரில் புனைவுகளும் பாடல்களும் நிகழ்த்துக்கலைகளும் இவ்வகையினரால் பெரிதும் சிலாகிக்கப்படுகின்றன.

தமிழிலக்கியப் பரிச்சயம் கொண்டிருந்த கலைஞர்களாலும் பேராசிரியர்களாலும் கட்டமைக்கப்பட்ட இப்போக்கு, நாட்டுப்புறக் கதைகள், பாடல்கள், பழமொழிகள், விடுகதைகள், கதைப் பாடல்கள், வில்லுப்பாட்டு, தெருக்கூத்து பற்றிய ஆய்வுகளையே பெருமளவில் உற்பத்தி செய்தது. இவ்வகை ஆய்வுகள் அனைத்தும் 'வழக்காறுகளில் வெளிப்படும் சமுதாய நிலை' என்ற பொதுவான சட்டகத்தினுள் அடங்கக் கூடியவை. இலக்கியப் பேராசிரியர்களின் கைங்கர்யத்தில் உருவான இப்போக்கு இன்றளவும் வெற்றிகரமான முறையியலாகச் செயல்பட்டுவருகிறது.

நாட்டுப்புறவியலில் இரண்டாவது வகையான ஆய்வுகள் மானிடவியலாளர்களால் இறக்குமதி செய்யப்பட்டது. வழக்காறு என்றால் கலைவடிவங்களே என்று தமிழ் ஆய்வாளர்கள் சொல்லி வந்த காலகட்டத்தில் ஒரு புரட்சி போல 'வழக்காறு என்பது பண்பாட்டு நிகழ்வு' என்ற வாதம் மானிடவியல் அறிஞர்களால் வைக்கப்பட்டது.

இதன் மூலம் வழக்காறுகள் தொடர்பாக இரண்டு மாற்றங்கள் நிகழ்ந்தன; ஒன்று, ஏற்கெனவே சொல்லப்பட்ட வழக்காறுகளின் பட்டியலில் சடங்குகள், சம்பிரதாயங்கள், நம்பிக்கைகள் எனப் புதிய வழக்காறுகள் சேர்க்கப்பட்டன; இரண்டு, வழக்காறுகளின் கலைத் தன்மையை விடவும் அவற்றின் பண்பாட்டுக் குணம் முக்கியமானது என்ற வாதம் வலுப்பெற்றது.

பண்பாட்டின் பெயரால் வழக்காறுகளுக்குத் தரப்பட்ட இப்புது விளக்கம் தமிழக நாட்டுப்புறவியலில் ஒரு மறுமலர்ச்சி போலவே சிலாகிக்கப்பட்டது. மானுடவியலின் துணையோடு

வழக்காற்றியலின் மறுபரிமாணத்தை உணரமுடிவதாய்ப் பலரும் அபிப்பிராயப்பட்டனர். ஆனால், பேச்சைப் பிரதானமாகக் கொண்ட மக்களின் பண்பாட்டுச் செயல்கள் அனைத்தும் வழக்காறுகளே என்ற புதிய விளக்கம் எல்லோரும் எதிர்பார்த்தது போல் பெரிய மாற்றம் எதனையும் தமிழ்ச் சூழலில் ஏற்படுத்தவில்லை.

வழக்காறைப் பண்பாட்டுச் செயலென வரையறுத்ததன் விளைவாகப் புற்றீசல்கள் போல் நாட்டார் தெய்வங்களைப் பற்றிய ஆய்வுகளும் கட்டுரைகளும் எழுதப்பட்டனவே தவிர மானுடவியலாளர்கள் கற்பனை செய்வது போன்ற அறிவுப் புரட்சி எதுவும் தமிழகத்தில் நடைபெற்றுவிடவில்லை. வழக்கம்போல, நாட்டுப்புறவியல் ஆய்வாளர்கள் வழக்காறுகளைத் தேடித் திரியும் வேட்டைக்காரர்களாகவே வளைய வந்தார்கள்.

முப்பது நாற்பது வருட வரலாற்றைக் கொண்டுள்ள நாட்டுப் புறவியல், தமிழ்ச் சிந்தனை மரபில் குறிப்பிடத்தகுந்த மாற்றங்களை ஏற்படுத்தவில்லையே ஏன் என்ற கேள்வி இந்த இடத்தில் பொருத்தமானதாக இருக்கும். ஆயிரக்கணக்கான நாட்டுப்புறவியல் ஆய்வுகள் தமிழகக் கல்வி நிறுவனங்களில் நடைபெற்றுள்ளன; வழக்காறுகள் தொகுக்கப்பட்டுள்ளன; ஆவணப்படுத்தப் பட்டுள்ளன. ஆனால் இவை எவையும் சமூகப் பொதுத்தளத்திற்கு வரவில்லை என்பதை நாம் கவனிக்கவேண்டும். வழக்காறுகளைக் கலை வடிவங்களாய் பாவிக்கையிலும் சரி, பண்பாட்டுக் கூறுகளென கருதுகையிலும் சரி, ஒரு வித இயந்திரத் தன்மையுடன் ஆய்வாளர்கள் செயல்படுவதன் காரணம் என்னவாக இருக்கும் என்ற கேள்வியை நாம் எழுப்பிப் பார்க்கலாம்.

அதேபோல், சாதியத் துவேஷங்களை வெளிப்படுத்தும் கதைகளுக்கும் பாடல்களுக்கும் பழமொழிகளுக்கும் புராணங் களுக்கும் நம்மிடம் பஞ்சமில்லை. நாட்டுப்புறத் தெய்வங்களில் பல, சாதியின் பெயரால் கொலை செய்யப்பட்ட மனிதர்களே. இன்றளவும் சாதியத்தின் கொடூர முகங்கள் வெளிப்படுகின்றன. பிறப்பு முதல் இறப்புவரையிலான வாழ்க்கை வட்டச்சடங்குகளில் செயல்படும் தீண்டாமை கொடூரமானது.

இவ்வாறு திரும்பிய புறமெல்லாம் வியாபித்து நிற்கும் சாதிய உரையாடல்களையும் செயல்பாடுகளையுமே நாட்டுப்புறவியல் கலை என்றும் பண்பாடு என்றும் சிலாகித்து வருவதும், அவ்வாறு சிலாகிக்கையில் அவற்றின் சாதியக் குணங்களை மறைத்து விடுவதும் யாருடைய லாபத்திற்காக என்பதை நாம் யோசிக்க வேண்டும்.

இதன் உச்சகட்டமாகவே நாட்டுப்புறவியலில் சொல்லப்படும் வரையறை ஒன்றையும் குறிப்பிட வேண்டும். 'நாட்டார் வழக்காற்றியல்' என்ற தொடரில் உள்ள 'நாட்டார்' என்ற சொல்லின் பொருள் என்ன என்று விவாதிக்கும்பொழுது, 'ஏதாவதொரு பொதுத் தன்மையைக் கொண்ட மிகச்சிறியதொரு குழு' என்ற விளக்கம் முன்வைக்கப்படுகிறது. பெரும்பாலான வழக்காறுகள் தாழ்த்தப்பட்ட, பிற்படுத்தப்பட்ட சமூக மக்கள் மத்தியிலேயே உயிரோடு விளங்கும் தமிழகச் சூழலில், எந்த சாதியினரைத் திருப்திப்படுத்த இந்தப் பொத்தாம் பொதுவான, மலட்டுத்தனமான விளக்கம் என்ற கேள்விக்கு நாம் பதில் சொல்லவே வேண்டும்.

வழக்காறுகளைக் கலை என்றும் பண்பாடு என்றும் வரையறுப்பதிலிருந்து விலகி அவற்றின் சமூகச் செயல்பாட்டை நம்மால் உணர முடியும் என்றால், அவற்றில் வெளிப்படையாகவோ மறைமுகமாகவோ செயல்படும் சாதியத்தைக் கண்டு கொள்கிறோம் என்றால், நாட்டுப்புற வாழ்க்கை முறையின் அனைத்துப் பகுதிகளையும் நம்மால் வழக்காறுகளாக அடையாளம் காண முடியும். இந்தச் சூழலில், நான் முதலில் விவரித்த சம்பவத்தைக்கூட வழக்காறு என்று ஏற்றுக்கொள்ள முடியும்.

சாதிய ஒடுக்குமுறையை நியாயப்படுத்தி மறவர் சாதியினர் எங்கள் முன்னிலையில் கட்டமைத்த அக்கதையாடல், கலை அல்லது பண்பாடு என்ற எல்லையை மீறிய புதிய வகை வழக்காறு என்பதை ஏற்றுக்கொண்டால் மட்டுமே நாட்டுப்புறவியல் சமூகத்தோடு நெருக்கமானதாக இருக்க முடியும். அப்படி இல்லாத வரையில், நாட்டுப்புறவியல் அல்லது நாட்டார் வழக்காற்றியல் அல்லது கிராமியக் கலையியல் என்று எந்தப் பெயரில் அழைத்தாலும், அதற்கு எதிர்காலம் இல்லை.

வழக்காறுகளைக் கலைவடிவங்களாகப் போற்றுகிறவர்களும், அதற்கு மாறாக வழக்காறுகள் அனைத்தும் பண்பாட்டின் செழுமைகள் என்று வாதிடுபவர்களும் 'சாதி' என்ற முக்கியமான காரணியைத் தவறவிட்டவர்களே. தங்களது கலைப்பார்வையும் பண்பாட்டுப் பார்வையும் சமூகத்தின் மிக முக்கியமான பகுதியைத் தவற விடுகிறது என்ற பிரக்ஞை ஏற்படாத வகையில், ரசனைக் கோட்பாடுகளாலும் பண்பாட்டுக் கோட்பாடுகளாலும் சூழப்பெற்ற துர்பாக்கிய நிலையிலேயே தமிழக நாட்டுப்புறவியல் தொடர்ந்து இயங்கி வந்தது.

நாட்டுப்புறக் கதைகளை, பாடல்களை, பழமொழிகளை, விடுகதைகளை, கதைப் பாடல்களை ஆராயும் கலைப்பார்வையினர்,

தங்களது ஆய்வின் பெரும் பகுதியை இவ்வழக்காறுகளில் வெளிப்படும் அழகுகளை விதந்து பாராட்டுவதிலும், எழுத்திலக்கியம் போலவே வழக்காறுகளையும் இலக்கியங்களாக அங்கீகரிக்க வேண்டுமென்று குரல் எழுப்புவதிலுமே செலவிட்டனர். இதன் மூலம், தமிழில் எழுத்திலக்கியம் பெற்றுள்ளது போன்றதொரு உன்னத நிலையை வழக்காற்று இலக்கியங்களுக்கும் வழங்கப்பட வேண்டுமென்ற ஒற்றைக் கோரிக்கையே இவர்களது அரசியல் நிலைப்பாடாக உருமாறியிருந்தது.

இவர்களுக்குக் கொஞ்சமும் சளைக்காத மானிடவியல் ஆய்வாளர்கள், பண்பாட்டு உருவாக்கத்தில் வழக்காறுகள் புறக்கணிக்கப்படுவது குறித்த தங்களது கோபத்தைத் தொடர்ந்து வெளிப்படுத்தினர். தமிழகப் பண்பாடு, இந்தியப் பண்பாடு என்று பேசுபவர்கள் வழக்காறுகளைக் கவனத்தில் கொள்ளாததைக் குற்றம் சாட்டினர். ‘ஒற்றைப் பண்பாடு’ என்று பேசுவதற்கு எதிராக வழக்காறுகள் வெளிப்படுத்தும் ‘பன்மைப் பண்பாடு’ என்ற அரசியல் நிலைப்பாட்டை முன்வைக்கத் தொடங்கினர். ‘நாட்டார் பண்பாடே’ மக்கள் பண்பாடு என்று வாதம் செய்யத் தொடங்கினர்.

இலக்கியத் துறையினரும் பண்பாட்டுத் துறையினரும் முன்வைத்த இப்பார்வைகள் வழக்காறுகளில் வெளிப்படும் மிக முக்கியமான சாதிய முரண்களைத் தவிர்த்துவிட்டு, எழுத்து து பேச்சு, ஒற்றை து பன்மை என்ற முரண்களை மட்டுமே முன்னிலைப்படுத்துவதே நாட்டுப்புறவியலின் அரசியல். ஏனெனில் வழக்காறுகளுக்கும் சாதிய அமைப்பிற்குமான தொடர்பு புறக்கணிக்கும் அளவுக்கு எளிமையானதோ துச்சமானதோ இல்லை.

கள ஆய்வாளனாகக் கிராமங்களுக்குச் செல்வது முதல், ஆய்வேட்டை முடிக்கும் தருணம் வரையிலும் சாதியின் பெயரால் ஆய்வாளர் களுக்குக் கிடைக்கும் அனுபவங்கள் ஏராளம். ஆய்வாளர் தாழ்த்தப்பட்ட இனத்தைச் சார்ந்தவர் என்று தெரிந்ததும் உயர் சாதியினர் தொடர்ந்து பேச மறுக்கும் அவமானங்கள் பலருக்கும் உண்டு. உயர்சாதி ஆய்வாளன் எல்லாச் சாதியினரிடமும் வழக்காறுகளைச் சேகரிக்க முடிகிறபோது, தாழ்த்தப்பட்ட சமூகத்து ஆய்வாளன் அவன் சமூகத்தில் மட்டுமே ஆய்வுசெய்ய முடியுமென்ற யதார்த்தத்தை யாராலும் மறுக்க முடியாது. பெரும்பாலான நாட்டுப்புறக் கலைவடிவங்கள் தாழ்த்தப்பட்ட, பிற்படுத்தப்பட்ட சாதியினரிடமே உயிரோடு உள்ளன என்பதும் சொல்லப்படாத உண்மை.

நான் முதலில் குறிப்பிட்ட சம்பவத்தின் முக்கியத்துவமும், வெளிப்பாட்டு முறையும் புரியாதவர்கள், ‘அது வழக்காறு அல்ல,

அதாவது கலை வடிவமோ பண்பாட்டு நிகழ்வோ அல்ல' என்று சொல்லிக் கண்மூடித்தனமாய் இருக்க முடியும். ஆனால் இத்தகைய இயல்பான நிகழ்வுகளின் சமூகச் செயல்பாட்டை உணர முடிகிறவர்களால் இவற்றையும் வழக்காறுகள் என்று அழைக்க முடியும்.

கலை நேர்த்தியோ அல்லது பண்பாட்டு முக்கியத்துவமோ அற்ற இது போன்ற நிகழ்வுகளைப் பதிவு செய்து அவற்றை 'கதையாடல்கள்' என்ற பொதுப்பெயரில் அழைக்கின்றோம். இக்கதையாடல்கள் பல தருணங்களில் மனவுணர்வுகளை மிக அழகாகவும் நேர்த்தியாகவும் தீவிரத்துடனும் வெளிப்படுத்திவிடுகின்றன. மக்களின் சிந்தனை முறையைக் கண்டு கொள்வதற்கு மரபான வழக்காறுகள் மட்டுமல்ல. இதுபோன்ற அன்றாட நிகழ்வுகளின் கதையாடல்களும் பயன்படும் என்பது மிகச்சிறிய, அதே நேரம் முக்கியமான உண்மை .

ஐந்தாம் அத்தியாயம்

ஆண்கள் ஆடும் ஆட்டம்: நவீன சூழலில் தேவராட்டம்

தமிழகத்தில் நடைபெற்றுள்ள நாட்டார் வழக்காற்று ஆய்வுகளுள் நாட்டார் நடனங்கள் குறித்த ஆய்வுகள் மிகவும் குறைவு. இங்கு நாம் பேசப்போகிற தேவராட்டம் என்கிற நாட்டார் நடனம் மொழியாலான சொல்லாடல் எதனையும் கொண்டிருக்கவில்லை. இசையாலும் பாவனைகளாலும் மட்டுமே செய்யப்பட்டது.

கம்பளத்து நாயக்கர் என்ற ஒரே சாதியினரால் ஆடப்படுகின்ற நடனம் இது. நெல்லை, தூத்துக்குடி, விருதுநகர், மதுரை மாட்டங்களில் வழக்கிலுள்ளது. கம்பளத்து நாயக்கர்களின் தாய்மொழி தெலுங்கு.

ஜோன் வீலர் தனது ‘Folkdance’ என்கிற கட்டுரையில் நாட்டார் நடனத்தைப் பின்வருமாறு வரையறுக்கின்றார்:

> ‘நாட்டார் நடனமென்பது ஒரு குறிப்பிட்ட சமூகத்தின் பெருமரபிற்குள் நிகழ்த்தப்படும் சிறுமரபின் வட்டார நடனம். ஒரு நடனத்தை காலம் மற்றும் வெளியில் செயல்படும் வெளிப்பாட்டு முறையென்றே புரிந்துகொள்ள வேண்டும். இது இசையின் வரையறுக்கப்பட்ட கூறுகளுடன் தொடர்புடைய அதிகபட்ச உடலசைவுகளைக் கொண்டது’. *(1972:387)*.

இவ்வளவையும் சொல்லிவிட்டு, இந்த வரையறை தீர்க்கமானது இல்லை என்றும் ஜோன் வீலர் சொல்கிறார்.

ஃபெலிக்ஸ் ஹோயர்பர்கர் என்பவர் தனது 'Once Again: On the concept of Folk dance' என்கிற கட்டுரையில் நாட்டார் நடனங்களில் காணப்படும் இருவேறு தன்மைகளைக் கூறுகிறார். இவரது கருத்தின்படி நாட்டார் நடனம் இரு தன்மைகளை உடையது. முதலில், 'நாட்டார் நடனம்' ஒரு சமூகத்தின் உட்பகுதி. ஆனால் இந்த உட்பகுதி, நாளடைவில் சில ஆர்வமிக்க நபர்களின் சொத்தாக மாறிவிடுகிறது என்பதே அதன் இரண்டாம் தன்மை என்கிறார் அவர்.

கபிலவாத்ஸாயனாவின் கூற்றுப்படி நாட்டார் நடனங்களின் மையக்கரு - வளமைச்சடங்கிலிருந்து வேளாண்மைச் செயல்பாடுகள் வரை விரவியுள்ளது (1980:7). மேலும் அவர், பழங்குடிகளிடம் காணப்படும் நடன உத்திகளில் சின்னச்சின்ன வேறுபாடுகளே உள்ளன அல்லது அறவே இல்லை என்றும் குறிப்பிடுகிறார் (1980:3). எல்லா பழங்குடி நடனங்களும் ஒரே மாதிரியானவை.

நாட்டார் நடனங்கள் குறித்த ஆய்வுகள்

நாட்டார் நடனங்கள் குறித்த ஆய்வுகள் இங்கிலாந்திலேயே அதிகமாகச் செய்யப்பட்டன. குறிப்பாகச் சொல்வதானால் செசில் ஜே. ஷார்ப், மாவ்ட் கார்ப்பீல்ஸ் மற்றும் வயலெட் ஆல்ஃபோர்ட் போன்றவர்கள் முக்கியமானவர்கள். ஷார்ப், நாட்டார் நடனங்கள் குறித்த ஆய்வுக்கென 1911 இல் ஆங்கில நாட்டார் நடனக் கழகத்தை (English Folkdance Society) தொடங்கினார்.

ஷார்ப்பும் மாவ்ட் கார்ப்பீல்ஸூம் தங்களது ஆய்வுகளை அமெரிக்காவிலும் செய்தனர். வயலெட் ஆல்ஃபோர்ட் நாட்டார் நடனக் கையேடுகளைத் தொடராக வெளியிட்டுள்ளார். இவரது "*Sword Dances and Drama*" (1962) என்கிற நூல் நாட்டார் நடனங்கள் குறித்து விரிவாகப் பேசுகின்றது. மிக முக்கியமான மேலுமொரு ஆய்வாளர் ருடால்ப் லபான் ஆவார். இவர் உருவாக்கிய நடன வரைபடங்கள். லபான் வரைபடங்கள் (Labanotation) என அழைக்கப்படுகின்றன. இவரது "*Principles of Dance and Movement Notation*" (1956) எனும் நூல் இத்தகைய நடன வரைபடங்கள் குறித்து விவரிக்கின்றது.

நாட்டார் வழக்காற்றியல் குறித்துச் செய்யப்படுகின்ற ஏராளமான ஆய்வுகள் விளக்க முறையுடனேயே நின்றுவிடுகின்றன.

கோட்பாடுகளுடன் கூடிய அணுகுமுறைகள் மிகவும் குறைவு. நாட்டார் வழக்காறுகள் குறித்த ஆய்வுகளில் காணப்படும் மேலுமொரு வகைமாதிரி, வழக்காறுகளின் தோற்றங்களைக் குறித்துப் பேசுவது.

ஆனால், தோற்றத்தைக் கண்டுபிடிக்கும் இவ்வழக்கம் இன்று கைவிடப்பட்டு வருகின்றது. தோற்றம் குறித்த முடிவுகள் அனுமானங்களாகவும் அதனால் சார்புகளோடும் அமைந்துவிடுவதே இதன் காரணம். வரலாற்றை நேர்க்கோட்டுத்தன்மையினதாகக் கருதி செய்யப்பட்ட ஆய்வுகள் மொழியியல் வழங்கிய கோட்பாடான 'அமைப்புரீதியான வளர்ச்சி' என்பதுடன் காலாவதியாகிவிட்டன. அமைப்புகளாக நகர்ந்து செல்லும் வரலாறு என்கிற பட்சத்தில் தளப்பார்வை மட்டுமே சரியானதாக இருக்கமுடியும் என்று சொல்லப்பட்டது. மேலும் நாட்டார் வழக்காற்றின் அடிப்படையான செயல்பாடென நாம் கருதுவது அதன் தொடர்ச்சினான மாற்றத்தையே. ஆனால் ஏராளமான ஆய்வாளர்கள் மத்தியில் 'வழக்காறுகள் அழிவின் விளிம்பில் இருக்கின்றன' என்ற எண்ணமே மேலோங்கி உள்ளது.

முதலாவதாக, மாறிவரும் சூழல்களுக்கேற்ப ஒரு வழக்காறு தன்னை எவ்வாறு மாற்றிக்கொள்கிறது என்பதைக் கண்டறிவதுதான் இக்கட்டுரையின் நோக்கம். அதற்காக, சகல தளங்களிலிருந்தும், தேவராட்டத்தின் மீது நிகழ்த்தப்படும் தாக்குதல்களே இக்கட்டுரையில் முதன்மையாகப் பேசப்படுகின்றன.

கம்பளத்து நாயக்க சமூகத்தால் ஆடப்படுகின்ற தேவராட்டம் ஒரு அதீதமான சடங்கியல் நிகழ்வு. கோவில் கொடை விழாவிலும் வாழ்க்கை வட்டச் சடங்குகளின் போதும் மட்டுமே ஆடப்படுவது. தனது மரபான சூழல்கள் குறித்து தீர்க்கமான அதே சமயம் கறாரான வரையறைகளை உடையது. இவ்வாறு முழுக்கவும் சடங்கியலான வழக்காறு தனது மரபிலிருந்து விலகி மாறுபட்ட புதிய சூழல்களுக்கு வந்து சேர்ந்துள்ளது.

இவ்வாறு புதிய சூழலுக்கு வந்த பின்பும் அதாவது சடங்கியலான சூழலைக் கடந்து வந்த பின்பும் இன்றைக்கும் தங்களது நடனம் சடங்கியலானதுதான் எனக் கூறும் கம்பளத்து நாயக்கர்களின் மனநிலையை இக்கட்டுரை கவனம் கொள்கிறது. இத்தகைய புதிய சூழலுக்கான தேவை தானே நிகழ்ந்தது அல்ல என்பதால் அதற்கான வரலாற்றுக் காரணங்களை இக்கட்டுரை அறிய முயலுகின்றது.

மூன்றாவதாக, இவ்வாறு புதிய சூழலில் நிகழ்த்தப்படுகின்ற தேவராட்டம் வெளிப்படுத்தக்கூடிய செய்தி என்ன என்பதையும்

இக்கட்டுரை கண்டறிய முயற்சிக்கிறது. இவ்வாய்வுக்கான களப்பணிகள் கோடாங்கிபட்டி எனப்படும் கிராமத்தில் செய்யப் பட்டன. அங்கு வாழும் கம்பளத்து நாயக்கர்களை மையமாகக் கொண்டு இனவரைவியல் தரவுகள் சேகரிக்கப்பட்டன.

பால் வேறுபாட்டுக் கருத்துவம்

இக்கட்டுரை பால் வேறுபாட்டுக் கருத்தாக்கத்தைப் (gender ideology) பயன்படுத்தித் தனது விவாதத்தை முன்வைக்கின்றது. பால் வேறுபாடுகள், நெடுங்காலம் வரையிலும் ஆராய்ச்சியாளர்களால் அணுகப்படாததாகவே இருந்தது. இது குறித்து முதன்முதலில் பேசியவர் மார்க்ரெட் மீட் எனும் மானிடவியலர்.

இவர்தான் சமூகச் செயல்பாடுகளில், பயன்பாட்டுத் தளங்களில் பால் வேறுபாடுகள் அதிக முக்கியத்துவம் பெறுகின்றன என்று அறிவித்தார். ஆண், பெண் இடையிலான தரவேற்றுமைகள் உடற்கூறு அடிப்படையிலானது. வலிமையான உடற்கட்டுள்ள ஆணின் சமூகப் பங்கு, வலிமையற்ற உடற்கூறுடைய பெண்ணிலிருந்து பெரிதும் வேறுபடுவதைக் கண்ட இவர் தனது கருத்தை உடற்கூறியல் நிர்ணயவாதம் (Biological determinism) என்பதாக வெளியிட்டார் *(1935)*.

மார்க்ரெட் மீட்டைத் தொடர்ந்து பால் வேறுபாட்டுக் கருத்துருவங்கள் குறித்து மிக விரிவாகப் பேசியவர் கிளாட் லெவி ஸ்ட்ராஸ். இவரது *"The Elementry Structures of Kinship"* எனும் நூல் இது குறித்து விரிவாகப் பேசுகின்றது. சமூகக் குழுக்களிடம் நடை பெறுகின்ற செயல்பாடுகளை உன்னிப்பாக ஆராய்ந்த இவர் பொதுவான ஒரு கருத்துருவ மாதிரியொன்றை உருவாக்க முடியுமென்று உணர்ந்தார்.

சமூகத்தில் ஆணின் பங்கு பண்பாட்டுரீதியாக வரையறுக்கப் பட்டுள்ளது. இதன்படியே ஒருவன் தன் சமூகத்தினுள் ஊடாட்டம் புரிகின்றான். அதுபோலவே பெண்ணுக்கான செயற்தளமொன்றும் உருவாக்கப்பட்டு, பெண்ணும் அத்தளத்திலேயே இயங்குகிறாள். இந்த வரையறையை மீறி ஒருவன் / ஒருவள் செயல்படுவது தவறாகக் கணிக்கப்படுகின்றது. இவ்வாறு பால் வேறுபாட்டின் அடிப்படையில் இயங்குதளங்கள் பிரிக்கப்பட்டிருப்பதை இவர் பொதுத் தளம் - குடும்பத் தளம் எனும் மாதிரியாகக் கட்டமைக்கிறார். அதாவது ஒரு ஆணின் புழங்குதளம் குடும்பத்திற்கு வெளியிலான

சமூகத் தளம் என்றும் பெண் புழங்கும் வெளி குடும்பம் என்றும் சொல்லப்பட்டது. இவற்றை உறவுமுறைப் பெயர்களைக் கொண்டு விளக்குகிறார்.

சமூகத்தில் ஆணின் பண்புநலன்களென அறியப்படுபவை போர்வீரன், வேட்டைக்காரன், தொழிலாளி, பெரியவர் போன்ற அடைமொழிகள். இவையனைத்தும் சமூக ஊடாட்டம் உற்பத்தி செய்கின்ற குணநலன்கள். ஆனால், பெண் இவ்வாறு அழைக்கப் படுவதில்லை. மாறாக அவளைத் தாய் என்றும் மனைவி என்றும் சகோதரி என்றுமே சமூகம் பார்க்கிறது. இவ்வகை அடைமொழிகள் குடும்ப ஊடாட்டத்தின் உற்பத்தியாகும். இது உலகம் முழுவதும் ஒரே மாதிரியானது என்கிற லெவி ஸ்ட்ராஸ், இதன் அடிப்படையிலேயே தனது வகைப்பாட்டை பொதுத் தளம் / குடும்பத் தளம் என்கிறார் *(1969:47)*.

லெவி ஸ்ராஸ்ஸினைத் தொடர்ந்து பேசுகின்ற ஆர்ட்னர், இன்னும் தெளிவான மாதிரியொன்று தேவை என்கிறார். ‘பொதுத்தளம் - குடும்பத்தளம்’ என்பது சமூகச் செயல்பாடுகளைச் சார்ந்து அமைந்தது என்று விவாதிக்கும் இவர் பால் வேறுபாடு தனக்குள் ஓர் எதிர்மறைக் குணத்தைக் கொண்டிருக்கிறது என்கிறார். இந்த எதிர்மறையினைக் கண்டுபிடிக்க முயற்சிப்பதாகக் கூறும் ஆர்ட்னர், இறுதியில் பண்பாடு - இயற்கை என்பதே அந்த எதிர்மறை என்கிறார்.

பொதுவான பால்வேறுபாட்டுக் கருத்துருவ மாதிரி இவ்வாறுதான் அமைதல் வேண்டுமென்கிற இவர், பெண்மையை இயற்கையோடும் ஆண்மையைப் பண்பாட்டோடும் தொடர்புபடுத்துகிறார். இந்த வகையிலான கருத்துருவமே எல்லாச் சமூகங்களிலும் நிலவுகிறது என்றும் எழுதுகிறார். சமூகச் செயல்பாடு என்பது இயற்கையை வென்று மனிதன் பண்பாட்டை அடைவதாக அமைகிறது என்பது அவர் முடிவு *(1974:67-68)*.

இவ்வாறு வடிவமைக்கப்பட்ட பால் கருத்துருவம் மனித மனங்களிலேயே நிலவுகிறது. இதன் அடிப்படையிலேயே சமூகத்தின் ஒவ்வொரு செயல்பாடும் தீர்மானிக்கப்படுகிறது. பெண்மையை இயற்கையென்று உணர்கின்ற ஆண்மை, அதனை வென்று தனது பண்பாட்டைக் கட்டமைப்பதே இயல்பு என்று கருதியது. எனவே சமூகத்தின் அத்தனை ஊடாட்டங்களிலும் இக்கருத்துருவம் ஊடுறுவியுள்ளதைக் காண முடியும். உதாரணமாக உறவுமுறைகளிலும், திருமண அமைப்புகளிலும், மரியாதை அமைப்புகளிலும் இக்கருத்துருவம் செயல்படுவதை நம்மால் உணர முடியும். லெவி ஸ்ட்ராஸ் விவரிக்கின்ற ‘பெண்களைப் பரிமாற்றம்

செய்தல்' எனும் சமூகச் செயல் பெண்களின் உறவுமுறை மீதான ஆண்களின் வன்முறையையே பிரதிபலிக்கின்றது *(1969:47)*.

ஆர்ட்னர் மற்றும் வொய்ட்ஹெட் என்ற இருவர் தங்களது கட்டுரையில் மரியாதை அமைப்புகளுக்கும் (Prestige structure) பால்வேறுபாட்டு அமைப்புகளுக்குமான (Gender structures) தொடர்பினை வெளிப்படுத்துகின்றார்கள். 'பால் வேறுபாட்டு அமைப்பு என்பது முழுமையாகவும் அடிப்படையாகவும் மரியாதை அமைப்பே ஆகும். பால்வேறுபாட்டுக் கருத்துருவங்களின் செயல்பாடும் ஆண் மரியாதையை மேம்படுத்தும் முயற்சியும் ஒன்றே' *(1987:16)* என்கின்றனர்.

மரியாதை அமைப்பு என்று நாம் தனியாக அழைப்பது, அடிப்படையில் பால்வேறுபாட்டு அமைப்பினைக் கொண்டதுதான். ஒரு சமூகத்தின் மரியாதை அமைப்பு என்றால் அச்சமூக உறுப்பினர்களுக்கு வழங்கப்படும் தரநிர்ணயத்தையே நாம் குறிப்பிடு கின்றோம். ஒரு நபரின் மரியாதை அவரின் சமூகச் செயல்பாட்டின் மூலம் உருவாகிறது. ஒருவரின் சொத்து, பாரம்பரியம், தனித்தன்மை, வலிமை போன்றவை அவருக்கான மரியாதையை உருவாக்கு கின்றன. நாம் ஏற்கெனவே பார்த்தது போல் 'மரியாதை அமைப்பு' பொதுத்தளத்தின் விளைவாகும். குடும்பத்தளத்திற்கு மரியாதை அமைப்பில் எவ்வித பங்கும் இருக்கவில்லை. மரியாதை அமைப்பு, ஆண்களின் புழங்குவெளிக்குள் மட்டுமே நின்றுவிடுகிறது. எனவே பால்வேறுபாட்டுக் கருத்துருவ அமைப்பிற்கும் மரியாதை அமைப்பிற்கும் அடிப்படையில் எவ்வித வேறுபாடும் இல்லை.

இரண்டாவதாக, பால் வேறுபாட்டுக் கருத்துருவங்களின் மையம் ஆண்களின் செயல்பாட்டையே சுட்டுகின்றது. இதன் விளைவாக, சமூக ஊடாட்டம் அதிகமான முயற்சியையும் உழைப்பினையும் ஆண்களிடம் மட்டுமே கோருகின்றது. அதாவது ஆண்களுக்கு இடையிலான மரியாதைக்கான போட்டியை மட்டுமே அது உருவாக்குகின்றது. இதனால் இக்கருத்துருவம் ஆணின் வல்லமையை மட்டுமே தூண்டுகிறது. அதே நேரம், இது பெண்களிடம் எந்தவித உற்சாகத்தையும் ஏற்படுத்துவது இல்லை.

பால் வேறுபாட்டுக் கருத்துருவங்களைப் பற்றி பேசியவர்கள் அனைவரும் அதன் சமூகச் செயல்பாட்டையும் பண்பாட்டுத் தாக்கத்தையும் விளக்கினர். இதன் மூலம் பொதுவானவொரு மாதிரியொன்றை உருவாக்க முயன்றனர். இவ்வாறு உருவாக்கப் பட்டதே 'பண்பாடு - இயற்கை' மற்றும் 'பொதுத்தளம் - குடும்பத்தளம்' என்கிற வகைமாதிரிகளாகும். எந்தவொரு

கருத்துருவமும் தனது வெளிப்பாட்டை சமூகத்தின் அத்தனை திசைகளிலும் நீட்டிக்கவே செய்கிறது. வழக்காறுகள் அனைத்தும் சமூகச் செயல்பாடுகளே என்றால் அவ்வழக்காறுகளிலும் அக்கருத்துருவம் வெளிப்படுகிறது என்று அர்த்தம். வழக்காறுகளில் இக்கருத்துருவத்தைக் கண்டுகொள்வதற்கு அது வெளிப்படும் வகைமாதிரியை அடையாளம் காணுவது அவசியம்.

இந்த வகையிலேயே தேவராட்டத்தில் வெளிப்படுகின்ற பால் வேறுபாட்டுக் கருத்துருவ மாதிரியைக் கட்டமைப்பது முக்கிய மாகிறது. இதற்கென அவ்வழக்காறு வழங்கும் சமூகத்தின் பிறவகைச் செயல்பாடுகளும் தரவுகளாகக் கொள்ளப்பட வேண்டும். தேவராட்டம் நிகழ்த்தப்படும் முறையைக் கொண்டு அதில் செயல்படும் 'நிகழ்த்துநர் - பார்வையாளர் ஊடாட்டத்தை' நம்மால் புரிந்துகொள்ள முடியும். இதன்மூலம் மரபான சூழலில் நிகழ்த்தப் படும் தேவராட்டத்தின் வகைமாதிரியைக் கண்டுபிடிக்க முடியும். இவ்வாறு கண்ட மாதிரியின் துணையுடன் கட்டுரையின் நோக்கமான புதிய சூழலிலான தேவராட்டத்தின் செய்தியினைப் புரிந்துகொள்ள முடியும்.

தேவராட்டம் நிகழ்த்தப்படும் இடங்கள்

தமிழகத்தில், தூத்துக்குடி மாவட்டத்தில் விளாத்திகுளத்தைச் சுற்றியுள்ள கிராமங்களிலும், மதுரை மாவட்டத்தில் போடி, தேவாரம் போன்ற ஊர்களிலும் தேவராட்டம் காலங்காலமாக ஆடப்பட்டு வருகின்றது. கம்பளத்து நாயக்கர் எனும் சமுதாயத்தவரிடையே மட்டுமே காணப்படும் இந்த ஆட்டம், சடங்கியலானது. இதனை ஆடப்படக் கூடிய சூழல்கள் குறித்த தெளிவான வரையறையொன்று தலைமுறை தலைமுறையாக வாய்மொழியாய் ஒரு சட்டம் போல் சொல்லப் பட்டு வருகின்றது. ஆண்கள் மட்டுமே ஆடக்கூடிய இந்நடனத்தைக் குறிப்பிடப்பட்ட சூழல்களைத் தவிர வேறு சூழல்களில் நடத்துவது விலக்கப்பட்டது, அதாவது சமூகக் கட்டுப்பாட்டை மீறுவது என்று கம்பளத்து நாயக்கர்களால் வர்ணிக்கப்படுகின்றது.

நிகழ்த்தப்படும் சூழல்கள்

'தேவராட்டம்' என்பது கம்பளத்து நாயக்கர்கள், தங்களுக்குள் மட்டுமே நிகழ்த்திக் கொள்ளும் நாட்டார் நடனம். குலதெய்வமான ஜக்கம்மா வழிபாட்டின் போதும், வாழ்க்கை வட்டச் சடங்குகளான

திருமணங்கள், பூப்புச் சடங்குகள் போன்றவற்றிலும் மட்டுமே ஆடப்படும் ஆட்டம். இது தவிர்த்த சூழல்களில் ஆடப்படுவது தெய்வ குற்றம் என்று நம்பப்படுகிறது.

தேவராட்டம் இரவு நேரங்களிலேயே நிகழ்த்தப்படுகின்றது. ஜக்கம்மா கோவில் கொடைவிழா, ஒவ்வொரு வருடமும் சித்திரை மாதம் நடைபெறுகின்றது. இந்த விழா நடைபெறும் இரவில் தேவராட்டம் நிகழ்த்தப்படுவது மரபு. இத்தேவராட்ட நிகழ்ச்சியே, காலையிலிருந்து நடைபெற்றுவரும் சம்பிரதாயங்களின் உச்சக்கட்ட சடங்காகும். அந்தச் 'சடங்குத் தேவராட்டத்தில்', நடனத்தின் பதினெட்டு அடவுகளும் கட்டாயமாக ஆடப்பட வேண்டுமென்பது விதி. இந்த நேரம் ஏராளமான தேவராட்டக் கலைஞர்கள் பரவச நிலையை அடைகிறார்கள். ஒவ்வொரு அடவு ஆடப்பட்டு, அதன் உச்சஸ்தாயியை அடையும்பொழுது பார்வையாளர்கள் உணர்ச்சி வயப்பட்டுக் கூக்குரலும் இடுகிறார்கள்.

தேவராட்டம் தனது முழுவன்மையுடன் ஆடப்படுவது கோவில் கொடைவிழாவின் போதுதான். கோயில் கொடை விழாவில் ஆடப்படும் தேவராட்டத்தில் இன்னின்னார் மட்டுமே கலந்து கொள்ள வேண்டும் எனும் விதிமுறையேதும் இல்லை. சிறுவர் முதல் பெரியவர் வரை யார் வேண்டுமென்றாலும் கலந்துகொண்டு ஆடமுடியும். இவ்வாறு ஆடுகையில் நினைவறுந்து விழுவது மரியாதையைத் தருகிறது.

திருமண நிகழ்ச்சிகள், பூப்புச் சடங்குகள் போன்றவற்றில் ஆடப்படுகின்ற தேவராட்டத்தில் கோவில் கொடைவிழாவின் வலிமையோ சடங்கு குணமோ இல்லை. ஆனால், அதற்காக கேளிக்கையாகவும் மாறிவிடுவதில்லை. திருமணம் மற்றும் பூப்புச் சடங்குகளில் தேவராட்டத்தைத் தவிர்க்க முடியாத வகையில் சம்பிரதாயங்கள் வடிவமைக்கப்பட்டுள்ளன.

கம்பளத்து நாயக்கர் சமூகத்துத் திருமண நிகழ்ச்சியில் ஆடப்படுகின்ற தேவராட்டமும், ஜக்கம்மா கோவில் கொடை விழாவில் ஆடப்படும் தேவராட்டம் வேறு வேறு என்று கூட சொல்ல முடியும். அடவுகள் ஒரே விதம், தாளக்கட்டு ஒரே விதம், விதிமுறைகள் கூட ஒன்றுதான் என்றாலும் சூழல் மாறும்பொழுது அர்த்தமும் மாறிவிடுகிறது. அதே போல், பூப்புச் சடங்கில் ஆடப்படும் தேவராட்டம் வெளிப்படுத்தும் அர்த்தம் நேரடியானது. திருமணச் சடங்கில் பெண்ணழைக்கும் நிகழ்ச்சியில் ஆடப்படுகின்ற தேவராட்டம், மணமக்களை வரவேற்று அழைத்து வருகையில் ஆடப்படும் தேவராட்டம், ஊரின் மையத்தில் அமைந்துள்ள மைதானத்தில் மணமக்களுக்கு முன்பு

ஆடப்படும் தேவராட்டம் என ஒவ்வொருதரமும் அது சூழ்நிலையுடன் இயைந்து வேறுவேறு பரிமாணங்களைக் காட்டுகிறது. ஒரு பெண் பூப்பெய்தியதும் பன்னிரெண்டு நாட்கள் அவள் ஊரின் எல்லையில் குடிலமைத்து தங்க வைக்கப்படுகிறாள். இறுதியில் ஊர்வலமாய் ஊருக்குள் அழைத்து வருகையில் தேவராட்டம் ஆடியே அழைத்து வரப்படுகிறாள்.

கம்பளத்து நாயக்கர்கள் வாழ்வியலின் குறிப்பிடத்தக்க அம்சம் விஸ்தாரமான வாழ்க்கை வட்டச் சடங்குகள். திருமண நிகழ்ச்சியை ஒரு வருடம் வரையில் நடத்துகிறார்கள். பூப்புச் சடங்கு பதினைந்து நாட்கள். அத்தனை விரிவான சடங்கு நிகழ்ச்சிகள். இந்தச் சடங்குகளையெல்லாம் இணைக்கிற புள்ளி தேவராட்டம். நம்பிக்கைகளின் படி, தேவராட்டம் ஒரு புனித நடனம். எனவே அது கம்பளத்து நாயக்கர்களின் பாரம்பரிய அரசியல் அமைப்போடு பிணைக்கப்பட்டுள்ளது. கம்பளத்து நாயக்கர்களின் மரபான அரசியல் தலைமையின் பெயர் 'பட்டயக்காரர்'. ஒவ்வொரு தேவராட்டமும் இவருடைய கண்காணிப்பிலேயே நடைபெறுகிறது. அதாவது, அவரது கண்பார்வையின் முன்.

அடவும் இசையும்

தேவராட்டத்திற்கான விதிமுறைகள், அடவு முறைகள், இசை முறைகள் அனைத்தும் வாய்மொழியாகவே கடத்தப்படுகின்றன. இன்றளவும் எழுத்துப்படுத்துவதற்கு யாரும் ஆர்வம் காட்டவில்லை. தேவராட்டத்தில் மொத்தம் பதினெட்டு அடவுகள் உள்ளன. இவற்றை 'அடிப்படை அடவுகள்' என்று சொல்கின்றனர். இந்த அடிப்படை அடவுகள் இருபகுதிகளாக அமைந்துள்ளன. ஒவ்வொரு பகுதியும் மூன்று சப்தக் கூறுகளைக் கொண்டுள்ளன.

மொத்தம் ஆறுவிதமான சப்தக் கூறுகளுடன் ஒரு அடவு உருவாக்கப் படுகின்றது. இவ்வாறு அடிப்படையாக அமைந்துள்ள 18 அடவுகளிலிருந்து மேற்கொண்டு புதிய அடவுகள் உருவாகின்றன. ஒரு அடிப்படை அலகினை நான்கு விதமாக வேறுபடுத்துவதன் மூலம் 72 அடவுகளை (18 து 4) உருவாக்க முடிகின்றது.

உதாரணமாக தேவராட்டத்தின் அடிப்படை அலகுகளில் ஒன்று 'டே டகே ட டகு டகேட' என்பதாகும். இதனை இரண்டாகப் பிரிக்க, மூன்று சப்தக்கூறுகளுடன் 'டே டகேட' என்றும் 'டகு டகே ட' என்றும் பிரிகின்றது. இதன் பின் இந்த அடிப்படை அடவு மேலும் பிரிந்து 'டேடகே டடகு டக', 'டே டகே ட டகு கு டக்', 'டே டே டக்

டே டே டக்’ என மேலும் மூன்று அடவுகளைத் தருகின்றது. இவ்வகையாக தேவராட்டத்தின் 18 அடிப்படை அடவுகள், 72 அடவுகளாகப் பிரிகின்றன. இத்தகைய 72 அடவுகளும் ஒன்றன்பின் ஒன்றாக ஆடப்படுகின்றன.

தேவராட்ட நடனத்தில் மொழிக்கு வேலையில்லை. தேவதுந்துபி என அழைக்கப்படும் உருமியின் மூலம் எழுப்பும் இசையே ஒரே ஓசை. வாய்மொழியாய் மட்டுமே வழங்கப்படும் தேவராட்டத்தின் சிக்கலான அடவுகளும், ஆட்ட முறைகளும் அச்சமூகத்தின் ஞாபகத்தில் எவ்வாறு சேமித்து வைக்கப்படுகின்றன என்பது ஆச்சர்யகரமான விஷயம்.

வாய்மொழிச் சமூகங்களில் வழங்கப்படும் நாட்டார் வழக்காறுகள் எவ்வாறு பரவுகின்றன, ஞாபகப்படுத்தப்படுகின்றன என்பது குறித்துப் பல்வேறு ஆய்வுகள் வெளிவந்துள்ளன. அவ்வாறு வந்துள்ள அத்தனை ஆய்வுகளும் மொழி வாயிலான வழக்காறுகள் தொடர்பானவை. ஆனால் தேவராட்டம் முழுக்க முழுக்க உடல் பாவனைகளும் இசை வடிவங்களுமாய் உருவானது.

ஒரு கலைஞன் தேவராட்டத்தை எவ்வாறு கற்றுக் கொள்கிறான் என்று தெரிந்துகொள்வது அவசியம். கம்பளத்து நாயக்கர் தவிர்த்து வேறெவரும் ஆடக்கூடாத தேவராட்டத்தை யாரும் யாருக்கும் கற்றுத்தருவதில்லை. தேவராட்டம் கற்றுக்கொள்ள விரும்பும் கம்பளத்து நாயக்கச் சிறுவன் சொந்த முயற்சியில் மட்டுமே இதனைக் கற்றுக்கொள்ள வேண்டும். சிறுவயது முதலே தேவராட்டத்தைப் பார்த்து வளரும் வாய்ப்பினைப் பெற்ற ஒருவனுக்கு ஒரு கட்டத்தில் தானும் ஆடவேண்டுமென்கிற ஆசை எழுகிறது; ஆடவும் போகிறான்.

வேறு யாரும் ஆடக்கூடாதே தவிர, கம்பளத்து நாயக்க ஆண்கள் எந்தவூர் தேவராட்டத்திலும், எந்தக் குழு தேவராட்டத்திலும், எந்த நேரம் வேண்டுமானாலும் இணைந்து ஆட முடியும். இதில் கட்டுப்பாடுகள் எதுவும் இல்லை. விருப்பம் இருந்தால் போதும். ஆடத் தெரிந்திருக்க வேண்டுமென்ற அவசியம் கூட இல்லை. ஆடி, ஆடி கற்றுக் கொள்ள முடியும்.

இவ்வாறு தொடக்கநிலைக் கலைஞனுக்கு விரிந்தவொரு பயிற்சித் தளத்தினை ஏற்படுத்தித் தருவதன் மூலம் சமூகத்தின் ஒவ்வொரு உறுப்பினனும் பழகிக்கொள்ளும் சூழல் உருவாக்கப்படுகிறது. சிறுவயதிலேயே ஆடத்தொடங்கும் கம்பளத்து நாயக்கன் முதலில் பிறரைப் பார்த்துப் பார்த்து ஆடுகிறான். உருமியின் இசைக்கு உடல் பழகத் தொடங்குகிறது. ஒரு கட்டத்தில் உடலசைவும் ஓசைலயமும்

இணையத் தொடங்குகிறது. அதன் பின்பும் கூட, கூட்டமாக மட்டுமே ஆடப்படுவதால், தன்னைப் போல உடலோசை லயம் கொண்ட பிற உடல்களோடு ஒரு மேம்பட்ட லயத்தை உருவாக்கும் முயற்சியில் தொடர்ந்து ஆடிக் கொண்டிருக்கிறான். தேவராட்டம், ஒவ்வொரு முறையும் ஒரு பயிற்சிக் களமே. அந்த நேரத்து லயத்தை எட்டுவது வரையிலான பயிற்சிக்களம். லயத்தை எட்டிய பொழுதில் இசை நின்று ஆட்டம் நிறைவு பெறுகிறது. பெறுகிறது.

கம்பளத்து நாயக்கர்களுக்கு தேவராட்டம் புனிதமானது மட்டுமல்ல அடையாளமும்கூட. சாதிச் சான்றிதழ் என்றுகூடச் சொல்ல முடியும். தேவராட்டம் ஆடத் தெரிவது ஒரு சாதி அங்கீகாரம். ஒரு திருமண நிகழ்ச்சியிலோ அல்லது பூப்புச் சடங்கிலோ ஆடப்படும் தேவராட்டத்தில் பங்கேற்க சக கம்பளத்து நாயக்கர் ஒருவர் அழைப்பு விடுக்கையில் 'தனக்குத் ஆடத்தெரியாது' என்று கூறினால் அது கேவலம். அப்படியொரு கேவலம் நிகழக்கூடாது என்பதில் ஒவ்வொரு கம்பளத்து நாயக்கரும் எச்சரிக்கையுடன் இருக்கிறார்.

இதைப் போலவே தேவராட்டம் ஆண்-பெண் ஊடாட்டத்திலும் பெரும்பங்கு வகிக்கிறது. திறமையாக ஆடும் ஒருவனுக்கு ஏராளமான பெண் உறவுகள் கிடைக்கின்றன. அந்த வகையில், தேவராட்டம் ஆண்மையின் வெளிப்பாடு. தங்களுக்குப் பிடித்த, அழகான திறமையான தேவராட்டக் கலைஞனுக்குப் பெண்கள் தாம்பூலம் கொடுத்தனுப்பும் நிகழ்ச்சிகள் சர்வ சாதாரணம். காதலை வெளிப்படுத்திக் கொள்ளும் தருணமாக தேவராட்டம் மாறி விடுகிறது. இதனால், பெண்களை வசப்படுத்த நினைக்கின்ற ஆண்களுக்கு தேவராட்டம் ஒரு கருவியும்கூட.

இவ்வாறு தேவராட்டம், சடங்கியல் கூறுகள் சூழ்ந்த புனித நடனமாகவும், சமூக அடையாளத்தை - அந்தஸ்தை நிர்ணயிக்கும் காரணியாகவும், ஆண்மையின் வெளிப்பாடெனவும் செயல் படுகின்றது. இதனால் இச்சமூக ஆண்கள் இயல்பாகவே தேவராட்டம் கற்றுக்கொள்ளும் உந்துதலைப் பெற்று விடுகிறார்கள். இவ்வாறு உந்தப்பெற்ற நபர் ஆடுவதற்கான வாய்ப்புகளைத் தேவராட்டம் எப்பொழுதும் வழங்கத் தயாராய் இருக்கின்றது. இதனால் இச்சமூக மக்களின் வாழ்வியக்கத்தின் ஒரு பகுதியாகவே தேவராட்டம் மாறிவிடுகின்றது.

வாய்மொழியாய் வெளிப்படுகின்ற தேவராட்டத்தின் ஒவ்வொரு அடவும் தனித்தனியாக ஒரு வேகச்சுழற்சியில் ஆடப்படுவதன் மூலமும், மறுபடியும் மறுபடியும் ஆறு சப்தக் கூறுகளையுடைய அடவொன்று வாசிக்கப்பட்டு ஆடப்படுவதன் மூலமும் ஞாபகத்தில்

பதிந்து கொள்வது எளிதாக உள்ளது. வருடமொருமுறை நடக்கின்ற கொடை விழாவில் அத்தனை அடவுகளும் ஆடப்பட வேண்டு மென்பதால் ஞாபகப்படிவு தொடர்ந்து புதுப்பிக்கவும்படுகிறது. வாய்மொழியாய் மட்டுமே பரவும் கலையின் சூட்சுமம் இவ்வளவுதான்.

ஆடை ஆபரணங்கள்

தேவராட்டத்திற்கென்று தனியான ஆடை விதிகள் எதுவும் இல்லை. வழக்கமான வேட்டியே ஆடை. ஆனால் வேட்டி மட்டும்தான்; மேலுடம்பில் எதுவும் கூடாது. கைகளில் சிறு துணி கொடுக்கப் படுகிறது. இரு கால்களிலும் கட்டிக் கொள்ள சலங்கை உண்டு. தலையில் நீளமான துணி கொண்டு தலைப்பாகை கட்டிக்கொள்ள வேண்டும். கையில் வைத்திருக்கும் சிறு துணியிலோ, வேட்டியிலோ, தலைப்பாகையிலோ நிற ஒழுங்கு எதுவும் இல்லை. அவரவர் விருப்பம். எந்த நிறத்தையும் அணிந்துகொள்ளலாம். கால்களில் கட்டிக்கொள்ளும் சதங்கையிலும் கட்டுப்பாடுகள் இல்லை. ஆனால், அதிகபட்சமாக 50 மணிகள் உள்ள சதங்கையையே எல்லோரும் கட்டிக்கொள்கின்றனர்.

‘தேவராட்டம்’ என்கிற பெயரைக் கேட்டதும் தமிழகத்தின் பெரும்பகுதிகளில் வாழ்கின்ற மற்றொரு சமூகத்தினரான ‘தேவரை’ இணைத்துப் பார்க்கும் போக்கு தமிழகத்தில் உண்டு. ஆனால், தேவராட்டம் ‘தேவர்’ சமூகத்தினரைக் குறிப்பதில்லை. அச்சமூகத்தினர்க்கும் இவர்களுக்கும் எந்தவிதமான தொடர்பும் இருக்கவில்லை. தேவராட்டம் என்பதைத் ‘தேவபுருசர்களின் ஆட்டம்’ என்றே விளக்குகின்றனர். வானுலகில் தேவபுருசர்கள் ஆடிய நடனம் என்பதால் தேவராட்டம் ஆயிற்று என்று ஒரு செய்தியும், அது தொடர்பான கதையும் இவர்கள் மத்தியில் நிலவுகிறது. தேவராட்டம் தோன்றிய கதையென்று இதனைக் குறிப்பிடுகின்றனர். நூலின் தொடக்கத்தில் அக்கதையைப் பார்த்தோம்.

இந்தக் கதையைச் சொல்வதன் மூலம் இக்கலைஞர்கள் தங்களது கலை புனிதமானது சொல்லிக்கொள்வதுடன் தங்களையும் புனிதத்தன்மையுள்ளர்களாக அர்த்தப்படுத்திக் கொள்கிறார்கள். தங்களை சாஸ்திரத்திற்கு அப்பாற்பட்டவர்கள் என்றும் வர்ணாசிரம தர்மத்தின் அடிப்படையை மீறியவர்கள் என்றும் இவர்கள் கூறிக்கொள்வது குறிப்பிடத்தக்கது.

தேவராட்டத்தின் தோற்றம் குறித்து இவர்கள் சொல்கின்ற கதைக்கும், இதன் நிகழ்த்துதல் சூழலுக்கும் எந்த விதமான தொடர்புமில்லை. இவர்களது பிரதான தெய்வமாக ஜக்கம்மாவே காணப்படுகிறது. ஜக்கம்மா தீக்குளித்து இறந்தபின் தெய்வமாக மாறிய பெண் கடவுள். தேவராட்டம் அதன் சடங்கு. கம்பளத்து நாயக்கர்களின் ஒன்பது கிளைகளில் உயர்ந்த கிளையான சில்லவார் என்பவர்கள் தங்களைச் சிவனின் குழந்தைகள் என்று சொல்லிக் கொள்வது குறிப்பிடத்தக்கது.

வடிவமும் அழகுணர்வும்

தேவராட்டத் தோற்றக் கதை அதன்மீது மாயத்தன்மையைத் தோற்றுவிக்கிறது. கதையின் தோற்றக் காரணம், அதற்கான சமூகக்கூறுகள், கதைக் கூறுகளின் இணைவு போன்றவை குறித்த ஆய்வுகளுக்கெல்லாம் அப்பால், இந்தக் கதையைச் சொல்வதன் மூலம் ஒரு ஆரம்ப பிரமிப்பை உண்டுபண்ண முடிகிறது என்பது உண்மை. தேவராட்டம் குறித்து கூறப்படும் இன்னொரு கதையையும் இங்கு சொல்லிவிடுவது அவசியம்.

சிவனின் ருத்ரதாண்டவம், உலகத்தை அழிப்பதற்கான முயற்சி என்பது பொதுவான அபிப்பிராயம். தொடர்ந்து அதனை ஆடி இருந்தால் உலகம் அழிந்திருக்கும். இச்சூழ்நிலையில் எல்லோரும் செய்வதறியாது கைகளைப் பிசைத்தபடி நின்றுகொண்டிருக்க, சிவன் தணியாத கோபத்துடன் தனது தாண்டவத்தை ஆடிக்கொண்டே இருந்தான். அந்நேரமே, தேவர்களெல்லாம் அவசரமாய் கூடி, ஒரு முடிவெடுத்தனர். அதன்படி தேவதுந்துபி இசைக்கும் புலவன் அழைத்து வரப்பட்டான். சிவன் ஒரு புறம் தாண்டவமாட, அவனெதிரே தேவர்கள் தேவராட்டம் ஆடலானார்கள். தேவர்கள் ஆடஆட சிவன் தன் கோபம் தணிந்து தாண்டவத்தை நிறுத்தினான். தேவராட்டம், சிவனின் ருத்ரதாண்டவத்திலிருந்து உலகைக் காப்பாற்றியது.

இத்தகையக் கதையும் மறுபடியும் தேவராட்டத்தினை உயர்ந்தவொரு கலையாகப் பறைசாற்றினாலும் அது சொல்லும் பின்னணி முக்கியம். கதையின்படி சிவனின் கோபத்தைத் தேவராட்டமாடித் தணித்தனர் என்பது தேவராட்டத்தின் அழகியல் தொடர்பானது. சிவனின் ருத்ரதாண்டவம் நடைபெற்றதா, அதனைத் தணிக்க தேவர்கள் தேவராட்டம் ஆடினரா என்பதைவிடவும் தேவராட்டம் ருத்ரத்தைத் தணிக்கிறது என்பதே இங்கு முக்கியம்.

தேவராட்டத்தின் 72 அடவுகளும் ஒவ்வொன்றாக ஆடப்படும் என்று பார்த்தோம். இந்த 72 அடவுகளும் ஆறு சப்தக் கூறுகளை உடையவை. ஒவ்வொரு அடவும் தனித்தனியாய் ஆடப்படுகையில் இந்த ஆறு ஒலிக்கூறுகள் தாம் மறுபடி மறுபடி இசைக்கப் படுகின்றன. இவ்வாறு ஆடப்படுகின்ற ஒவ்வொரு அடவும் ஒன்றோடொன்று இணைந்து தேவராட்டம் எனும் பெயரில் அழைக்கப்படுகிறது.

தேவராட்டத்தை ஓர் ஒழுங்கமைப்பு என்று சொல்வோமானால் அதனுள்ளே பல் சிறு அமைப்புகள் உள்ளன எனலாம். இந்த அமைப்புகள் அடிப்படை ஒலிக்கூறுகளால் கட்டமைக்கப் படுகின்றன. தேவராட்டத்தின் மொத்தச் செயல்பாட்டையும் இவ்வாறுதான் புரிந்துகொள்ள முடியும். கூறுகள் அளவிலும் அமைப்புகள் அளவிலும், ஒழுங்கமைப்புகளிலும் நளினங்களைப் பெற்றுள்ள தேவராட்டத்தின் அழகியல் வெளிப்பாடு என்பது மொத்த ஒழுங்கமைப்பின் வெளிப்பாடு. இம்மூன்று நிலைகளின் செயல்பாட்டைப் புரிந்துகொள்வதன் மூலமே அது வெளிப்படுத்தும் செய்தியையும் புரிந்துகொள்ள முடியும்.

இரு தளங்களில் இவ்வியக்கம் நடைபெறுகின்றது. அதாவது கூறுகளுக்கு இடையிலும் அமைப்புகளுக்கு இடையிலும். கூறுகள், அமைப்புகள் என்று இங்கு பேசுகையில் நாம் ஒலி, பாவனை என்னும் இரு ஊடகங்களையும் சேர்த்தே குறிப்பிடுகின்றோம் என்பது முக்கியம்.

தேவராட்டம் ஆரம்பிக்கும் முகமாக ஆட்டக்கலைஞர்கள் அனைவரும் வரிசையாய் வந்து நின்று உருமியைத் தொட்டு வணங்கிச் செல்வது தொடக்கத்திலேயே ஒரு சடங்குச் சூழலைக் கட்டமைத்து விடுகிறது. அதன் பின் ஆட்டக் கலைஞர்கள் பார்வையாளர்களை நோக்கி வரிசையில் நிற்கின்றனர். அவர்களின் பின்னால் உருமிக் கலைஞர் நிற்கிறார். உருமிக் கலைஞர் முதல் அடவினை வாசிக்கத் தொடங்கியதும் கலைஞர்கள் ஆடத் தொடங்குகின்றனர்.

நடனத்தின் போக்கு அதன் கூறுகளுக்கிடையிலான வேகத்தால் தீர்மானிக்கப்படுகிறது. மிகவும் மெதுவாய் ஆரம்பிக்கின்ற ஒரு அடவு கொஞ்சம் கொஞ்சமாக வேகமெடுக்கிறது. இவ்வாறு வேகத்தை அதிகரிக்கும் முழு கட்டுப்பாடும் உருமிக் கலைஞனிடமே உள்ளது என்றாலும், அவர் சுதந்திரமாகச் செயல்படக்கூடிய சாத்தியப்பாடுகள் குறைவு. ஏனெனில் அவர் எழுப்புகிற ஒலிக்கேற்ப கலைஞன் வெளிப்படுத்தும் பாவனையே மறு ஒலியைத்

தீர்மானிக்கிறது. இவ்வாறு பரஸ்பரம் கட்டுண்ட கலைஞர்கள் அவர்கள்.

இந்த ஒத்திசைவோடு, அடவின் வேகத்தை ஓர் உச்சம் நோக்கி நகர்த்துகின்றனர். அடவின் ஒலிக்கூறுகளை இடைவெளியற்றுப் போகும்படிக்கு இறுக்கமுறச்செய்து மேலும் முடியாது, இனி சிதறிவிடும் என்கிற பட்சத்தில் நிறுத்தி விடுகிறார்கள். இவ்வாறு நிறுத்துவதை உருமிக் கலைஞரோ அல்லது ஆட்டக் கலைஞர்களோ யார் வேண்டுமானாலும் செய்யலாம். இதில் பேதமில்லை.

இவ்வாறு உச்சநிலையில் நிறுத்தப்பட்டு உருவாக்கப்படும் மௌனம் முக்கியமானது. இம்மௌனத்தைச் சிதறடித்தே அடுத்த அடவு தொடங்குகிறது. இந்த அடவும் அதன் உச்ச வேகத்தை நோக்கித் தள்ளப்பட்டு இறுதியில் கலைந்து விழுகிறது. பின் மௌனம், மறுபடியும் மௌனம் சிதறுதல்.

ஒவ்வொரு தனி அடவும் மெதுவாகத் தொடங்கி, அதன் அதிகபட்ச தொனியை எட்டி நின்றுவிடுவதை நாம் அமைப்பு எனலாம். இந்த அமைப்பினை உருவாக்குவது அதன் அடிப்படை அலகுகளான ஆறு ஒலிக்கூறுகள். அமைப்புகளுக்கு இடையிலான மௌனமே, ஒவ்வொன்றையும் இணைத்து மொத்த ஒழுங்கமைப்பையும் உருவாக்குகின்றது.

தேவதுந்துபி

தேவராட்டத்தின் பிரதான அம்சம், இசை. தேவராட்டத்தின் தோற்றம் குறித்த கதையில் தேவதுந்துபி என்று அழைக்கப்படும் உருமியே அதன் கருவி. உருமியை 'உருமி'யென்று அழைப்பதில் கம்பளத்து நாயக்கர்களுக்கு சிக்கல்கள் உள்ளன; மறுக்கிறார்கள். ஏனெனில் தமிழகத்தில் வேறு சில சமூகங்களும் இதே இசைக்கருவியைத் தத்தம் பண்பாட்டு நிகழ்வுகளில் பயன்படுத்தி வருகின்றன. குறிப்பாக, அச்சமூகங்கள் உருமியை இறப்புச் சடங்கிற்குப் பிரதானமாகப் பயன்படுத்துகின்றன. ஆனால் க.நாயக்கர்களோ உருமியை சகல நிகழ்ச்சிகளுக்கும் பயன் படுத்துகின்றனர். எனவே இவர்களுக்கு 'உருமி' என்ற வார்த்தையைப் பயன்படுத்துவதில் ஒவ்வாமை இருக்கிறது, 'தேவதுந்துபி' என்கின்றனர்.

'துந்துபி', சிவனின் வாகனமான நந்தி இசைக்கக்கூடிய மத்தளம் போன்ற கருவி. உருமி தேவர்களுக்கு இசைக்கப்படுவதாலும்,

மத்தளம் போன்று இருப்பதாலும் தேவதுந்துபி என்று சொல்லப் பட்டது. இதை ஆரி என்றொரு மரத்தால் செய்கிறார்கள். இருபுறங்களிலும் கட்டப்பட்டிருப்பது மாட்டின் தோல். உருமியோ தேவதுந்துபியோ கம்பளத்து நாயக்கர்கள் இசைப்பதில்லை. பண்டாரம் என்று சொல்லப்படும் சமூகத்தவர்களே இசைக் கலைஞர்கள். தேவலோகத்தில் பூ கட்டித் தந்த புலவர் பரம்பரை என்பது வழக்கு.

ஒவ்வொரு தேவராட்டக் குழுவிற்கும் ஓர் உருமிக் கலைஞர் உண்டு. எனவே, கம்பளத்து நாயக்க கிராமங்களில் ஒன்றிரண்டு பண்டாரக் குடும்பங்களும் வசித்து வருகின்றன. உருமிக்கலைஞருக்கென்று குறிப்பிட்ட உடைகள் எதுவும் இல்லை. அவர்கள் தொழில் முறைக் கலைஞர்கள் கூட. தலைமுறை தலைமுறையாகத் தொடர்கிறவர்கள். இவர்கள் வேறு நிகழ்ச்சிகளுக்கும் செல்வது உண்டு. கட்டுப்பாடுகள் இல்லை. அதே போல், தேவராட்டக் குழு இவர்களை நிகழ்ச்சிக்கு அழைப்பதும் தொழில் முறை சார்ந்ததே. அந்த நாளுக்கான கூலி அவர்களுக்குத் தரப்பட்டுவிடுகின்றது.

உருமிக் கலைஞர்கள் தங்களது தந்தையிடமிருதோ அல்லது பிற குடும்ப உறுப்பினர்களிடமிருந்தோ இசையைக் கற்றுக்கொள் கிறார்கள். தேவராட்டத்தின் 72 அடவுகளையும் வாசிக்கத் தெரிந்தவன் நல்ல இசைக்கலைஞன்.

கம்பளத்து நாயக்கர்கள் : இனவிளக்கவியலும் கலையும்

தேவராட்டம் குறித்த இந்த ஆய்வு கோடாங்கிப்பட்டி என்ற சிற்றூரில் வாழும் கம்பளத்து நாயக்கர்களை அடிப்படையாகக் கொண்டு செய்யப்படுகிறது. தூத்துக்குடி மாவட்டத்திலுள்ள விளாத்திகுளம் தாலுகாவைச் சார்ந்தது, கோடாங்கிப்பட்டி. சுமார் 1600 பேர் வாழுகின்ற இக்கிராமம், நடுத்தரமான ஊர்.

நான் கோடாங்கிப்பட்டிக்கு கள ஆய்வுக்கெனச் செல்வதாய்க் கூறியதும் பலரும் என்னிடம் இது குறித்து எதிர்மறைச் செய்தியையே வெளிப்படுத்தினர். 'கட்டாயம் போகத்தான் வேண்டுமா' என்பது போன்றெல்லாம் கேட்டார்கள். இதற்கென அவர்கள் கூறிய காரணம் வினோதமானது. கோடாங்கிப்பட்டிக்கு யாருமே அவ்வளவு தைரியமாய்ச் சென்றுவிடுவதில்லை. ஏனெனில் கோடாங்கிப் பட்டியின் கம்பளத்து நாயக்கர் சொல்கின்ற எதுவும் பலித்துவிடும் என்ற நம்பிக்கை இருக்கிறது. இச்செய்தி கோடாங்கிப்பட்டியைச்

சுற்றியுள்ள அத்தனை ஊர்களிலும் சொல்லப்படுகிறது. இது கம்பளத்து நாயக்கர்களின் பொதுவான குணமா என்றால் இல்லை; கோடாங்கிப்பட்டியில் வாழும் கம்பளத்து நாயக்கர்கள் பற்றி மட்டுமே இப்படியொரு பயம்.

கோடாங்கிப்பட்டியின் மொத்த ஜனத்தொகையில் மூன்றில் இரு பகுதியினர் கம்பளத்து நாயக்கர். மீதமுள்ள ஒரு பகுதியில் பிள்ளைமார், தேவர், ஆசாரி, அருந்ததியர், நாடார், கோனார் போன்ற சமூகத்தினர் அடங்குவர். ஊரின் நிலவியலும் கூட இத்தகைய சாதியமைப்பினைத் தெளிவாகக் காட்டுவதாக அமைந்துள்ளது.

ஊரின் எல்லையில் கிழக்கிலும் மேற்கிலுமாக இரு குளங்கள் உள்ளன. இரு குளங்களையும் இணைத்துக் கொண்டிருப்பது கம்பளத்து நாயக்கர் குடியிருப்பு. இக்குடியிருப்பின் மத்தியில் பொது மைதானமொன்று காணப்படுகிறது. இதில்தான் தேவராட்டம் நிகழ்கிறது. ஊரின் இரு மூலைகளிலும் இரு உயர்நிலைப் பள்ளிகள் உள்ளன. ஒன்று அரசாங்கம் கட்டித் தந்தது. மற்றது கம்பளத்து நாயக்கர்களே கட்டிக் கொண்டது.

அரசாங்கப் பள்ளியின் தென்புறம், ஊருக்கு வெளியே அருந்ததியர் குடும்பங்கள் வசிக்கின்றன. ஊரின் வடபுறம் மகாராஜபுரம் என்ற நீட்சி காணப்படுகின்றது. இதில் நாடார், கோனார் சமூகத்தினர் வசிக்கின்றனர். இதுவும் கோடாங்கிப்பட்டியோடு இணைந்தது தான். பிள்ளைமார், தேவர், ஆசாரி போன்ற சமூகத்தினர் ஊரினுள்ளேயே வசித்தாலும் இவர்களது குடியிருப்புகள் தனியாகவே உள்ளன.

தேவராட்டம் குறித்த எனது ஆய்விற்கென நான் கோடாங்கிப் பட்டியைத் தேர்ந்தெடுத்ததன் பல காரணங்களுள் ஒன்று, கோடாங்கிப்பட்டி வாழ் கம்பளத்து நாயக்கர்கள் தங்களைச் சில்லவார் என்றும் அதாவது சிவனின் குழந்தைகள், தாங்கள்தான் கம்பளத்து நாயக்கர் கிளைகளில் உயர்ந்த கிளை என்றும் கூறிக் கொள்வதுமே ஆகும். இதனை பிற கிளைகளைச் சார்ந்தவர்களும் மறுக்காமல் ஒப்புக் கொள்கிறார்கள். எனது கள ஆய்வில் கோடாங்கிப்பட்டியைக் குறித்தும் கம்பளத்து நாயக்கர்களைக் குறித்தும் நான் சேகரித்த தகவல்கள் அனைத்தும் கம்பளத்து நாயக்கர்களான தங்களை மனித குலத்தினின்று மேம்பட்டவர்கள் என்று சொல்கிற தொனியிலேயே அமைந்திருந்தன. இவ்வாறு தங்களைச் சகல முறைகளிலும் உயர்வுபடுத்திக்கொள்ளும்

மனப்பாங்கு தோன்றிய காரணம், அதற்கான அவசியம், அதன் விளைவு குறித்தே இக்கள ஆய்வுத் தரவுகள் கோர்வைப்படுத்தப் படுகின்றன.

'கோடங்கி' எனும் சொல் குறி சொல்பவரைக் குறிக்கிறது. குறி சொல்கின்ற கோடாங்கிகள் இவ்வூரில் பிரபலம் என்பதால் இது கோடாங்கிப்பட்டியானது. ஊரின் மையமாக மிகப்பெரிய இரட்டையடுக்கு மாடிவீடு ஒன்றுள்ளது. அந்த வீடு கட்டி நூறு வருடங்கள் ஆகிறது என்கிறார்கள். பிற வீடுகளெல்லாம் கூரை வேய்ந்தும் ஓடுகளிட்டும் இருக்கின்றன. அந்தப் பெரிய காரை வீடானது மிகப் பிரபலமாயிருந்து இறந்துபோன ஒருவரின் வீடாம். அவர் உயிருடன் இருக்கையில் அநேகமாய் தென்தமிழகப் பகுதி முழுவதிலுமிருந்து ஏராளமானோர் குறிகேட்க வருவார்களாம். குறி சொல்வதற்கு அன்றைய கட்டணம் காலணாவாம். இவ்வாறு சேகரித்த பணத்தில் கட்டிய வீடுதான் அது என்கிறார்கள்.

குறி சொல்வதும் குறி பார்ப்பதும் இவ்வூர் மக்களின் அன்றாட நிகழ்ச்சி. கம்பளத்து நாயக்கர்களின் குலதெய்வம் ஜக்கம்மா. ஜக்கம்மா கோயில் ஊரின் முகப்பில் உள்ளது. இக்கோயில், கட்டடங்கள் எதையும் கொண்டிருக்கவில்லை. ஒரு உயர்ந்த ஆலமரம், ஆலமரத்தின் நிழலில் ஜக்கம்மாவின் சிலை உள்ளது. அதனைச் சுற்றிலும் மூன்றடி இடைவெளியில் ஆளுயரத்திற்கு இலந்தை முட்களால் வேலியொன்று அமைக்கப்பட்டுள்ளது. இந்தக் கோயிலுக்குத்தான் வருடாந்திரக் கொடைவிழா நடைபெறுகின்றது.

1980களில் கோவிலைக் கற்களினால் கட்டி கோட்டை போல் மதில் எழுப்பிவிடலாம் என்று முடிவுசெய்திருக்கின்றனர். ஏனென்றால் வருடம் ஒரு முறை இலந்தை முட்களை மாற்றுவது பெரிய சிரமம். ஒரு முறை மாற்றுவதற்கு ஒன்பது மாட்டுவண்டி அளவு முட்கள் தேவை. இலந்தை முள் மட்டுமே பயன்படுத்தப்பட வேண்டும். இலந்தை முள் க.நாயக்களுக்கு புனிதமானது.

1980ல் ஊர் கூடி கட்டடம் கட்டுவது என்று முடிவெடுத்ததும் ஜக்கம்மா கோவிலில் குறி கேட்பதற்காகச் சென்றனர். ஜக்கம்மா உத்தரவு கொடுப்பதன் வெளிப்பாடு ஈசான மூலையில் பல்லி கத்துவது என்று சொல்கிறார்கள். குறி கேட்க ஒரு நாள் முழுவதும் உட்கார்ந்து பார்த்தும் பல்லி கூப்பிடவே இல்லை. இப்படியே நான்கு வருடங்களாகக் காத்திருந்தும் அந்தப் பல்லி கத்தவே இல்லை. இது குறித்து பேசும் பொழுது, 'ஜக்கம்மா தேவி சம்மதிக்கவில்லை' என வருத்தத்துடன் சொல்கின்றனர்.

தோற்றப் புராணக் கதை

பிற எந்த சமூகத்தினரிடமும் நெருங்கிப் பழக விரும்பாத கம்பளத்து நாயக்கர்கள் தங்களை உயர்ந்த குலத்தினர் என்றே சொல்லிக் கொள்கிறார்கள். தேவபுருஷர்களின் வழி வந்தவர்கள் என்பதற்காகச் சொல்லுகின்ற கதை கம்பளத்து நாயக்கர் தோன்றிய புராணத்தைக் கூறுகின்றது.

புராணம் வருமாறு: தொடக்க காலத்தில், இப்பூவுலகில், கலைக்கோட்டு மகாமுனியெனும் தேவரிஷி வாழ்ந்து வந்தார். இவர் தன் ஒரே புத்திரியை மிகவும் சிறப்புடன் வளர்த்தார். தேவரிஷியின் புத்திரி தனக்குக் குழந்தைகள் வேண்டுமென்று தேவரிஷியிடம் கேட்டாள். திருமணமாகாமல் குழந்தை வேண்டுமென்று கேட்கும் புத்திரிக்கு இல்லையென்று சொல்ல தேவரிஷிக்கு மனமில்லை. தன் கையிலிருந்த 'கண்பழத்தை' (கண்பழம் என்று இங்குக் குறிப்பிடப் படுவது, எலுமிச்சம்பழம். எலுமிச்சம்பழத்தை பக்தியோடு கண்களில் ஒற்றிக்கொள்வதால் கண்பழம் என்றும் பெயராம்) புத்திரியிடம் தந்தார். அதிலிருந்து குழந்தைகள் பிறந்தன. அதனைக் கண்ட புத்திரி கண்பழத்திலிருந்து பிறந்த குழந்தைகள் என்பதால் 'கண்பழத்தார்' என்று அழைத்தாள். தேவரிஷியின் வாரிசுகள் என்பதால் தேவர்களின் அத்தனை குணங்களும் அவர்களிடம் இருந்தன. தேவர்கள் ஆடும் தேவராட்டமும் அவர்களுக்குத் தெரிந்தது. நாளடைவில் 'கண்பழத்தார்' என்பதே மருவி 'கம்பளத்தார்' என்றானது.

இவ்வாறு உருவான கம்பளத்து நாயக்கர்களில் மொத்தம் ஒன்பது வகையினர் உள்ளனர். இந்த ஒன்பது வகையினர் பெயர்களும் யாருக்கும் தெரியவில்லை. எல்லோருக்கும் நான்கு அல்லது ஐந்து பெயர்கள் மட்டுமே தெரிகின்றது.

கோடாங்கிப்பட்டியில் வாழுகின்ற கம்பளத்து நாயக்கர் சில்லவார் வகையினர். இவர்கள் சுமார் 400 வருடங்களுக்கு முன்பு தற்போதைய ஆந்திர மாநிலத்தில் வாழ்ந்தவர்கள் என்றும் முஸ்லிம் மன்னர்களின் கொடுமையினால் காடுகளில் அலைந்து வேட்டையாடும் தொழில் செய்து நாளடைவில் தமிழகக் கிராமங்களில் குடியேறினர் என்றும் கூறுகின்றனர்.

இவர்கள் நாயக்க மன்னர்களது ஆட்சியில் போர் வீரர்களாய் இருந்ததாகவும் ஒரு கதை சொல்லப்படுகின்றது. இவர்களது தாய்மொழி தெலுங்கு. ஆனால் வெளி இடங்களில் தமிழிலேயே பேசுகின்றனர். தங்களுக்குள்ளும் வீடுகளிலும் சரளமாகத் தெலுங்கு

பேசுகின்றனர். இவர்களது சடங்குகளில் சொல்லப்படுகின்ற மந்திரங்கள் அனைத்தும் தெலுங்கிலேயே அமைந்துள்ளன.

கம்பளத்து நாயக்கர்களின் ஒன்பது பிரிவுகளும் அகமணக் குழுக்கள். இந்த ஒன்பதில், அருந்ததியர் தாழ்ந்த குலத்தவராகவும் தீண்டத் தகாதவர்களாகவும் கருதப்படுகின்றனர்.

அரசியல் அமைப்பு

கம்பளத்து நாயக்கர்களிடம் காணப்படும் அரசியல் அமைப்பு இரு விதமானது - சமயத் தொடர்பானது, நிர்வாகம் தொடர்பானது. கம்பளத்து நாயக்கர்கள் வாழும் ஒவ்வொரு ஊரிலும் சமய காரியங்களுக்கான தலைவராக இருப்பவர் 'சாலிபெத்தா' என்று அழைக்கப்படுகிறார். சாலிபெத்தா எனும் தெலுங்குச் சொல்லிற்கு சாஸ்திர பெரியவர் என்று பொருள். இச்சமூகத்தினரின் வாழ்க்கை வட்டச் சடங்குகளுக்கு பிராமணர்களை அழைக்கும் வழக்கம் இல்லை. சடங்குகளை சாலி பெத்தாவே செய்கிறார். எனவே இப்பதவி மரியாதைக்குரியதாகக் கருதப்படுகிறது.

சாலிபெத்தாவாக இருப்பவர் அனைத்து சாஸ்திரங்களையும் அவற்றிற்கான மந்திரங்களையும் அறிந்திருக்க வேண்டும். இப்பதவி தலைமுறை தலைமுறையாக குடும்பப் பாரம்பரியம் போல் வழங்கி வருகிறது. சாலிபெத்தாவின் மகன் அடுத்த சாலிபெத்தவாக மாறுவதற்காகச் சிறு வயது முதற்கொண்டே சாஸ்திரங்களைக் கற்கத் தொடங்குகிறான். ஒருவர் சாலிபெத்தா எனும் பதவியை ஏற்றுக்கொண்டார் என்றால் அவரது இறுதிக் காலம் வரையிலும் அவரே சாலிபெத்தாவாக இருக்கின்றார். அவரது மறைவிற்குப் பின்பே அவரது சந்ததியைச் சார்ந்த வேறொருவர் சாலிபெத்தாவாக மாற முடிகிறது. ஒரு சாலிபெத்தா வாரிசு இன்றி இறந்துவிட்டால் ஊர் கூடி சாஸ்திரம் தெரிந்த வேறு ஒருவரை சாலிபெத்தாவாக மாற்றுகிறது. அதன்பின் இப்பதவி புதிய சாலிபெத்தாவின் குடும்பத்திற்கு வந்துவிடுகின்றது.

சாலிபெத்தா காதில் தாமரைப் பூ போட்ட தங்கக் காப்பை மாட்டிக் கொள்கிறார். இது அவரைச் சாலிபெத்தாவென அடையாளம் காட்டுகிறது. இந்த அடையாளம் ஊருக்கு ஊர் வேறுபடுகின்றது. இந்தத் தங்க காப்பும் வழிவழியாய் காப்பாற்றப்பட்டு வருகின்றது. சாலிபெத்தாவான ஒருவர் அவ்வூரின் அனைத்துச் சடங்கு நிகழ்ச்சிகளையும் செய்ய வேண்டிய கடமையில் இருக்கிறார். ஏதாவது தவிர்க்க முடியாத காரணங்களால் சாலிபெத்தாவால்

சடங்கை நிகழ்த்த முடியவில்லை என்றால் பக்கத்து ஊரிலுள்ள சாலிபெத்தா அழைக்கப்படுவார். சமயரீதியான அத்தனை நிகழ்ச்சிகளையும் தன் கட்டுப்பாடினுள் வைத்திருப்பவர் இவர்தான்.

நிர்வாகத் தலைவர் 'பட்டையக்காரர்' என்று அழைக்கப்படுகிறார். இவர்தான் ஊரின் மரியாதையான நபர். இவருக்குத் தெரியாமல் ஊரில் எதுவும் நடந்துவிட முடிவதில்லை. சிறு விஷயங்களிலிருந்து பெரிய விஷயம் வரை முடிவு எடுக்கும் அதிகாரம் இவர் ஒருவருக்கே உண்டு. இவரே ஊரின் அரசியல் விவகாரங்களைக் கவனிக்கிறார். இப்பதவியும் தலைமுறை தலைமுறையாகவே கடத்தப்படுகின்றது. பட்டையக்காரர் என்பதன் அடையாளமாய் காதில் நீல நிறக் கல் பொதிந்த கடுக்கன் இட்டிருக்கிறார். சடங்குக் கலையான தேவராட்டத்தை இவர் முன்னிலையில் நடத்துவதற்கு மட்டுமே மரபு அனுமதிக்கிறது. சாலிபெத்தாவும் பட்டையக்காரரும் ஊதியப் பதவிகள் அல்ல. மரியாதை மட்டுமே ஊதியம்.

கம்பளத்து நாயக்கர்கள் இப்போதுள்ள சமவெளிப் பகுதிகளில் குடியேறுவதற்கு முன்பாக காடுகளில் வேட்டைச் சமூகமாக விளங்கினர் என்கிற செய்திக்கு, ஜக்கம்மா கோவில் கொடை விழாவில் ஓர் சடங்கு நிகழ்ச்சியாக நாய் சகிதம் வேட்டைக்குச் சென்று வருவது தவிர்த்து வேறு சான்றுகள் இல்லை. இலந்தை முட்களைப் புனிதமாகக் கருதும் பழக்கம் வேட்டையாடி வாழ்கையில் உருவானது என்று சொல்கிறார்கள். இலந்தை முட்களின் பயன்பாடும் ஒரு சடங்கு போலவே காணப்படுகிறது. குழந்தை பிறந்த வீட்டின் கூரையில் இலந்தை முட்களைப் போடுவதையும், ஜக்கம்மா கோவிலின் வேலியாக இலந்தை முட்களைப் போடுவதையும் கடமையாகவே உணர்கின்றனர்.

இவர்களது தற்போதைய தொழில் விவசாயம். ஏராளமானோர் பள்ளிக்கூடங்களில் படிக்கத் தொடங்கியிருக்கிறார்கள். தற்போது இவ்வூரில் படிப்பறிவுள்ளவர்கள் சுமார் 95%. சுமார் 150 பேர் அரசாங்க வேலையில் பணிபுரிகின்றனர். ஆனாலும் இவர்களது பிரதான தொழில் விவசாயமே.

வாழ்க்கை வட்டச் சடங்குகள்

இவர்களின் வாழ்க்கை வட்டச் சடங்குகள் கறாரானவை. இச்சமூகத்தில் ஒரு குழந்தை பிறந்தது என்றால் செய்யப்பட வேண்டிய முதல் வேலை, குழந்தை பிறந்த வீட்டின் கூரை மீது இலந்தை முட்களைப் போடுவதுதான். இலந்தை முட்களைப்

போடுவதால், பிறந்த குழந்தையின் வாசனையைத் தேடி வரும் காக்கைகள் கூரையில் உட்காராமல் தடுக்க முடியும் என்கின்றனர். வீட்டுக் கூரையின் மீது முட்களைப் போட்ட பிறகு அனைவருக்கும் இனிப்பு வழங்கப்படுகிறது. பின் குழந்தையை ஈன்ற தாய் குளிப்பதற்கென ஆவாரம் கிளைகளால் மறைப்பு ஒன்றைக் கட்டுகிறார்கள். தீட்டுக் கழியும் வரையில் தாய் இதில்தான் குளிக்க வேண்டும். அதன்பின் பிறந்த குழந்தைக்குப் பெண் தெய்வக் கோயிலில் இருந்து வளையல் வாங்கி வந்து போடுவர். அதோடு குழந்தைக்கு உடுத்த சிற்றாடை தரும் நிகழ்ச்சி நடைபெறும்.

சுமார் 5 மாதங்களுக்குப் பின் குழந்தைக்குச் சோறூட்டத் தொடங்குகையில் வெள்ளிக் கிண்ணம் வாங்கிக் கொடுக்கும் சடங்கை நிகழ்த்துகின்றனர். பிறந்த குழந்தைக்கான இத்தனைச் சடங்குகளும் கண்டிப்பாய்ப் பின்பற்றப்பட வேண்டும் என்பது விதி. இதற்கான செலவுகளைப் பெண் என்றால் தாய் மாமனும் ஆண் என்றால் தந்தையும் ஏற்றுக்கொள்ள வேண்டும்.

வாழ்க்கை வட்டச் சடங்கின் அடுத்த கட்டம் பூப்படைந்த பின் செய்யப்படும் சடங்கு முறைகளாகும். இதிலும் தாய்மாமனின் பங்கே அதிகம். பெண் பூப்படைந்த அன்றே தாய்மாமனிடம் சொல்லப்படுகிறது. உடனே தாய்மாமன் ஊரின் வடபுறம் குடில் ஒன்றை அமைக்கிறான். இதனை முட்டுத்துறை என்றழைக்கின்றனர். இம்முட்டுத்துறைக்குப் பெண்ணை அழைத்து வருகின்றனர். இவ்வாறு அழைத்து வரப்பட்ட பெண் 12 நாட்கள் வரையில் இதிலேயே தங்குகிறாள். வெளியே வரக் கூடாது என்பது சட்டம். இதற்குக் காவலாகத் தாய்மாமன் அமர்ந்திருக்கிறான். ஆனால் தற்பொழுது நிறைய பெண்கள் பள்ளிகளில் படிக்கச் செல்வதால் இத்தகைய கட்டுப்பாடுகள் இல்லை. ஆனால், ஊருக்குள் மட்டும் வரக் கூடாது. 12ஆம் நாள் பெண்ணிற்குத் தலையில் நீரூற்றித் தேவராட்டம் ஆடியபடியே ஊர்வலமாய் அழைத்து வருகின்றனர். அன்றைய தினமே தாய்மாமன் முட்டுத்துறையை எரித்துவிட வேண்டும். இதன் பின் பெண் தீட்டு நீங்கியவளாய் வீட்டிற்குள் அழைத்துக்கொள்ளப்படுகிறாள்.

கம்பளத்து நாயக்கர் சமூகத்துத் திருமணங்கள் அவற்றின் காலநீட்சியினால் பெருமையாகப் பேசப்படுகின்றன. சுமார் 40 அல்லது 50 வருடங்களுக்கு முன்பு, இச்சமூகத் திருமணங்களில், ஒரு வருடம் போலச் சடங்குகள் நிகழ்த்தப்படும். ஆனால் நாளடைவில் இது குறைந்து இன்று ஒரே நாளில் முடிந்துவிடுகிறது. முன்பு வழக்கத்தில் இருந்ததாய்க் கூறப்படுகின்ற குழந்தை மணங்களும் இன்று அடியோடு மறைந்துவிட்டன. திருமணத்திற்கு முந்தைய

நிச்சயதார்த்தம் நிகழ்ச்சியின் போது சாலிபெத்தா ஊர் மக்கள் முன்னிலையில், மணப்பெண்ணிற்கு வளையல் செய்து தந்த, சிற்றாடை வழங்கிய, சோறு ஊட்ட வெள்ளிக் கிண்ணம் வழங்கிய தாய்மாமன்களிடம் இருந்து ஏதேனும் தடை உள்ளதா; அதுபோல் பூப்பு நிகழ்வின்போது முட்டுத்துறை அமைத்தவரிடமிருந்து ஏதேனும் தடை உள்ளதா என்று விசாரிக்கிறார். அவ்வாறு இல்லை என்னும் பட்சத்தில் திருமணம் நிச்சயிக்கப்படுகிறது.

திருமணத்தின் போது, மணமக்கள் மணவறையில் உட்கார வைக்கப்பட, மூன்று வயதான பெண்கள் தெலுங்கில் கடவுள்களை வேண்டிப் பாடுகின்றனர். இதன் பின்னணியில் உருமி வாசிக்கப் படுகின்றது. அதன்பின் மூன்று தட்டுகளில் சோளச்சோறு வைத்து மணப்பெண்ணின் சகோதரர்களைச் சாப்பிடச் சொல்கிறார்கள். இதனைத் தடுக்கும் முகமாக மணமகனின் உடன் பிறந்தவர்கள் பெண்ணின் சகோதரர்களிடம் போலியாக வம்பு செய்கின்றனர்.

இதன்பின் ஊர் குயவர் மணமக்களுக்குத் தேவையான மண்பாத்திரங்களை மணமக்களிடம் தருகின்றார். ஊரிலுள்ள வண்ணார் புதுச் சேலை ஒன்றைத் தர, மணமக்களைச் சுற்றிப் போர்த்துகின்றனர். சாலிபெத்தா மாங்கல்யத்தைப் பால் நிரம்பிய தட்டிலிட்டு அதனை ஏந்தி நின்று, வானுலகத் தேவர்களையெல்லாம் திருமணத்திற்கு வரும்படி மந்திரம் சொல்லி அழைக்கிறார். மந்திரம் முழுவதும் தெலுங்கில் உள்ளது. இதன்பின் மணப்பெண்ணிற்கு மணமகன் மாங்கல்யத்தை அணிவிக்கிறார்.

இதனையடுத்து நடக்கின்ற நிகழ்ச்சிகள் முழுக்கவும் குறியீடானவை. ஊரின் எல்லையில் ஏற்கெனவே இரு குடில்கள் அமைக்கப் பட்டுள்ளன. சிறிய குடில் பெண் வீடென்றும் பெரிய குடில் ஆண் வீடென்றும் சொல்லப்படுகிறது. மணமக்கள் தத்தம் குடில்களில் வந்து அமர்கிறார்கள். சாலிபெத்தா துணையுடன் ஆணின் வீட்டிலிருந்து பெண் வீட்டிற்குப் பெண் கேட்டுத் தேவராட்ட அடவுகளுடன் ஆடிச் செல்கின்றனர். இவ்வாறு மூன்று முறை செல்கின்றனர். இதனைத் தொடர்ந்து மணமகன் பெரிய குச்சி கொண்டு நிலத்தை உழுது விதைப்பது போல் பாவனை செய்கிறார். மணப்பெண் வீட்டினைச் சுத்தப்படுத்துவது போல் பாவனை செய்கிறாள். ஆண் நிலத்தில் அறுவடை செய்ய, பெண் அதனைக் குத்தி, புடைத்து அரிசி ஆக்குகிறாள். பின் சமையல் நடக்கிறது. இவை அனைத்தும் பாவனையாகச் செய்யப்படுகின்றன.

இதனைத் தொடர்ந்து மணமக்கள் மீது மஞ்சள் நீர் தெளிக்கின்றனர். இறுதியாக தேவராட்டம் ஆடி மணமக்களை ஊர்வலமாய் ஊருக்குள்

அழைத்து வருகின்றனர். ஊர் மைதானத்தில் மணமக்களின் முன் தேவராட்டம் நடைபெறுகின்றது.

திருமணத்திற்கு அழைக்கப்பட்ட அத்தனை ஊர்களின் தேவராட்டக் குழுக்களும் இந்நிகழ்ச்சியில் கலந்து கொள்கின்றன. இதன்பின் மறுபடியும் தேவராட்டம் ஆடிக்கொண்டே ஊர்வலமாய், மணமக்கள் வீட்டிற்கு அழைத்து வரப்படுகின்றனர். இதன்பின் ஆண்களும் சிறுவர்களும் வாழைப் பூவினை இடுப்பில் ஆண் குறியெனத் தொங்கவிட்டுக் கூச்சலுடன் ஆடுகின்றனர். அதன்பின் மணப்பெண் குழந்தையைப் பெற்று அதனைத் தாலாட்டுவது போல் பாவனை செய்கிறாள். இத்துடன் சடங்கு முடிவடைகின்றது. ஒரு வருடம்வரை நடந்த திருமணங்களில் இங்கு பாவனையில் செய்யப்பட்டவை அனைத்தும் (விவசாயம் வேலைகள், வீட்டைப் பராமரித்தல் போன்றவை) உண்மையாகவே நிகழ்த்தப்பெறும் என்கின்றனர்.

இறப்பு நிகழ்ந்தால், அந்தக் கணத்திலிருந்தே உருமி வாசிக்கப் படுகிறது. இறந்த நபரைக் குளிப்பாட்டி பின் எரிக்கின்றனர். எரித்த பின் நடைபெறும் நடுகல்நடும் விழா முக்கியமானது. இந்த நடுகல் வழக்கம் தாங்கள் படை வீரர்களாய் இருந்தபொழுது ஆரம்பித்தது என்கின்றனர். இதற்கான ஆதாரங்கள் எதுவும் இல்லை. இறந்தவரை எரித்த மறுநாள் நடுகல் நடுவது நடைபெறுகிறது. இறந்தவரின் சம்மந்தக்காரர் நடுகல்லைத் தேர்ந்தெடுக்கிறார். அவர் முதலில் மிதிக்கின்ற கல்லே நடுகல்.

பின் அந்தக்கல், பால், கோமியம் கொண்டு அபிசேகம் செய்யப் படுகின்றது. அந்நடுகல்லின் ஒருபுறத்தில் மனித முகம் வரைந்து நடுகின்றனர். இவ்வாறு நட்ட கல்லின் அடியில் இறந்தவரின் அஸ்தி கலையம் வைத்துப் புதைக்கப்படுகின்றது. இன்னொரு கலைய அஸ்தி ஆற்றில் கரைக்கப்படுகின்றது. வேறு சமூகப் பெண்ணுடன் தொடர்பு கொண்ட கம்பளத்து நாயக்கர்களுக்கு மட்டும் நடுகல் நடும் வழக்கம் இல்லை.

பெண்களின் நிலை

இச்சமூகத்துப் பெண்கள் தூய்மையைக் கடைப்பிடிக்கிறவர்கள் என்று பாராட்டப்படுகின்றனர். இது ஒரு வகை நெருக்கடியும்கூட. அசுத்தமான கம்பளத்து நாயக்கப் பெண்கள் சாதித் தூய்மையை இழக்கிறார்கள் என்று பொருள். இப்பெண்கள் ஓடுகிற நீரையும் ஊறுகிற நீரையும் தவிர்த்து வேறெதையும் அருந்தத் தடை உள்ளது.

சமீபகாலங்களாகத்தான் இச்சமூகப் பெண்கள் படிப்பதற்காக வெளியே செல்கின்றனர். மறுமணம் செய்யும் வழக்கம் சில்லவார்களிடம் இல்லை. ஆனால் பிற நாயக்கக் கிளைகளில் உள்ளது.

இச்சமூகத்துப் பெண்கள் கணவனைத் தவிர வேறு ஆடவர்களுடன் நேருக்குநேர் நின்று பேசுவதற்கு தடையுள்ளது. பிற ஆடவர்களுடன் தொடர்புகொண்ட பெண் குறித்து எவ்வித பேச்சும் நிலவவில்லை. ஆனால் பிற பெண்களுடன் தொடர்புடைய ஆணுக்கான தண்டனை குறிப்பிடப்பட்டுள்ளது. பல ஆடவர்களுடனான உறவு, விதிகளின் அளவில்கூட ஏற்றுக்கொள்ளப்படவில்லை.

அதேபோல் தமிழகத்திற்குக் குடிபெயர்ந்த காரணமென இவர்கள் கூறும் கதை, முஸ்லீம் அரசனொருவனிடமிருந்து தங்கள் பெண்களைக் காப்பாற்றிய கதைவகையை ஒத்திருக்கிறது. இச்சமூகத்துப் பெண்கள் சொத்து கைமாறி விடக் கூடாது என்பதற்காக வயதான மனிதருக்கும், ஏற்கெனவே மணமானவருக்கும் மணமுடிக்கப்படுவது அதிகமாய்க் காணப்படுகிறது. தேவராட்டம் என்கிற நடனக் கலையின் பார்வையாளர்கள் இப்பெண்கள்.

பிற கலைகள்

இச்சமூகத்தினரிடம் தேவராட்டம் தவிர வேறு சில கலைமரபுகளும் காணப்படுகின்றன. கும்மியடித்தல், ஒயிலாட்டம் போன்றவை இவர்களது பொழுதுபோக்கு வழக்காறுகள். இவ்வூரிலுள்ள 'ஸ்ரீசக்கதேவி கலை மன்றம்' எனும் அமைப்பின் வரலாறு முக்கியமானது. சுற்றுவட்டாரத்தில் பிரபலமான கலைக்குழு இது. இக்குழுவின் நாட்டார் நடனங்கள் பிரசித்தமானவை.

1958க்கு முன்பு வரையில் உள்ளூர் நிகழ்ச்சிகளில் மட்டும் கும்மி, ஒயில் போன்ற நடனங்களை ஆடி வந்தனர். வெளியூர்களில் சென்று ஆடும் பழக்கம் இருக்கவில்லை. ஆனால் அப்பொழுதே கோடாங்கிப்பட்டியின் ஒயிலாட்டமும் கும்மியும் பெரிதாக பேசப்பட்டதாகத் தெரிவிக்கின்றனர். 1958இல் ஜக்கம்மா கோவில் கொடை விழாவிற்காகச் சமூக நாடகங்களை நடத்துவது என்று ஊர் இளைஞர்கள் முடிவு செய்து தங்களது நாடகக் குழுவிற்கான பெயரை 'ஸ்ரீசக்கதேவி கலைமன்றம்' என்று அமைக்கின்றனர். கலைமன்றம் தொடங்கப்பட்டதும் அதன் பின் நடைபெற்ற கும்மி, ஒயில் போன்ற நிகழ்ச்சிகளையும் மன்றத்தின் பெயரில் நடத்தத் தொடங்கினர்.

1965 இல் வெளியூரிலிருந்து மூன்று நாட்கள் நிறுத்தாது சைக்கிள் ஓட்டும் குழுவொன்று கோடாங்கிப்பட்டியில் தங்கள் நிகழ்ச்சியை நடத்தியது. இந்நிகழ்ச்சியில் முக்கியப் பங்கு வகித்தது ரிக்கார்ட் டான்ஸ் என்று சொல்லப்படுகின்ற திரைப்படப் பாடல்களுக்கான நடனமாகும். இதனைப் பார்த்த கோடாங்கிப்பட்டிக்காரர்கள் அதன் கவர்ச்சியில் மயங்கி, அடுத்த கோவில் கொடைக்கு இந்நிகழ்ச்சியை ஏற்பாடுசெய்வது என்று முடிவுசெய்தனர். இது கலை மன்றத்தினர்க்குப் பெரும் பிரச்சினையாகப் போயிற்று.

நமது ஊரில் இன்னொரு குழு வந்து ஆடுவதா என்கிற இயல்பான கோபத்தில் தாங்களே ரிக்கார்ட் டான்ஸ் ஆடுவதாகக் கூறி, முதல்முறையாக 1965இல் ஸ்ரீசக்கதேவி கலைமன்றம் ரிக்கார்ட் டான்ஸூம் நடத்தியது. கலைமன்றம் நிகழ்த்திய இந்நிகழ்ச்சி வெகு வேகமாக மற்ற ஊர்களில் பரவ, ஏராளமான ஊர்களிலிருந்து ‘ரிக்கார்ட் டான்ஸ்’ நடத்தச் சொல்லி அழைப்புகள் வந்தன. முதன்முறையாக, ஸ்ரீசக்கதேவி கலைமன்றம், 1967இல் வெளியூர்களுக்குச் சென்று தொழில் முறையில் ரிக்கார்ட் டான்ஸ் நடத்தியது. இதனோடு இவர்களின் கும்மியும் ஒயிலும் சிறப்பாக நடைபெறும் என்பதால் அதனையும் நடத்தித்தரும்படி வெளியூர்களிலிருந்து அழைக்க ஆரம்பித்தனர்.

1978 இல் விளாத்திகுளம் எனும் ஊரில் தொழில் முறையாய்க் கும்மி நிகழ்ச்சியை நடத்தினர். இந்த நிகழ்ச்சியின் மூலம் வந்த வருவாய் சமமாகப் பங்கிடப்பட்டது. ரிக்கார்ட் டான்ஸ் வாய்ப்புகள் நிறைய வந்தன என்றாலும், மக்கள் உயர்வாக மதிக்கவில்லை என்கிற காரணத்தால் 1980இலிருந்து ரிக்கார்ட் டான்ஸ் ஆடுவதை நிறுத்தி விட்டனர். ஆனால், கலைமன்றம் தொடர்ந்து கும்மி, ஒயில் போன்ற நிகழ்ச்சிகளை மட்டும் நடத்திவந்தது.

ஒருமுறை திருச்செந்தூரில் ஒயிலாட்டம் ஆடுகையில், திருச்செந்தூர் கோவில் நிர்வாகத்தினர் கோவில் விழாவிற்குத் தேவராட்டம் ஆடமுடியுமா என்று கேட்டனர். கலைமன்றத்தினர் தேவராட்டம் பற்றி எந்தப் பதிலும் சொல்ல முடியாமல் திரும்பி விட்டனர். ஊர்ப் பொதுவில் இந்தத் தகவல் சொல்லப்பட்ட போது எதிர்ப்புகளும் ஆதரவுகளும் பெருகின.

தேவராட்டத்தை மரபான சூழலைவிட்டு வெளியே கொண்டு செல்வது கொச்சைப்படுத்தும் செயல், அது தெய்வக்குற்றம் என்று பலர் எதிர்த்தனர். தேவராட்டம் ஒரு தெய்வக் கலை; இதனைக் கடவுளின் ஸ்தலத்தில் (திருச்செந்தூர் முருகன் கோவில்)

ஆடுவதொன்றும் தவறில்லை என்று எதிர்வாதம் கிளம்பியது. ஆனால் தேவராட்டத்தை வேறெங்கும் நடத்தக்கூடாது என்ற மரபு குறித்துக் கவலை கொண்டனர்.

இதற்குத் தீர்வாக, பட்டையக்காரரையும் உடனழைத்துச் செல்வது என்றும், அவர் முன்னிலயில் எந்த ஊரிலும் ஆட முடியும் என்பதால், அவரை வைத்துக்கொண்டு திருச்செந்தூரில் ஆடுவது என்ற முடிவு எட்டப்பட்டது. எதிர்ப்புத் தெரிவித்தவர்கள் தங்களது கடைசி ஆயுதமென 'ஜக்கம்மா கோவிலில் குறி பார்ப்பது' என்று கிளப்பி விட்டனர்.

அன்று இரவே ஊர் திரண்டு கோயில் முன் அமர, ஈசான மூலையில் பல்லி கத்திவிட்டது. இத்தனை சமரசங்களுக்குப் பிறகே 1981 இல் திருச்செந்தூர் முருகன் கோவிலில், தங்களது பட்டையக்காரர் முன்பாக ஸ்ரீசக்கதேவி கலைமன்றத்தினர் தேவராட்டம் ஆடினர். இந்தச் செய்தி பல்கலைக்கழகங்கள் அளவில் பேசப்பட, தஞ்சாவூர் தமிழ்ப் பல்கலைக்கழகத்தினர் 1983இல் பல்கலைக்கழகத்திற்கு வந்து தேவராட்டமாட முடியுமா எனக் கலைமன்றத்தினரை வினவினர்.

மறுபடியும் ஊரில் பல்வேறுவிதமான கருத்து வேறுபாடுகள் தோன்றின. போனமுறை தெய்வஸ்தலம், அதனால் அனுமதித்தோம். பல்கலைக்கழகத்திற்கெல்லாம் அனுமதிக்க முடியாது என்றனர். கலைமன்றத்தினர் இதற்கு மிகவும் சாமர்த்தியமாய் பல்கலைக்கழகம் சரஸ்வதி உறையும் இடம். கலைமகளின் முன்பாக தேவராட்ட மாடுவது ஒன்றும் தவறில்லை என வாதிட்டனர். இதற்கு மறுவாதம் எதுவும் கிளம்பவில்லை என்பதால் 1983இல் தஞ்சைத் தமிழ்ப் பல்கலைக்கழகத்தில், பட்டையக்காரர் முன்னிலையில் ஸ்ரீசக்கதேவி கலைமன்றம் தேவராட்டமாடியது.

தஞ்சைக்குச் சென்றது முதல் கலைமன்றம் தங்களுக்கான ஆடைகளில் ஓர் ஒழுங்கு வேண்டும் என்று முடிவு செய்து, தேவராட்டக் கலைஞர்களுக்கான சீருடையை உருவாக்கியது. முழு நீளக்கை கொண்ட மஞ்சள் நிற ஜிப்பாவும் எட்டுமுழ வேஷ்டி பஞ்சகச்சமுமே அந்தச் சீருடை. தலைப்பாகை, வெள்ளைத் துணியில் பச்சை, காவி வண்ணக் கோடுகளோடு காணப்பட்டது. கைகளில் வைத்திருக்கும் சிறு துணி நீலநிறத்தில் இருந்தது. இவ்வாறு உருவான ஸ்ரீசக்கதேவி கலைமன்ற தேவராட்டக் குழுவில் பத்து நடனக் கலைஞர்களோடு ஒரு உருமிக் கலைஞரும், பட்டையக் காரரும் இடம்பெற்றனர்.

மரபான சூழலும் புதிய சூழலும்

இக்கட்டுரையில் விவாதிப்பதற்காக எடுத்துக்கொண்ட தேவராட்ட நிகழ்ச்சிகள் மூன்றும் வெவ்வேறான தளங்களில் நடைபெற்றவை. முதலாவதாக இங்கு நான் விவரிக்க இருப்பது கோடாங்கிப்பட்டி ஊரில் நடைபெற்ற ஒரு திருமண விழாவில் நடைபெற்ற நிகழ்ச்சியாகும். இது மரபான சூழலில் நடைபெற்ற நிகழ்ச்சி. மற்ற இரண்டும் வெவ்வேறான சூழல்களில் ஆடப்பட்டவை. ஒன்று தூய சவேரியார் கல்லூரி நாட்டார் வழக்காற்றியல் துறையிலும், மற்றொன்று கோவில்பட்டியில் அனைத்துக் கிராமிய நல்வாழ்வுச் சங்க முதலாண்டு நிறைவு விழாவிலும் ஆடப்பெற்றவை.

திருமணச் சூழலில் தேவராட்டம்

கோடாங்கிப்பட்டியில் நிகழ்ந்த திருமண விழாவில் நடைபெற்ற தேவராட்ட நிகழ்ச்சியானது இரு விதங்களில் அமைந்திருந்தது. சடங்குகளுக்குள் பயன்படுத்தப்படும் ஒன்றிரண்டு அடவுகள் என்ற 'துணுக்கு தேவராட்டமும்', விழா இறுதியில் மணமக்களின் முன் நிகழ்த்தப்பட்ட 'பிரம்மாண்ட தேவராட்டமும்' என இரண்டு வகை. காலை முதல் மாலை வரை சாஸ்திரங்களில் சொல்லப்பட்டது போல் திருமண வீட்டினுள் நடைபெற்ற சடங்குகள், மாலை சுமார் 7 மணியளவில் ஊரின் பொது மைதானத்தில் நடைபெறத் தொடங்கின. திறந்த வெளியில் அமைக்கப்பட்டிருந்த சிறு குடில்கள் மணமக்களின் வீடுகளாகக் கற்பனை செய்யப்பட்டு மணமக்கள் தத்தம் குடில்களில் அமர்த்தப்பட்டனர்.

மணமகள் வீட்டாரும் மணமகன் வீட்டாரும் தத்தம் குடில்களைச் சுற்றி அமர்ந்து கொண்டனர். மணமகனின் குடிலிலிருந்து பெண் கேட்டுச் செல்லும் நிகழ்ச்சி தொடங்கியது. உள்ளூர் சாலிபெத்தா பெண்கேட்டுச் செல்லத் தயாரானார். பெண் கேட்கச் செல்லும் ஊர்வலத்தின் முன்பாக உருமிக் கலைஞர் நிற்கிறார். அவரைத் தொடர்ந்து சாலிபெத்தா, சாலிபெத்தாவின் பின் ஒருவர், சாலிபெத்தாவின் கைகளில் முறம் ஒன்று உள்ளது. சாலிபெத்தாவின் தோள்களில் கிடக்கும் துண்டைப் பின்னாலிருப்பவர் பிடித்துக் கொள்கிறார். உருமிக் கலைஞர் உருமியை இசைக்க சாலிபெத்தா தனது கையிலுள்ள முறத்தைத் தலைக்கு மேல் உயரத்தி, தேவராட்ட அடவொன்றை ஆடியபடியே செல்கிறார். சாலிபெத்தா தோள்துண்டினைப் பிடித்திருக்கும் நபரும் தேவராட்டமாடியபடியே

செல்கின்றார். இவ்வாறு புறப்பட்ட ஊர்வலம் மணமகளின் குடிலுக்கு முன் வந்து நிற்கிறது. இந்தச் செயல் மூன்று முறை நடைபெறுகிறது.

சாலிபெத்தா பெண் கேட்டுச் செல்லும் நிகழ்ச்சி முழுக்க முழுக்க பாவனை சார்ந்தது. அவர் கைகளில் பிடித்திருந்த முறம் யானையின் காதுகள் என்றும், தோள்துண்டு குதிரை என்றும் பாவனை செய்யப் படுகிறது. பூர்வத்தில், நிஜ யானைகளும் நிஜக் குதிரைகளுமே பயன்படுத்தப்பட்டதாயும், அவை எட்டையபுரம் ஜமீனிலிருந்து வந்தன என்றும் நம்புகின்றனர்.

பாவனை சார்ந்த சடங்குகள் முடிவுற்றதும் மணமக்கள் இருவரும் குடில்களின் முன் தத்தம் உறவினர் சூழ மணக்கோலத்தில் நிற்கின்றனர். இந்த நிமிடத்திலிருந்து தேவராட்ட நிகழ்ச்சி ஆரம்ப மாகிறது. உள்ளூர் தேவராட்டக் கலைஞர்கள் சுமார் பத்துப் பேர் மணமக்களின் முன் தேவராட்டம் ஆடத் தொடங்கினர். ஆடியபடியே மணமக்களை ஊரின் பொது மைதானத்திற்கு அழைத்து வந்தனர். இந்த நேரம், ஊர் மக்கள் அனைவரும் மணமக்களைத் தொடர்ந்து பொது மைதானத்திற்கு வந்து சேர்ந்தனர். பொது மைதானத்திற்கு ஊர்வலம் வந்ததும், அங்கிருந்த இருக்கைகளில் மணமக்கள் அமர வைக்கப்பட்டிருந்தனர். தேவராட்டக் குழு மைதானத்தின் நடுவில் நின்று கொண்டது. மக்கள் அனைவரும் மைதானத்தைச் சுற்றி, வீட்டுத் தாழ்வாரங்களிலும் கோவில் வாசல்களிலும் அமர்ந்து கொண்டனர்.

இதனிடையே மேலும் மூன்று ஊர்களிலிருந்து வந்திருந்த தேவராட்டக் கலைஞர்களும் ஆட்டத்திற்குத் தயாரானார்கள். ஒவ்வொரு குழுவிலும் சுமார் பத்து முதல் பதினைந்து கலைஞர்கள் காணப்பட்டனர். இவ்வாறு பக்கத்து ஊர்களிலிருந்தும் தேவராட்டமாட ஆட்கள் வருவது கூடுதல் மரியாதை. ஒரு திருமணத்தின் படோடோபத்தை குழுக்களின் எண்ணிக்கையே தீர்மானிக்கிறது.

பிற ஊர்க் கலைஞர்களையும் திருமணத்திற்கு அழைப்பதற்கும் சில சம்பிரதாயங்கள் உள்ளன. கல்யாண வீட்டார் அக்குறிப்பிட்ட ஊர்களுக்குச் சென்று வெற்றிலை, பாக்கு, பழம் போன்றவைகளை தாம்பாளத்தில் வைத்து மரியாதை செய்து அழைத்தால் மட்டுமே இக்கலைஞர்கள் ஆட வருவர். இவ்வாறு வருகின்ற கலைஞர்களுக்கு உணவும் மரியாதையையும் மட்டும் வழங்க வேண்டியிருக்கிறது. நான் பார்த்த திருமண நிகழ்ச்சி மிகவும் வசதியான குடும்பத்தவரின் திருமணமானதால், சீலிநாயக்கன்பட்டி, பேரிளம்பட்டு, முருங்கைப் பட்டி என்ற மூன்று ஊர்களின் குழுக்களும் நடனமாட வந்திருந்தன.

நான்கு ஊர்க் குழுக்களும் பொது மைதானத்தில் ஆடிய நிகழ்ச்சி பிரம்மாண்டமானது. கோடாங்கிப்பட்டி தேவராட்டக் குழு மணமக்களுக்கு முன்பாக, அதாவது வடதிசையில் நின்று கொண்டது. முருங்கைப்பட்டிக் குழு கிழக்கிலும், சீலிநாயக்கம் பட்டிக் குழு தெற்கிலும், பேரிளம்பட்டுக் குழு மேற்கிலும் நின்று கொண்டன. இவ்வாறு நின்ற நான்கு குழுக்களும் சதுரமான ஆடு பரப்பொன்றை உருவாக்கின. உருமிக்கலைஞர்கள் இருவர் இச்சதுர வெளியின் மையத்தில் நின்று கொண்டனர். பார்வையாளர்கள் இவர்களுக்கு வெளிப்புறமாய்ச் சூழ்ந்து நின்றனர். வெளியிலிருந்து பார்க்க ஏதோ போர் வியூகம் போலவே இருந்தது.

கோடாங்கிப்பட்டியின் குழுவில் நின்ற பதிமூன்று நபர்களும் இருபது வயதிலிருந்து நாற்பது வயதிற்கு உட்பட்டவர்கள். மற்றைய குழுக்களில் பெரியவர்களுடன் சிறுவர்களும் நின்றிருந்தனர். சிறுவர்கள் கால்களில் சதங்கை கட்டியிருக்கவில்லை.

ஆட்டம் தொடங்கும் முகமாகக் கலைஞர்கள் அனைவரும் உருமியைத் தொட்டு வணங்கி, பின் தம்மிடத்தில் வந்து நின்று கொண்டனர். இவ்வகை வணக்கம், ஒவ்வொரு தேவராட்ட நிகழ்வின் தொடக்கத்திலும் நடைபெறுகின்றது. தேவராட்டம் தொடங்குவதற்கான சமிக்ஞை கூட இது. உருமிக் கலைஞர்கள் ஒருமுறை நான்கு குழுக்களையும் பார்த்துவிட்டு உருமியை வாசிக்கத் தொடங்குகின்றனர். காற்றைக் கிழித்து எழுந்த உருமியின் இசைக் கேற்ப அந்தச் சதுரச் சங்கிலி இப்பொழுது ஆடத்தொடங்கியது.

அடவுகள் ஆடப்படும் விதத்தில் எவ்விதமான சீரும் கடைபிடிக்கப் படவில்லை. ஆடும் நபர்களின் விருப்பத்திற்கேற்ப அடவுகள் தெரிவுசெய்யப்பட்டு, உருமிக் கலைஞரிடம் சொல்லப்படுகின்றது. மேலும், இருக்கக்கூடிய எழுபத்திரண்டு அடவுகளையும் ஆடியாக வேண்டுமென்ற கட்டாயம் இச்சூழலுக்கு விதிக்கப்படவில்லை என்பதால் ஆட்டக்காரர்களின் தேர்வின்படியே ஆட்டம் சென்று கொண்டிருந்தது. பார்வையாளர்கள் பகுதியிலிருந்து பலரும் வந்து ஆட்டத்தில் கலந்துகொள்வதும், ஆடியவர்கள் களைத்து பார்வையாளர்களாக மாறுவதும் தொடர்ந்து நடந்து கொண்டிருந்தது.

நிகழ்த்துனர்கள்? பார்வையாளர்கள்?

தேவராட்டத்தில் நிகழ்த்துநர்கள் யார், பார்வையாளர்கள் யார் என்ற குழப்பம் தோன்றுகிறது. ஆட்டம் தொடங்கிய போது மைதானத்தில்

நின்று கொண்டிருந்தவர்கள் இப்போது இல்லை. கொஞ்ச நேரத்தில் காட்சி மாறி, வேறு ரூபம் எடுக்கத் தொடங்கிவிட்டது. நேரம் செல்லச் செல்ல, பார்வையாளர்கள் பகுதியிலிருந்து பலரும் ஆட்டத்தில் கலந்துகொள்ள ஆரம்பிக்கிறார்கள்.

கிராமம் சார்ந்த அல்லது இனக்குழு சார்ந்த அல்லது சமூகம் சார்ந்த நாட்டார் கலைகளில் பார்வையாளர்கள், கலைஞர்கள் என்கிற பாகுபாடு தெளிவாகப் புலப்படுவதில்லை என்பதை நிறைய பேர் பதிவு செய்துள்ளனர். அதைத் தொடர்ந்து, செவ்வியல் கலைகளில் போல பார்வையாளர் - நிகழ்த்துநர் பாரபட்சம் நாட்டார் கலைகளில் இல்லை என்று விளக்கமளிக்கின்றனர். ஆனால், இது ஒரு வகை விதந்தோதுதல் என்று அப்பட்டமாகத் தெரிகிறது.

செவ்வியல் கலையோடு ஒப்பிடும் போது உணர்ச்சிவசப்பட்டு சொல்லப்படுகின்ற வார்த்தைகள். ஏனெனில், யார் பார்வையாளர் யார், நிகழ்த்துநர் என்ற வரையறையே ஒரு கலையின் தொழில்நுட்ப மேன்மைக்கான சான்றும் கூட. எந்தவித முறையான பயிற்சியும் தேவைப்படாத கலை வடிவங்களில் மட்டுமே பார்வையாளர் - நிகழ்த்துநர் பாகுபாடும் தேவைப்படுவது இல்லை.

தேவராட்டம் நிச்சயமாய் அப்படி இல்லை. அதில் கற்றுத் தேர்வதற்கு அடவுகளில் ஆரம்பித்து நிறைய சங்கதிகள் உள்ளன. தொலைவிலிருந்து பார்ப்பதற்கு வேண்டுமானால் பார்வையாளர் - நிகழ்த்துநர் பாகுபாடு அழிந்த கலையாக அது தோன்றலாம். ஏனெனில் பார்வையாளர்களில் எவரும் எந்த நேரத்திலும், கலந்துகொள்ளக்கூடிய சமூக நடனமாகவே அது காட்சியளிக்கிறது.

ஆனாலும் கூர்ந்து கவனித்துப் பார்த்தால் அதனுள் செயல்படும் நிகழ்த்துநர் - பார்வையாளர் வேறுபாட்டை நம்மால் கண்டுபிடிக்க முடியும்.

தேவராட்டம், சமூக நடனமே என்றாலும், சமூகத்தின் ஆண்களால் மட்டுமே ஆடப்படும் நடனம். வேறு சமூகத்தினர் ஆடுவதற்கு அனுமதியில்லை என்பது போலவே, கம்பளத்து நாயக்கப் பெண்கள் ஆடவும் அனுமதியில்லை. சொல்லப்போனால், தேவராட்டத்தின் நிரந்தரமான பார்வையாளர்கள் அப்பெண்கள் மட்டுமே. அவர்களே கம்பளத்து ஆண்களின் ஆட்டத்தை காலமெல்லாம் கண்டு களிக்கிறார்கள். ஆடாத ஆண்களும் நடனத்தைப் பார்த்துக் கொண்டிருக்கிறார்கள் என்றாலும், அவர் விரும்புகிறபட்சத்தில் எந்த நிமிடமும் ஆடுகளத்திற்குள் பிரவேசிக்கும் அதிகாரம் அவர்களுக்கு உண்டு.

புதிய சூழலில் தேவராட்டம்

மேலே சொன்னதைப் போல் களஆய்வு செய்த பிற இரு தேவராட்ட நிகழ்ச்சிகளும் சூழலில் மட்டுமல்லாது, ஆடை அணிகல பயன்பாட்டிலும், பார்வையாளர் - நிகழ்த்துநர் வரையறுப்பிலும் வேறுபாடுகளைக் கொண்டவை. இவற்றில் ஒன்று, 1988ம் வருடம், தூய சவேரியார் கல்லூரி வளாகத்தில், சுமார் ஒரு மணிநேரம், திறந்தவெளியில் நடைபெற்றது.

அன்றைய தினம், ஆடு பரப்பை தவிர்த்து, பார்வையாளர்கள் மூன்று புறமும் அரைவட்ட வடிவில் அமர்ந்திருந்தனர். தேவராட்டக் கலைஞர்கள் வந்து ஆடுகளத்தில் நின்றதும், குழுவின் மூத்த உறுப்பினர் தங்களை அறிமுகப்படுத்திக்கொண்டார். தேவராட்டம் எனும் இக்கலை தங்களது சமூகத்தினர்க்கு மட்டுமே உரித்தான கலையென்றும் இதனைத் தங்களது ஊர் அல்லது சமூகம் தவிர்த்து வேறெங்கும் ஆடக் கூடாது என்றும் கூறினார். தொடர்ந்து, இக்கலை வெளியுலகிற்குத் தெரிய வேண்டும் என்பதாலும், கல்லூரிகள் சரஸ்வதி உறையும் இடம் என்பதாலும் இந்த நிகழ்ச்சிக்கு வந்ததாகக் கூறினார்.

ஆனாலும், இக்கலையை வேறு யாரும் பார்ப்பதற்கு சம்பிரதாயம் அனுமதிக்காது என்பதால், தங்களுடன் வந்துள்ள பட்டையக் காரருக்காக மட்டுமே ஆடப்போவதாகவும், அப்படி ஆடுவதை பிறரும் பார்க்க முடியும் என்றும் கூறி முடித்தார். நாட்டார் கலைத்தாகத்தில் நடனம் காண வந்த பலருக்கும் இது வித்தியாசமான அனுபவமாக இருந்தது. பக்கத்து வீட்டு ஜன்னல் வழி தொலைக் காட்சியைப் பார்ப்பது போன்ற உணர்வு. அல்லது, பக்கத்தூர் திருவிழாவில் கூத்து பார்ப்பது போல.

கோயில்பட்டியைத் தலைமையிடமாகக் கொண்டு தொடங்கப்பட்ட அனைத்துக் கிராமியக் கலைஞர்கள் நல்வாழ்வுச் சங்கம் நடத்திய முதலாண்டு நிறைவு விழாவில் (1990) அடுத்த தேவராட்ட நிகழ்ச்சி நடைபெற்றது. தேவராட்டம் மட்டுமல்லாது தென் தமிழகத்தில் வழங்கப்படும் அனைத்து நாட்டார் கலைகளும் இங்கு நிகழ்த்தப் பட்டன.

இவ்விழா கோவில்பட்டியிலுள்ள காந்தி மைதானத்தில் நடை பெற்றது. இச்சூழலும் தேவராட்டத்தின் மரபான சூழலுக்கு அப்பாற்பட்டதே. இந்நிகழ்ச்சிக்குக் கோடாங்கிப்பட்டியின் ஸ்ரீசக்கதேவி கலைமன்றத்திலிருந்து பதினைந்து தேவராட்டக் கலைஞர்களும் உருமிக்கலைஞர் ஒருவரும், ஊர் பட்டையக்காரரும்

வந்திருந்தனர். இங்கும் தேவராட்டமானது பட்டையக்காரரின் முன்னிலையிலேயே நடைபெற்றது.

மரபான சூழலிலிருந்து வெளிவந்த இவ்விரு தேவராட்டத்தின் ஒப்பனையிலும் பார்வையாளர் வரையறையிலும் நிகழ்த்து சுதந்திரத்திலும் பெரிய வேறுபாடுகள் தென்பட்டன. ஆனால், அடவுகளில் வித்தியாசம் இல்லை. ஒரு கம்பளத்து நாயக்க திருமண விழாவிற்கோ அல்லது பூப்புச் சடங்கிற்கோ ஆடப்படுவது போலவே ஆடப்பட்டன. சூழல் மாற்றம் அடவு மாற்றத்தை ஏற்படுத்த வில்லை. அதுபோலவே இசையிலும் மாற்றங்கள் இல்லை.

மரபான தேவராட்டச் சூழலில் பெண்களே பார்வையாளர்கள் என நாம் வரையறுத்ததைப் போல் இப்புதிய சூழலில் யார் பார்வையாளர் என்று கோடிட்டுக் காட்டுவது சிரமமாக இருந்தது. தூய சவேரியார் கல்லூரியில் நிகழ்ந்த தேவராட்டத்திற்குப் பார்வையாளர்களாக அமர்ந்திருந்தவர்கள் கல்வியாளர்கள், பேராசிரியர்கள், நாட்டார் வழக்காற்றியலாளர்கள் மற்றும் கல்லூரி மாணவர்கள்தான் என்றாலும் அவர்கள் நிஜப் பார்வையாளர் இல்லை. நிஜப் பார்வையாளர் அவர்களின் 'பட்டயக்காரர்' மட்டுமே. அந்த வகையில் மற்ற அனைவரும் 'இரவல் பார்வையாளர்கள்'. கோவில்பட்டியில் நடைபெற்ற நிகழ்ச்சியின் 'இரவல் பார்வையாளர்களர்கள்' சக நாட்டார் கலைஞர்கள். அது நாட்டார் கலைஞர்களின் மாநாடு என்பதால் அவர்களே பெருவாரியாக அமர்ந்திருந்தனர்.

புதிய சூழலின் கருத்துப் புலப்படுத்தம்

கம்பளத்தாரின் 'புதிய சூழல்' முயற்சி சுயம்புவானதல்ல. சுதந்திரத்திற்குப் பிந்தைய தமிழக அரசியல் வரலாறும், அதுசார்ந்த கலை வரலாறும் இங்கு முக்கியம். திராவிட இயக்கங்கள் தங்களது பிரசாரச் சாதனங்களாகக் கலைவடிவங்களை பயன்படுத்திய விளைவுகளை நாம் சகல தளங்களிலும் உணரமுடியும்.

எந்தவொரு சமூக இனக்குழுவும் தனக்கான அடையாளங்களைப் பேணிக் காப்பதில் தீவிர அக்கறை செலுத்தி வந்துள்ளது. அதன் தனித்தன்மையைப் புறக்கணிக்கும் அல்லது அழிக்கும் முகமாக வரலாற்று நிகழ்வுகள் மாற்றமடையும் போதெல்லாம் தனது சுயஅடையாளத்திற்கான போராட்டத்தை முன்னெடுக்கிறது. தனது அடையாளங்களென மொழியை, இனத்தை, சமயத்தை, பழக்க வழக்கங்களை, சடங்கியல் கூறுகளைச் சொல்லிக்கொள்ளும்

சமூகங்கள் இந்த நிலைப்பாட்டோடு குழுவுணர்வையும் இணைத்தே யோசிக்கின்றன.

சென்ற நூற்றாண்டு தமிழகத்தில் அரசியலிலும் கலையிலும் வெளிப்பட்ட மொழி அடையாள இயக்க வளர்ச்சியை இந்த விதத்தில் கணிக்கவேண்டும். தனித்தமிழ் இயக்கம், திராவிட இயக்கம் போன்றவை மக்கள் மத்தியில் பெரும் கிளர்ச்சியைத் தோற்றுவித்ததன் காரணம் சுய அடையாளங்களுக்கான தேவை மட்டுமே.

'தமிழ் அடையாளம்' அரசியல் அடையாளமாக முன்மொழியப்பட்ட தமிழகத்தில், பிற திராவிட மொழிகளைப் பேசக்கூடிய சமூகங்களும் கணிசமாக வாழ்கின்றன. மக்கள் தொகையில் குறிப்பிடத்தக்க சதவீதத்தை தெலுங்கு மற்றும் கன்னடத்தைத் தாய்மொழியாகக் கொண்டுள்ள சமூகங்கள் ஆக்கிரமிக்கின்றன. குறைந்தது நானூறு வருடங்களாகத் தமிழகத்தில் வாழ்ந்து வருகின்ற இவர்களது வாழ்க்கை முறை, தமிழ் பேசும் மக்களிடமிருந்து வெளித்தெரியும் வேறுபாடுகளைக் கொண்டுள்ளது. தாய்மொழியான தெலுங்கையும் கன்னடத்தையும் அவர்கள் அந்தரங்க மொழியாகவே பேணி வருகின்றனர். தமிழகம் முழுவதும் பரவலாக நடைபெற்ற தமிழ் அடையாள இயக்கச் செயல்பாட்டின் போது, இத்தகைய சமூகத்தினரின் மனோபாவம், எதிர்வினைகள் எப்படியிருந்தன என்று அறிவது முக்கியம். தங்களையும் 'தமிழர்' எனக் கருதி இவ்வியக்கத்தோடு இணைந்துகொண்டனர் என்று சொல்ல முடியாத வகையில் அவர்களிடம் அவரவர்களின் தாய்மொழிப் பயன்பாடு செல்வாக்கோடு காணப்படுகிறது.

புதிய சூழலுக்கு வந்துள்ள தேவராட்டத்தின் வரலாற்று நிர்ப்பந்தம் இந்தப் பின்னணியிலேயே உருவாகுகிறது. 'புதிய தேவராட்டம்' வெளிப்படுத்தும் செய்தியை இவ்வாறே நாம் விளக்க முயற்சிக்க வேண்டும்.

திராவிட இயக்கங்கள் அரசியல் தளத்தில் செயல்படத் தொடங்கிய பொழுது தங்களுக்கான வெகுஜனக் கவர்ச்சியை உருவாக்கிக் கொள்ள வேண்டிய தேவை இருந்தது. இக்கட்சிகளின் 'மேடைப் பேச்சுக் கலை' இன்றளவும் அரசியல் மேடைகளில் பிரபலம். திராவிடக் கட்சிகளின் மற்றொரு பிரச்சார சாதனம் மேடை நாடகங்கள். அதை அடுத்து, திரைப்படங்கள்.

இத்தகைய தமிழக நகர்வுகளின் வெளிச்சத்தில் ஸ்ரீசக்கதேவி கலைமன்ற செயல்பாடுகளைப் பார்க்கலாம். இச்செயல்பாடுகளை இவ்வாறு வரிசைப் படுத்திக் கொள்கிறேன்.

அதுநாள் வரையில் ஊர்த் திருவிழாவிற்கு ஒயிலாட்டம், கும்மி, தேவராட்டம் போன்ற கலைகளைப் பொழுதுபோக்காக நிகழ்த்திவந்தவர்கள் சமூக நாடகங்கள் நிகழ்த்த விரும்புகின்றனர். இரு சமூக நாடகங்களையும் பழகுகின்றனர்.

சமூக நாடகங்களை நிகழ்த்தவே கலைமன்றம் தேவைப்படுகிறது. அதற்கு, ஸ்ரீசக்கதேவி கலைமன்றம் எனப் பெயரிடுகின்றனர். 1958 இல் தொடங்கிய இம்மன்றம் ஏராளமான நாடகங்களை நடத்துகின்றது.

ரிக்கார்ட் டான்ஸ் எனப்படும் சினிமாப் பாடல்களுக்கான நடனமாடும் குழு கோடாங்கிப்பட்டிக்கு வருகிறது. இதனால் உள்ளூர்க் கலைமன்றத்திற்கு சிக்கல் உருவாகுகின்றது. மக்கள் 'ரிக்கார்ட் டான்ஸ்' என்ற வடிவத்திற்கு மயங்குவதைக் கண்டு கொள்கிறார்கள். சக்கதேவி குழுவே ரிக்கார்ட் டாஸுூம் நடத்துகிறது. 1965-ல் தொடங்கிய 'ரிக்கார்ட் டான்ஸ்' 1980 வரை தொடர்ந்து நடக்கிறது.

மாவட்ட ஆட்சித் தலைவர் கேட்டுக்கொண்டதன் பேரில் 1981இல் திருச்செந்தூரில் தேவராட்டம் ஆடுகின்றனர். இதன் எதிரொலியாய் 1982 இல் 'விழிகள்' எனும் சிறுபத்திரிகை கோடாங்கிப்பட்டியின் தேவராட்டம் குறித்து ஒரு கட்டுரையை பிரசுரிக்கிறது. அக்கட்டுரை மூலம் தகவலறிந்த தஞ்சைப் பல்கலைக்கழகம், 1983இல் இவர்களைப் பல்கலைக்கழகத்திற்கு தேவராட்டமாட அழைக்கின்றது. தேவராட்டம் முதல் முறையாகப் புதிய சூழலை வந்தடைகிறது.

கடந்த நாற்பது ஆண்டுகளாகத் தமிழகத்தின் கல்வி நிலையங்கள், அரசாங்க அமைப்புகள், அரசியல் கட்சிகள், திரைப்படங்களில் நாட்டார் கலைகளுக்குக் கொடுக்கப்படும் முக்கியத்துவம் நாட்டார் கலைஞர்கள் மீதும் வழக்காறுகள் மீதும் தாக்கங்களை ஏற்படுத்தியுள்ளன. திராவிடக் கட்சிகளின் ஊடகப் பிரச்சாரம், திரைப்படம் என்ற வல்லூடகத்தின் மேலாண்மை, வழக்காறுகள் குறித்து உருவாகியிருந்த பொதுவான அக்கறை என்று ஒட்டுமொத்தச் சூழலின் விளைவுகளையே ஸ்ரீசக்கதேவி கலைமன்றச் செயல் பாடுகளில் நாம் பார்க்கமுடிகிறது.

தங்களைக் கம்பளத்தார் வகைகளில் ஒன்றான சில்லவார் என்று அழைத்துக்கொள்ளும் இம்மக்கள், ரிஷிகளின் குழந்தைகள் - சாஸ்திரத்திற்கு அப்பாற்பட்டவர்கள் - தேவர்களின் நடனத்தை ஆடுகிறவர்கள் - தேவதுந்துபி என்ற இசைக்கருவிக்கு ஆடுபவர்கள் - கண்பழத்தார் - வரலாற்றில் போர்வீரர்கள் - முகம்மதிய மன்னர்களிடமிருந்து பெண்களைக் காப்பாற்றுவதற்காக இடம்

பெயர்ந்தவர்கள் - வாக்கு சுத்தமும் பலிதமும் உடையவர்கள் என்று தொடர்ச்சியாகத் தங்களைப் பற்றிய தொன்மங்களை உற்பத்தி செய்தபடியே வந்துள்ளனர்.

சுற்றுவட்டாரமெங்கும் தன்னைப்பற்றிய புனைவுகளைப் பரப்பி வந்திருக்கும் இச்சமூகம், மேடை நாடகங்கள் மூலம் புகழ்பெற்றதும், ரிக்கார்ட் டான்ஸ் மூலம் பெயர்பெற்றதும், கும்மி, ஒயில் போன்ற நடன வகைகளில் சிறப்பானவர்கள் என்று அழைக்கப்பட்டதும் அத்தகைய ஆளுமை உருவாக்கத்தின் சமகால வடிவங்கள் என்றே கருதப்பட வேண்டும். ஆனால் அதே நேரம், தனது மரபையும் அது விட்டுக்கொடுக்க மனமில்லாமல் ஒரு வினோதமான சமரசத்தைக் கட்டமைக்கிறது. இந்த சமரச நடவடிக்கையே பட்டையக்காரரை ஒவ்வொரு நிகழ்ச்சிக்கும் அழைத்துச் செல்வது.

இத்தகைய நவீனத்திற்கும் மரபிற்குமான சமரசத்தின்போது ஏற்படும் வித்தியாசமான சூழல், நாம் ஏற்கெனவே பார்த்தது போல, நிகழ்த்துநர் - பார்வையாளர் வரையறைகளில் மாற்றங்களை உருவாக்குகிறது. இவற்றுள் முதல் மாற்றம், ஏற்கெனவே இருந்த நிகழ்த்துநர் வரிசையில், ஆட்டக்காரர்கள், உருமிக்கலைஞரைத் தொடர்ந்து பட்டயக்காரரும் ஒரு ஆளாக இணைந்து கொள்கிறார். பட்டயக்காரர், ஒரு சடங்குப் பார்வையாளர். அதாவது, அங்கே நிகழும் தேவராட்டத்தைப் பார்த்துக் களிக்கும் நிகழ்வை அவர் செய்து கொண்டிருக்கிறார். சொல்லப்போனால் அவரை நாம் ‘பார்வையாளக் கலைஞர்’ என்று அழைக்க வேண்டும். பார்வையாளர்களும் கலைஞர்களாக உருமாற முடியும் என்பது அனுமதிக்கப்பட்டிருக்கும் நாட்டார் கலை ஒழுங்கில், கண்டுகளிப்பை நிகழ்த்தும் கலைஞர் ஒருவர் முதன்முறையாக அறிமுகமாகிறார்.

இரண்டாவது மாற்றம், புதிய தேவராட்டங்களின் பார்வையாளர்கள் அளவில் நடைபெறுகிறது. வழக்கமான இந்தப் பார்வையாளர்கள் சற்றே மாற்றுக் குறைந்தவர்கள் என்று சொல்லப்படுகிறார்கள். ஏனெனில், புதிய தேவராட்ட நிகழ்ச்சி இவர்களுக்காக நிகழ்த்தப் படுவது இல்லை. அத்தோடு, மரபான நாட்டார் கலைகள் பார்வையாளர்களுக்கு வழங்கும் ‘நிகழ்த்துநராகும் வாய்ப்பு’ இந்தப் பார்வையாளர்களுக்கு வழங்கப்படுவது இல்லை.

துணை நூற்பட்டியல்:

1. Dundes, Alan 1965. *"The Study of Folklore"*, Englewood Cliffs. New Jersey: Prentice Hall.
2. Dorson, Richard. M. 1972 (ed) *"Folklore and Folklife"*, The University of Chicago Press, New York.
3. Etherton, Michael. 1982. *"The Development of African Drama"*, Hatchinson University Library for Africa.
4. Eagleton, Terry. 1978. *"Criticism and Ideology: A study in Marxist Literary Theory"*, London: Verso editions.
5. Foucalt, Michel. 1972. *"Archeology of Knowledge"*, trans. A.M. Sheridan Smith, New York : Pantheon *"The history of Sexuality"*, trans. Robert Hurley. New York: Pantheon.
6. Irshick, Eugene. F. 1986. *"Tamil Revivalism in the 1930"*, Cre-A, Madras.
7. Levi-Strauss. C, 1969. *"The Elementary Structures of Kinship"*, trans. J.H. Bell, J.R. Von Sturmer and R. Needham, Boston: Beacon Press.
8. Mead, Margaret. 1935. *"Sex and Temperament in Three Primitive Societies"*, New York: New American Library.
9. Moore, Omar Kayyam. *"Divination & A New Perspective"* in *"Reader in comparitive Religion: An Anthropological approach"*, (ed) William A. Lessa and Evan Z. Vogt. pp.376&379.
10. Ortner, Sherry and Whitehead, Harriet 1981 (ed) *"Sexual Meanings: The Cultural Construction of Gender and Sexuality"*, Cambridge University Press, New York.
11. Ortner, Sherry. B. 1972. *"Is Female to Male as Nature is to Culture?"*, Feminist studies 1:5&31.
12. Ong. Walter. J. 1988. *"Orality and Literacy"*, New Accent Series.
13. Sturrock, John (ed) *"Stucturalism and since: From Levi-strauss to Derrida"*
14. Subramanian N. 1990. *"Political History of the Tamils"* in Encyclopaedia of Tamil Literature. Institute of Asian Studies, Madras.
15. Vatsayan, Kapila 1980. *"Traditional Indian Theatre"*, National Book Trust, New Delhi.

ஆறாம் அத்தியாயம்

தமிழ் நாட்டுப்புறவியல்

பண்பாட்டு ஆய்வுகள்

பண்பாட்டை அறிவியல்பூர்வமாக விளக்குவதற்கு முயற்சி செய்யும் ஆய்வுகள் பண்பாட்டு ஆய்வுகள் என்று அழைக்கப்படுகின்றன. பண்பாடு என்ற சொல்லைப் பல்வேறு விதங்களில் வரையறுத்து வந்துள்ளனர். இப்படியான வரையறைகளின் பொதுவான கூறுகள் என சிலவற்றை நாம் அடையாளப்படுத்த முடியும். 'பண்பாடு' என்பது அடிப்படையில் ஒரு கருத்தாக்கம். சிந்தனையில் உருவாகும் பிம்பம்.

'பண்பாடு' என்ற பெயருடன் ஐம்பொறிகளால் உணரக்கூடிய வகையில் எந்தவொரு பொருளும், உலகின் எந்த மூலையிலும் இல்லை. பண்பாடு, உணர மட்டுமே முடிகிற ஓர் உருவாக்கம். பண்பாட்டைப் புலன்களால் அறிந்துகொள்ள முடியாவிட்டாலும், அதன் வெளிப்பாட்டு வடிவங்களை நம்மால் தெளிவாக அவதானிக்க முடிகிறது. அது தன்னை பல்வேறு விதங்களில் வெளிக்காட்டிக்கொள்கிறது. இத்தகைய வெளிப்பாடுகளுக்குப் 'பண்பாட்டுச் செயல்பாடுகள்' என்று பெயர்.

‘பண்பாட்டுச் செயல்பாடுகள்’ என்ற தொடர் மிரட்டக்கூடும். ஆனால், இது சுட்டக்கூடிய விஷயங்கள் நமக்குப் பரிச்சயமானவை. நாம் அன்றாடம் ஒட்டி உறவாடக்கூடியவை.

வாழ்வின் ஒவ்வொரு தருணத்திலும் நாம் பல்வேறு செயல்பாடுகளை உடையவர்களாய் இருக்கிறோம். ‘வாழ்க்கை’ என்ற பதம் தொடர்ச்சியான இயக்கத்தை, ஊடாட்டத்தை சுட்டுகிறது. தினசரி அலுவல்கள், பழக்கவழக்கங்கள், நடையுடை பாவனைகள், நம்பிக்கைகள், சடங்குகள், வழிபாடுகள், திருவிழாக்கள், சொல்லப் படும் கதைகள், விளக்கங்கள், உணவு முறைகள், பயன்படுத்தும் பொருட்கள், கலைகள், சக மனிதர்களுடனான உறவுகள், குடும்பம், அது தரக்கூடிய பாதுகாப்புணர்வு, அதற்கு விலையாகத் தரவேண்டிய கட்டுப்பாடுகள், ஒழுக்கம், சமயம் என இன்னும் தொடர்ந்து சொல்லிக்கொண்டே போகக்கூடிய ஏராளமான காரியங்களை நாம் செய்து கொண்டிருக்கிறோம். இவற்றைச் செய்வதன் மூலமே, நாம் ஒரு சமூகத்தின் அங்கத்தினராகவும் மாறுகிறோம். இத்தகைய செயல்பாடுகளையெல்லாம் ஒட்டுமொத்தமாகப் ‘பண்பாட்டுச் செயல்பாடுகள்’ என்ற பெயரில் அழைக்கலாம்.

இனி நாம் அடுத்த கேள்வியைக் கேட்க முடியும். ஏன் இவையெல்லாம் ‘பண்பாடு’ என்ற அடைமொழியுடன் அழைக்கப்படுகின்றன?

மேலே வரிசைப்படுத்தப்பட்ட செயல்கள் அனைத்தும் வெவ்வேறு கோணங்களில், வேறு வேறு காரணங்களுக்காக, மாறுபட்ட சூழல்களில் நடைபெறுபவை. ஆனாலும், இவையனைத்தும் ஒரே குழுவால் நிகழ்த்தப்படுகின்றன. குறிப்பாகச் சொல்வதானால், ஒரு சமூகத்தினுள் வாழக்கூடிய பல்வேறு நபர்கள் ஒரே மாதிரியான நம்பிக்கைகளை வெளிப்படுத்துகின்றனர்.

அவர்களது சடங்குகளில் வழிபாட்டு முறைகளில் ஒற்றுமைத் தன்மைகள் காணப்படுகின்றன. அவர்களுக்குள் வழங்கப்படும் கதைகள், புராணங்கள், விளக்கங்கள் ஒன்றாய் உள்ளன. இப்படியே இன்னும் பல. அதே சமயத்தில் இத்தகைய செயல்பாடுகளை எல்லாம் நெறிப்படுத்துகிற, போதிக்கிற, கண்காணிக்கிற வெளிப் படையான அமைப்புகள் எதுவும் அச்சமூகத்தினுள் இல்லை. இச்செயல்பாடுகளை ஒருமைப்படுத்துகிற காரணி எது அல்லது இந்நடவடிக்கைகளை இணைக்கக்கூடிய கூறு எது அல்லது இவை செயல்படக்கூடிய ஒற்றைத்தளம் எது போன்ற கேள்விகளுக்கு விடையாகப் ‘பண்பாடு’ என்ற கருத்தாக்கம் முன் வைக்கப்படுகிறது.

ஒவ்வொரு சமூகமும் ‘பண்பாடு’ என்ற காரணியின் மூலம் இறுகக் கட்டப்பட்டுள்ளது. இக்காரணி வெளித்தெரியும்படியாகச்

செயல்படுவதில்லை என்றாலும், எல்லாவித சமூகச் செயல் பாடுகளையும் பிணைக்கக்கூடிய சாரமாக இருந்து கொண்டிருக்கிறது. இதன் காரணமாகவே சமூகச் செயல்பாடுகள் அனைத்தும் பண்பாட்டுச் செயல்பாடுகள் என்று அழைக்கப்படுகின்றன.

பண்பாடு என்பது ஒரு கருத்தாக்கம், சாரம். சமூகத்தினுள் நிகழக்கூடிய பல்வேறு செயல்பாடுகளின் ஒருமை. சமூகவயமாதல் என்பது இந்த சாரத்தை, ஒருமையை அறிந்து கொள்ளுதல். ஒரு குழந்தையாய் சமூகத்தினுள் அடியெடுத்து வைக்கும் உறுப்பினர், தொடக்க நிலையில் பிறரது செயல்பாடுகளைக் கவனித்து 'போலச்செய்யத்' தொடங்குகிறார். இது நாளடைவில் பழக்கமாகி, பின் பழக்கதோஷமாகவும் மாறி விடுகிறது.

ஏன் இந்த பழக்கதோஷம், போலச்செய்தல், இயந்திர குணம் என்று யோசிக்கும் பொழுது, அச்செயல்களுக்கு இடையேயான தர்க்க உறவு அவருக்குப் புலப்படத் தொடங்குகிறது. இது அல்லாமல், அச்சமூகத்தினுள் காலம்காலமாகச் சொல்லப்பட்டு வரும் தர்க்க விளக்கத்தை அப்படியே உள்வாங்கி அதைத் தனது சிந்தனை போலவே ஒருவர் கருதிக் கொள்ளவும் முடியும். இதன் மூலமும் ஒரு நபர் 'பண்பாடு' என்ற பிரக்ஞையைப் பெற்றுக்கொள்ள முடிகிறது.

பண்பாடு, ஒரு கருத்தாக்கம், செயல்பாடுகளின் சாரம், நிகழ்வுகளுக்கு இடையிலான தர்க்க உறவு, அதே நேரம் சமூக உறுப்பினரின் பிரக்ஞையில் தொழிற்படும் சிந்தனையும் கூட.

'பண்பாடு' என்ற காரணி கடந்த இரண்டு நூற்றாண்டுகளாக ஆய்வாளர்கள் மத்தியில் சிக்கலான கருத்தாக்கமாக அடையாளம் காணப்பட்டுள்ளது. அதன் இயக்கத்தை அறிந்து கொள்வதன் மூலம் மனித சமூகங்களின் சிந்தனையைத் தெளிவுபடுத்த முடியும்; இயங்கு தளங்களைக் கண்டறிவதன் மூலம் மானுடத்தைப் புரிந்துகொள்ள முடியும் என்ற நம்பிக்கைகளே சமூக அறிவியலாளர்களைப் பண்பாட்டு ஆய்வுகளின் பக்கம் திசை திருப்பின. இப்படியான ஒரு அறிவியல் வகையே 'நாட்டுப்புறவியல்'.

நாட்டார் வழக்காற்றியல் / நாட்டுப்புறவியல்

நாட்டார் வழக்காற்றியல் ஒரு சமூக அறிவியல். சமூகத்தையும் பண்பாட்டுச் செயல்பாடுகளையும் ஆய்வுப் பொருளாகக் கொண்டுள்ள சமூக அறிவியல். இதே நோக்கோடு வேறு பல அறிவியல்களும் (மானிடவியல், சமூகவியல்) செயல்படுகின்றன.

ஆனால், நாட்டார் வழக்காற்றியல் பண்பாட்டின் பழக்கவழக்கத் தொகுதிகளை ஆய்வுப் பொருளாகக் கொண்டு, பிற சமூக அறிவியல்களிலிருந்து வேறுபட்டு நிற்கிறது.

நாட்டார் வழக்காற்றியல், வழக்காறுகள் என்ற பண்பாட்டுச் செயல்பாடுகளின் மீது கவனம் குவிக்கிறது. Folklore என்ற ஆங்கிலச் சொல்லையே 'நாட்டார் வழக்காறுகள்' என்று மொழி பெயர்க்கிறோம். நாட்டார் வழக்காறுகளைப் பற்றிய அறிவியல், நாட்டார் வழக்காற்றியல் (folkloristics) என்று அழைக்கப்படுகிறது.

வழக்காறுகளை நான்கு பெரும் பிரிவுகளுக்குள் வரிசைப் படுத்துகின்றனர். அவை, வாய்மொழி வழக்காறுகள், நிகழ்த்து கலைகள், சமயம் மற்றும் நம்பிக்கைகள், பயன்படு பொருட்கள்.

ஒரு சமூகத்தில் பயிலக்கூடிய கதைகள், பழங்கதைகள், புராணங்கள், பாடல்கள், கதைப்பாடல்கள், விடுகதைகள், பழமொழிகள், வாய்மொழி வரலாறுகளின் வெளிப்பாட்டு வடிவம் 'பேச்சு' என்பதால் இவற்றை வாய்மொழி வழக்காறுகள் என்று அழைக்கிறோம்.

நிகழ்த்து கலைகளை 'ஆட்டக் கலைகள்' என்று சொல்லலாம். தமிழகத்தில் வழங்கப்படும் வில்லுப்பாட்டு, தெருக்கூத்து, கணியான்கூத்து, உடுக்கைப்பாட்டு, கரகாட்டம், ஒயிலாட்டம், குறவன்-குறத்தி ஆட்டம், தேவராட்டம், களியலாட்டம் போன்ற ஆட்டக் கலைகள் 'நிகழ்த்து கலைகள்' என வகைப் படுத்தப்படுகின்றன.

மூன்றாவது, நாட்டார் சமயம் மற்றும் நம்பிக்கைகள். நிறுவன சமயங்களைக் கடந்தும் மக்கள் ஏராளமான வழிபாட்டு முறைகளைக் கைகொள்கின்றனர். இவை, அந்தந்த வட்டார அல்லது ஊரின் குணங்களைக் கொண்டவை. குறிப்பாக, அம்மன், சுடலை, சாஸ்தா, மாடன், கருப்பு போன்ற தெய்வ வழிபாடுகள் நிறுவனமயமாதலுக்கு அப்பாற்பட்டவை. கிராமத் தெய்வங்கள் அல்லது நாட்டார் தெய்வங்கள் என்ற பெயரில் வழங்கப்படுபவை. இக்கடவுள்களும், அவற்றின் கதைகளும், நம்பிக்கைகளும், வழிபாடுகளும் 'நாட்டார் சமயம்' என்ற பொதுப்பெயரில் அழைக்கப்படுகின்றன.

கைவினைப் பொருட்களின் (மட்பாண்டம், கூடை, பாய்) செய்முறைகள் பயன்படுமுறைகள், நாட்டார் ஓவியங்கள், சிற்பங்கள், நாட்டார் அறிவியல் முறைகள் நான்காவது வகையென அழைக்கப்படுகின்றன.

நாட்டார் வழக்காற்றியலின் வரலாறு

இன்றிலிருந்து மிகச் சரியாக 170 வருடங்களுக்கு முன்பு Folklore என்ற வார்த்தை அறிமுகமாகியிருக்கிறது. ஆனாலும், அவ்வார்த்தைக்கான அர்த்தம் குறித்தும் வரையறைகள் குறித்தும் விளக்கங்கள் குறித்தும் குழப்பங்களே மிஞ்சுகின்றன. நாட்டார் வழக்காற்றியலின் வரலாற்றை எழுத முனைகிற எவருமே இத்தகைய குழப்பங்களைச் சுட்டிக்காட்டத் தயங்குவதில்லை. இந்தக் குழப்பங்களுக்கெல்லாம் தொடக்கம் நாட்டார்தான். ஏனெனில், 'நாட்டார்' ஒரு அரசியல் அடையாளம்.

நாட்டார் வழக்காற்றியல் தனித்த அறிவியல் புலம்தானா என்ற சந்தேகம் இன்றளவும் உண்டு. இன்றைக்கும் நாட்டார் வழக்காற்றியல் பற்றி நூல் எழுத விரும்புகிற ஒரு ஆய்வாளர், தனது முதல் அத்தியாயத்தை 'இது ஒரு அறிவியல் புலம்தான்!' என்று நிரூபிக்கவே செலவளிக்கிறார். (1999இல் அமெரிக்க நாட்டார் வழக்காற்றியலர் Alan Dundes தொகுத்த International Folkloristics.)

20ஆம் நூற்றாண்டில் வேறெந்தப் புலத்தையும்விடத் தனது நியாயத்தை நிரூபிக்க வேண்டிய கட்டாயமும் நிர்பந்தமும் நாட்டார் வழக்காற்றியலுக்கே இருந்தது. இந்தச் சிக்கல் உலகப்பொதுவானது என்றாலும் இந்தியா போன்ற பின்காலனிய நாடுகளில் கருத்துருவச் சிக்கல்களையும் கொண்டது. மேற்கத்திய நாடுகளில் இருந்தே நாட்டார் வழக்காற்றியல் ஒரு புலமாக இந்தியாவில் அறிமுகப் படுத்தப்பட்டதும் ஒரு காரணம்.

நம்மிடம் பாரம்பரியமாக இருந்ததெல்லாம் வழக்காறு குறித்த அக்கறை மட்டுமே. ஒடுக்கப்பட்ட மக்களின் விடுதலையை விரும்பியவர்கள், மரபின் மீது தீவிர காதலைக் கொண்டிருந்தவர்கள், எழுத்தாளர்கள் எனப் பலரும் வழக்காறுகளின் மீது அக்கறை கொண்டிருந்தனர். இருந்தாலும், நாட்டார் வழக்காற்றியல் தன்னை முழுமையான கல்வித் துறையாக நிரூபிப்பதற்கு அடைந்த சங்கடங்கள் கொஞ்சநஞ்சம் இல்லை.

எடுத்துக்காட்டாக, Folklore என்ற சொல்லுக்கு இணையான தமிழ்ப் பதத்தைத் தேடி நடந்த விவாதங்களைச் சொல்லமுடியும். Folk என்ற பதம் அது உருவாக்கப்பட்ட காரணகாரியங்களுடன் தமிழில் மொழி பெயர்க்கப்பட வேண்டும் என்ற விருப்பத்தைக் கொண்டிருந்த நா.வானமாமலையும் இலங்கைத் தமிழ்ப் பேராசிரியர்கள் சிலரும் அதனை 'நாட்டார் வழக்காறு' என்று அழைத்து வந்தனர். இதற்கு

மாறாகத் தமிழில் ஏற்கெனவே வழங்கிவந்த நாட்டுப்புறம் என்ற சொல்லை விரிவுபடுத்தி Folklore என்றால் நாட்டுப்புறவியலே என்று வாதிடுபவர்களும் தமிழகத்தில் இருந்தனர்.

நாட்டார் வழக்காறா அல்லது நாட்டுப்புறவியலா என்ற விவாதம் கருத்தியல் மோதலாகவும் வளர்த்தெடுக்கப்பட்டது. நாட்டார் வழக்காற்றியல் என்ற பதத்தை விமர்சிக்கிறவர்கள், நாட்டார் என்ற சொல் நேரடியாகச் சில சாதிகளையோ, சாதிகளின் உட்பிரிவு களையோ குறிக்கிறது என்று குற்றம் சாட்டினர். இதே போல் நாட்டுப்புறவியல் என்ற சொல்லை மறுக்கிறவர்கள், 'நாட்டுப்புறம்' என்றால் கிராமத்தான், அதாவது நாகரீகங்களுக்குப் புறம்பானவன் என்ற தொனியைக் கொண்டிருப்பதாகக் குற்றம் சொன்னார்கள். சரியான பெயருக்காக நடைபெற்று வரும் இம்மோதல் நாட்டார் வழக்காற்றியலுக்குப் புதிதல்ல. வெவ்வேறு தருணங்களில் வெவ்வேறு நாடுகளில் இதே போன்ற குழப்பங்கள் காணப்பட்டுள்ளன.

கிரிம் சகோதரர்கள் என்று செல்லமாக அழைக்கப்படும் ஜெர்மனியைச் சார்ந்த ஜேக்கப் கிரிம், வில்கெம் கிரிம் என்ற இருவரும் நாட்டார் வழக்காறுகளைத் தொகுத்து வெளியிடும் பணியை, 1812ஆம் ஆண்டு தொடங்கிய பொழுது 'Folklore' என்ற ஆங்கிலப் பதம் வழக்கில் இல்லை. 1846லேயே வில்லியம் தாம்ஸ் இச்சொல்லைத் தற்செயலாக முன்மொழிந்தார்.

1846 வரை நாட்டார் வழக்காறுகளை Popular Antiquities என்ற தொடரின் மூலமே அழைத்து வந்தனர். 'வெகுஜனப் பழமை' என்று பொருள். வேறெந்தக் காரணத்தைக் காட்டிலும், அது ஆங்கிலம் அல்ல என்ற ஒரு விஷயத்திற்காகவே ஆங்கிலேயர்களின் கண்டனத்திற்கு உள்ளானது. வில்லியம் தாம்ஸ், 'Folklore, தூய ஆங்கில வார்த்தை' என்றே பெரும்பாலும் வாதிட்டார்.

Antiquity வழக்காறுகளை பழஞ்சின்னங்கள் என்று விளக்குவதால் தடைசெய்யப்பட வேண்டும் என்ற வாதமெல்லாம் இரண்டாம் பட்சம்தான். 'தூய தமிழ்' பேசுகிறவர்கள் நமது சூழலில் அடைகின்ற அத்தனை இடர்பாடுகளையும் வில்லியம் தாம்ஸூம் அடைந்திருக்கிறார். மெல்ல மெல்லவே 'Folklore' எல்லோரும் ஒத்துக்கொண்ட வார்த்தையாக மாறியிருக்கிறது.

தூய ஆங்கில வார்த்தை அல்லது இலத்தீன் கலந்த ஆங்கில வார்த்தை என்ற மேம்போக்கான விவாதங்களைத் தாண்டி, Popular Antiquity-யையும் Folklore-யையும் ஒப்பிடும்போது வேறொரு

விவாதப் புள்ளியும் இதில் ஒளிந்திருப்பது நமக்குத் தெரியவரும். சுத்தமான ஆங்கிலப் பதம் என்று அறிமுகம் ஆனாலும், 'Folk' என்ற காரணியை, அது பற்றிய பிரக்ஞையே இல்லாமலிருந்த நாட்டார் வழக்காற்றியலுக்குள் அறிமுகம் செய்த புண்ணியம் வில்லியம் தாம்ஸையே சாரும். Popular Antiquity என்ற சொல், மிகச் சாமர்த்தியமாகப் பின்னுக்குத் தள்ளியிருந்த 'நாட்டார்' என்ற கண்ணிவெடி இப்புலத்தினுள் புதைத்து வைக்கப்பட்டது.

'Folk-lore' என்ற பதத்தை முன்னிறுத்தி வில்லியம் தாம்ஸ் 'Athenium' என்ற இதழுக்கு எழுதிய கடிதம் கீழ்க்கண்டவாறு இருந்தது:

> ஆகஸ்ட் 12
>
> இங்கிலாந்தில் 'வெகுசனப் பழமைகள்' அல்லது 'வெகுசன இலக்கியம்' (இலக்கியமென்று சொல்லப்பட்டாலும் இவை வழக்காறுகளே! மிகச்சரியான ஆங்கிலத் தொடரில் இதை Folk-lore அதாவது மக்கள் வழக்காறுகள் என்று சொல்லாம்) என்று சொல்லப்படும் வழக்காறுகளின் மீது நீங்கள் காட்டுகிற் அக்கறை உங்களது பத்திரிகையில் நன்றாகவே வெளிப்படுகிறது. உங்கள் உதவியுடன், நமது முன்னோர்கள் விட்டுச்சென்ற செல்வங்களை மிகுதியாக அறுவடை செய்வதற்கு உதவி செய்யும் சில நல்ல உள்ளங்களை நாம் சென்றடைய முடியும் என்ற நோக்கத்தில் இதை எழுதுகிறேன்.
>
> பழங்காலத்துப் பழக்கவழக்கங்கள், நடவடிக்கைகள், மூடநம்பிக்கைகள், கதைப்பாடல்கள், பழமொழிகள் போன்றவற்றை ஆய்வு செய்பவர்களைத் தவிர பிறருக்கு இரண்டு சந்தேகங்கள் இருக்கின்றன. முதலாவது, ஆர்வத்தையும் ஆச்சரியத்தையும் தோற்றுவிக்கும் இத்தகைய பழக்கவழக்கங்களில் எத்தனை வழக்கங்கள் முற்றிலுமாக அழிந்து போயின? இரண்டாவது, அவற்றை நாம் எவ்வாறு காப்பாற்ற முடியும்? Hone தனது Everyday book என்ற நூலில் செய்ய முயற்சித்ததை விடவும் பத்து மடங்கு கூடுதலான வேலையைத் தனது வாசகர்கள் மூலம் 'Athenium' என்ற உங்களது இதழ் செய்ய முடியும்.
>
> ஜெர்மன் புராணியத்தை மொழிநூல் வல்லுநர்களும் பழம்பொருள் ஆராய்ச்சியாளர்களும் மறுகட்டமைப்பு செய்தது போல், இங்கிலாந்திலும் ஒரு Jacob Grimm தோன்றி ஆங்கில புராணியத்தைக் கட்டமைக்கும்வரை உங்களது ஆயிரக்கணக்கான வாசகர்களின் ஞாபகங்களில் பொதிந்துள்ள வழக்காறுகள் தொடர்பான தகவல்களை எழுதிப் பெற்று உங்கள் பத்திரிகையில் நீங்கள் தொடர்ச்சியாக வெளியிட முன்வந்தால் அது பேருதவியாக இருக்கும். இந்த

நூற்றாண்டில் வெளியான மிகச் சில முக்கியமான புத்தகங்களில் ஒன்று ‘டச்சுப் புராணவியல்’ என்ற இரண்டாம் பதிப்பு நூலாகும். இதன் ஆசிரியர் அதிலுள்ள குறைகளை நினைத்து வருந்தி எழுதியிருந்தாலும் இது முக்கியமான புத்தகமே. இப்புத்தகம் என்ன மாதிரியானது? நுண்மையான தகவல்களின் பெருந்தொகுப்பு!

இத்தகவல்களில் பெரும்பாலானவை தனியாகப் பார்க்கும்போது அசூயையையும் அர்த்தமின்மையையும் தோற்றுவிக்கும்; இருந்தாலும், அவை அனைத்தும் ஒன்றோடொன்று இணைந்து பெருந்தொகுப்பாக மாற்றுகையில், அவற்றைச் சேகரித்தவர்கள் கனவிலும் நினைத்துப் பார்க்க முடியாத அர்த்தங்களை, நூலாகத் தொகுத்தவர் உருவாக்கியுள்ளார்.

உங்கள் பத்திரிகையின் மூலமாக ஒரேயொரு வேண்டுகோள் மட்டும் விடுத்தால் நமது தேசத்தின் வடக்கிலிருந்து தெற்காக எத்தனை விதமான தகவல்கள் நமக்கு வந்து கொட்டுமென்று கொஞ்சம் கற்பனை செய்து பாருங்கள்! அவற்றை பத்திரிகையில் வெளியிட்டால், எத்தனை வாசகர்கள், மறந்து கொண்டிருக்கும் பழங்கதைகள், உள்ளூர் மரபுகள் அல்லது கதைப்பாடலின் சிதைந்த பகுதிகள் மூலம் புதிய விசயங்களைப் பெற்ற மகிழ்ச்சியைப் பெறுவார்கள் என்று நினைத்துப் பாருங்கள்.

இது போன்ற ஒரு காரியம் ஆங்கிலப் பழமரபுக்குச் செய்யும் சேவை மட்டுமல்ல. ஆங்கில நாட்டார் வழக்காறுகளுக்கும் (நாட்டார் வழக்காறு என்ற பதத்தை அறிமுகம் செய்யும் பெருமை இதன் மூலம் எனக்கே வாய்க்கிறது என்பதை நினைவில் கொள்ளுங்கள்.) ஜெர்மானிய நாட்டார் வழக்காறுகளுக்கும் இடையிலான நெருங்கிய உறவை வெளிப்படுத்தி, கிரிம் சகோதரர்கள் தொகுத்த ஜெர்மானிய புராணவியல் என்ற நூலின் வருங்காலப் பதிப்புகளைச் செழுமைப் படுத்தவும் உதவி செய்யும்.

இது தொடர்பான செய்தியொன்றை நாம் பார்க்கலாம்.

கிரிம் சகோதரர்கள் தொகுத்த புராணவியலில் ‘குயில்’ வருங்காலத்தை முன்னறிவிக்கும் கதாபாத்திரமாகச் சொல்லப்படுகிறது. குயிலின் பாடல் எத்தனை முறை கேட்கிறது என்பதைப் பொறுத்து, வருங்காலம் குறித்த நிமித்தங்கள் தருவிக்கப்படும் பல்வேறு சான்றுகளை கிரிம் தனது நூலில் பதிவுசெய்திருக்கிறார். இதன் தொடர்ச்சியாக ‘ஒரு குயில் தனக்குத் தேவையான செர்ரிப் பழங்களைப் போல் மூன்று மடங்கு பழங்களைத் தின்றுகொண்டே கூவுகிறது‘ என்ற வெகுசனப் பாடலொன்றையும் அவர் பதிவு செய்துள்ளார்.

யார்க்ஷையர் பகுதியைச் சார்ந்த குழந்தைகள் மத்தியில் காணப்படும் வழக்காறு என்று பதிவு செய்யப்பட்டுள்ள ஒரு பழக்கவழக்கம் சமீபத்தில் என் பார்வைக்கு வந்தது. ஆச்சரியமளிக்கும் வகையில் இவ்வழக்காறு குயிலுக்கும் செர்ரிப் பழத்துக்குமான தொடர்புகளைக் கொண்டுள்ளது. இதில் கவனிக்கத்தக்க விசயம் என்னவென்றால் குயில் இங்கும் வருங்காலத்தை உரைக்கும் கதாபாத்திரமாகவே சித்தரிக்கப் பட்டுள்ளது.

யார்க்ஷையர் வட்டாரத்துக் குழந்தைகள் செர்ரி மரங்களைச் சுற்றி வந்து கீழ்க்கண்டபடி விளையாடுவதாக என் நண்பர் ஒருவர் தெரியப் படுத்தினார்.

'செர்ரிமரக்குயிலே இறங்கி வந்து எனக்குச் சொல், நான் இன்னும் எத்தனை வருடங்கள் உயிர் வாழ்வேன்?'

இப்பாடலைப் பாடிய பின்பு ஒவ்வொரு குழந்தையும் செர்ரி மரத்தைப் பிடித்து உலுப்புமாம். எத்தனை செர்ரிப் பழங்கள் கீழே விழுகின்றனவோ, அத்தனை வருடங்கள் அக்குழந்தை உயிர் வாழும் என்று விளையாட்டாகக் கணக்கிடுவார்களாம்.

நான் இங்குக் குறிப்பிடும் இக்குழந்தைப்பாடல் எல்லோருக்கும் பரிச்சயமானது. ஆனால் இப்பாடல் எவ்வாறு விளையாடப்படுகிறது என்ற செய்தியை இதுவரையில் யாரும் பதிவு செய்திருக்கவில்லை. அவசியமற்றது அல்லது தவிர்க்க வேண்டியது என்றே இதுநாள் வரையில் கணிக்கப்பட்டுவந்த இது போன்ற பாடல்களின் பயன்பாட்டுச் சூழல் எவ்வளவு நீண்ட தீர்க்கமான தொடர்புகளைக் கொண்டிருக்கிறது என்பதை விளங்கிக்கொண்டால் 'Athenium' இதழின் வாயிலாக நீங்கள் விடுக்கும் ஒரு சிறு அறிவிப்பு நமது இலக்கியப் பழமரபுகள் அதாவது நாட்டார் வழக்காறுகள் குறித்த செய்திகளை எவ்வளவு அதிகமாகக் கொண்டு வந்து சேர்க்கும் என்று நினைத்துப் பாருங்கள்.

குறிப்பு: நமது நாட்டார் வழக்காறுகள் குறித்த வேலைத் திட்டமொன்றை நான் ஏற்கெனவே வெகுகாலமாகச் செய்து கொண்டிருக்கிறேன் என்பதை உங்களுக்குத் தெரிவிக்க விரும்புகிறேன். இதனால் நான் உங்களைச் செய்யச் சொல்லும் இச்சோதனை முயற்சி வெற்றி பெற வேண்டும் என்பதில் தனிப்பட்ட முறையில் ஆர்வமுடையவனாய் இருக்கிறேன்.

- ஆண்ட்ரூ மெர்ட்டென்

•

1846க்கு முன் பெயரளவில்கூட 'நாட்டார்' எங்கேயும் குறிக்கப் பட்டிருக்கவில்லை. 1812இல் தங்களது தொகுப்புப் பணியைத் தொடங்கிவிடுகின்ற கிரிம் சகோதரர்கள் 1815ஆம் ஆண்டு ஜெர்மானிய தேசத்திற்கு விநியோகித்த சுற்றறிக்கையொன்று அந்தக் கால அறிஞர்களின் வழக்காறுகள் குறித்த அக்கறைகளை நமக்குத் தெளிவுபடுத்திக் காட்டுகின்றது. நாட்டார் வழக்காறுகளைச் சேகரிக்கவும் பாதுகாக்கவும் கழகம் ஒன்று ஆரம்பிக்கப் பட்டிருப்பதாகத் தகவல் சொல்லித் தொடங்கும் இச்சுற்றறிக்கை பாடல் வடிவிலும் உரைநடை வடிவிலும் ஜெர்மானிய கிராமப்புற மக்கள் மத்தியில் காணப்படும் 'பாரம்பரியச் சொத்தை' எல்லோரும் சேகரிக்க முன்வர வேண்டுமென்று அழைக்கிறது.

வியன்னா போன்ற நகரங்களில் வசிக்கக்கூடிய ஜெர்மானிய கனவான்களுக்கு எழுதப்பட்ட இத்திறந்த மடல், இப்பாரம்பரியச் சொத்து தங்களது மூதாதையர்கள் தங்களுக்காக விட்டு சென்றது என்று விளக்குகிறது. தொடர்ச்சியான அவமானங்களுக்கு இலக்காகி வந்த இப்பாடல்களும் உரைநடைகளும் தன்னுணர்வுள்ள அழகியலையும் அழிக்க முடியாத சாரத்தையும் கொண்டிருப்பதாக இம்மடல் மேலும் விளக்குகிறது.

இத்தகைய முன்னுரைக்குப் பின்பு அவ்வழக்காறுகள் ஏன் தொகுக்கப் பட்டுக் காப்பாற்றப்பட வேண்டும் என்று அம்மடல் குறிப்பிடும் காரணம் நமக்கு இங்கே அவசியம். எழுத்தைப் பிரதானமாகக் கொண்டு கட்டமைக்கப்பட்ட ஜெர்மானிய நகரத்து அறிவுஜீவிகள், வழக்காறு மீது கொண்டிருக்கக்கூடிய தவறான அபிப்பிராயங்களை மாற்றிக்கொள்ளச் சொல்லும் கிரிம் சகோதரர்கள் இப்பாரம்பரியச் சொத்துகளைத் தொகுத்து, பாதுகாத்து, ஆழ்ந்து ஆய்வு செய்ய வில்லை என்றால் மொழியை முழுமையாகப் புரிந்துகொள்ள முடியாது என்று எழுதினார்கள்.

நாட்டார் வழக்காற்றியலில் முன்னோடிகளாகக் கருதப்படும் கிரிம் சகோதரர்கள் வெளிப்படுத்துகிற இந்தப் பார்வை இன்றளவிலும் நம்மீது சுமையாகப் படிந்துள்ளதை நாம் உணர வேண்டும். கிராமப்புற மக்களிடம் காணப்படும் வழக்காறுகளைத் 'தங்களது' பாரம்பரியச் சொத்தாகக் கற்பனை செய்யும் கிரிம் சகோதரர்கள், வழக்காறுகள் மீதான அறிவுஜீவிகளின் பார்வை மாற்றப்பட வேண்டும் என்று விமர்சித்தார்களேயன்றி அவ்வழக்காறுகளுடன் வாழ்ந்து கொண்டிருக்கும் மக்களைப் பற்றி யோசித்தார்களில்லை.

அவ்வழக்காறுகளைத் தொகுத்துப் பாதுகாக்க வேண்டும் என்று விரும்பிய அறிஞர்கள் அவற்றைப் பேணி வரும் மக்களைச்

சாமர்த்தியமாகத் தவிர்த்திருந்தார்கள். அவ்வழக்காறுகளுக்குள் புரிபடாத அழகியல் ஒன்று ஒளிந்திருப்பதாக நம்பியவர்கள், அவற்றை வழங்கி வரும் மக்களும் அழகானவர்கள் என்று யோசிக்கத் துணியவில்லை. அவ்வழக்காறுகளை ஆராய்வதன் மூலம் ஜெர்மானியக் கவிதை மரபையும் வரலாற்றையும் மொழியையும் விளங்கிக்கொள்ள முடியும் என்று யோசித்தவர்கள் அம்மக்களை முழுமையாகப் புரிந்து கொள்ள இவை துணைசெய்யும் என்று யோசித்திருக்கவில்லை.

•

வியன்னா நகரத்தில் வசித்து வந்த ஜேக்கப் கிரிம் 1815ல் ஒரு சுற்றுமடலை விநியோகம் செய்தார். 'நாட்டார் வழக்காற்றுக் கழகம்' ஒன்றை ஆரம்பித்து, வழக்காறுகளைச் சேகரிக்கும் நோக்கத்துடன் எழுதப்பட்ட மடல் இது. தோராயமாக 400 பிரதிகள் விநியோகிக்கப் பட்டன. 360 பேர் பதில் அளித்திருந்தனர்.

அன்புடையீர்,

ஜெர்மானியக் கிராமப்புற மக்கள் மத்தியில் பாடல் வடிவிலும் உரைநடைவடிவிலும் வழங்கப்படும் வழக்காறுகளைப் பாதுகாப்பதற் காகவும் தொகுப்பதற்காகவும் ஜெர்மானிய தேசம் முழுவதும் செயல்படக்கூடியக் கழகம் உருவாக்கப்பட்டிருக்கிறது. நமது மூதாதையர்கள் நமக்காக விட்டுச் சென்ற இப்பெரும் சொத்து நமது தந்தை நாடெங்கும் ஏராளமாகக் காணப்படுகின்றது. தொடர்ச்சியான கேலிக்கும் கிண்டலுக்கும் உள்ளாகி வந்திருந்தாலும் இவ்வழக்காறுகள் ரகசியமாகப் புழக்கத்தில் இருந்தே வந்துள்ளன. தங்களது அழகியல் குறித்த எந்த பிரக்ஞையின்றி, ஆனால் தனித்தன்மையுடன் இவை உயிர் வாழ்ந்து கொண்டிருக்கின்றன.

இவ்வகை வழக்காறுகளைத் தீவிரமாக ஆராய்வதன் மூலமே நமது கவிதை மரபையும், வரலாற்றையும், மொழியையும் அவற்றின் புராதனத் தன்மையுடன் தோற்ற காரணங்களுடன் நாம் முழுமையாகப் புரிந்துகொள்ள முடியும். இவற்றையெல்லாம் மனதில் கொண்டு கீழ்கண்ட வழக்காறுகளைத் தேடுவதிலும் சேகரிப்பதிலும் நாங்கள் ஆவலாக இருக்கிறோம்.

1. வெவ்வேறு பருவகாலங்களில், திருவிழாக்களில், நெசவுக் கூடங்களில், நடன அரங்குகளில் மற்றும் வயல்வெளிகளில் விவசாயப் பணிகளின்போது பாடப்படும் நாட்டார் பாடல்களையும், இசைத் தொடர்களையும், காப்பியக் கதைகளைக்

கொண்ட பாடல்களையும், பாடல் வரிகளோடு அவை பாடப்படும் முறை, ஓசைநயம் போன்ற தகவல்களோடு சேகரிக்க வேண்டும்.

2. உரைநடை வடிவில் அமைந்த பழங்கதைகள், குறிப்பாக குழந்தைகளுக்குச் சொல்லக்கூடிய கதைகள், அரக்கர்கள், குள்ளர்கள், ராட்சதர்கள், மந்திரவாதிகள், காப்பாற்றப்பட்ட இளவரசர்கள், பூதங்கள், புதையல்கள் அபூர்வ சக்தியை வழங்கும் மந்திரப் பொருட்கள், மேலும் மலைகள், ஆறுகள், குளங்கள், குட்டைகள், இடிந்த கோட்டைகள், கோபுரங்கள், பாறைகள் மற்றும் பிற அனைத்து வரலாற்றுச் சின்னங்கள் குறித்த உள்ளூர்ப் பழங்கதைகள் சேகரிக்கப்பட வேண்டும். இப்பிரிவில், நரிகள், ஓநாய்கள், சேவல்கள், நாய்கள், பூனைகள், தவளைகள், எலிகள், சிட்டுக் குருவிகள் போன்ற உயிரினங்கள் இடம் பெறக்கூடிய விலங்குக் கதைகளையும் அதிகக் கவனத்துடன் சேகரிக்க வேண்டும்.

3. வேடிக்கையான புதிர்க் கதைகள், பழங்காலத்துப் பொம்மலாட்ட நிகழ்ச்சிகள் சேகரிக்கப்பட வேண்டும்.

4. திருவிழாக்கள், பழக்கவழக்கங்கள், விளையாட்டுகள், பிறப்பு, திருமணம், இறப்பு தொடர்பான சடங்குகள், பழைய நாட்டுப்புறச் சட்டதிட்டங்கள், வினோதமான வட்டி முறைகள், வரிவிதிப்புகள், நில ஒப்பந்த முறைகள், வரப்புத் தகராறுகள் போன்றவை சேகரிக்கப்பட வேண்டும்.

5. பேய்கள், ஆவிகள், சூனியக்காரிகள், நல்ல-கெட்ட சகுனங்கள், அறிகுறிகள், கனவுகள் குறித்த மூடநம்பிக்கைகள் சேகரிக்கப்பட வேண்டும்.

6. பழமொழிகள், மரபுத் தொடர்கள், உவமைகள், வார்த்தை ஜாலங்கள் சேகரிக்கப்பட வேண்டும்.

மேற்கூறிய வழக்காறுகளைச் சேகரிக்கும்போது நாம் சில விஷயங்களில் கவனமாக இருக்க வேண்டும். நமது தகவலாளிகள் ஒரு வழக்காறை எவ்வாறு வெளிப்படுத்தினார்களோ அதேமுறையில் தொகுப்பது அவசியம். நாமாக எந்தவொரு மொழி அலங்காரத்தையோ அல்லது செய்தியையோ இடைச்செருகுவது தவிர்த்து உண்மையாகவும் நியாயமாகவும் பதிவுசெய்தல் வேண்டும்.

எங்கெல்லாம் சாத்தியப்படுகிறதோ அங்கெல்லாம் தகவலாளிகளின் சொந்த வார்த்தைகளிலே வழக்காறுகளைப் பதிவு செய்தல் வேண்டும். ஒரு வழக்காறு, உயிர்ப்போடிருக்கும் வட்டார வழக்கு மொழியில் பதிவுசெய்யப்படுமானால் அதன் மதிப்பு இரண்டு மடங்காகிவிடுகிறது.

அதே போல, முழுமையற்ற வழக்காற்றுத் துணுக்குகளைத் தேவையற்றவை என்று ஒதுக்க வேண்டிய அவசியம் இல்லை. ஏனென்றால், ஒரே பழங்கதையின் திரிபு வடிவங்களையும் மாற்று வடிவங்களையும், அப்படியே திரும்பச் சொல்லப்பட்டவற்றையும் அவை ஏற்கெனவே எழுத்தில் வந்துவிட்டன என்ற காரணத்திற்காக ஒதுக்க வேண்டாம். அதே போல் நிறைய வழக்காறுகள் நமது கண்களுக்குத் தெரியாத வழக்காற்றுக் குணத்தை, ஒளித்து வைத்துள்ளன என்பதையும் மறக்க வேண்டாம்.

நாட்டார் கவிதையின் உள்ளடக்கத்தோடு நெருங்கிய பழக்கத்தை ஏற்படுத்திக்கொள்வதன் மூலம், அவை முட்டாள்தனமானவை, கரடுமுரடானவை, ரசனையற்றவை போன்ற பழைய நம்பிக்கைகளை நாம் மறுபரிசீலனை செய்ய வேண்டிவரலாம். நிச்சயம் வரும்.

நமது நோக்கத்தை கீழ்க்கண்டவாறு சொல்ல முயற்சிக்கலாம். வழக்காறுகள் இல்லாத வட்டாரங்களே நம்மிடம் இல்லை. பெருநகரங்களில் இல்லையென்றாலும் சிறிய நகரங்களில் இது உண்மை. சிறிய நகரங்களை விட கிராமப்புறங்களில் இது மேலும் உண்மை. கிராமங்களிலும் வெளித் தொடர்பு அதிகமற்ற, வனங்களுக் குள்ளும் மலைகளுக்குள்ளும் அமைந்துள்ள குக்கிராமங்களில் இது கூடுதல் உண்மை. இக்குக்கிராமங்கள் நாட்டார் வழக்காறுகளால் நிரம்பியுள்ளன.

இதேபோல் மேய்ப்பர்கள், மீனவர்கள், சுரங்கப் பணியாளர்கள் போன்ற தனித்துவமான தொழிலை மேற்கொள்ளும் நபர்களும் வழக்காறு களைத் தெரிந்து வைத்திருக்கிறார்கள். எனவே இது போன்ற நபர்களையும், முதியவர்களையும், பெண்களையும் வழக்காறுகளைப் புதிதாகத் தெரிந்துவைத்திருக்கிற சிறுவர்களையும் அணுகினால் நாம் ஏராளமாகச் சேகரிக்க முடியும்.

தினம் தினம் அழிவைச் சந்தித்து வருகின்ற இத்தகைய நாட்டார் பழக்கவழக்கங்களை இனியும் தாமதியாது நாம் சேகரிக்க வேண்டும் என்ற நோக்கத்தின் பயன்பாட்டையும் அவசரத்தையும் நீங்கள் உணர்ந்திருப்பீர்கள் என்று நம்புகிறோம். எனவே, உங்களைச் சுற்றிலும் அழிந்து கொண்டிருக்கக்கூடிய வழக்காறுகளைச் சேகரிக்கத் துணை புரிவீர்கள் என்று நம்புகிறோம்.

இப்பணியைச் செய்ய முன்வந்த உங்களை இக்கழகத்தின் உறுப்பினராகத் தேர்வு செய்திருக்கிறோம். வழக்காறுகளைத் தொகுக்கும் இப்பணி ஆர்ப்பாட்டமின்றி, செய்திப் பத்திரிகைகளின் ஆரவாரமின்றி மிக அமைதியாக நடைபெற வேண்டுமென்று இக்கழகம் விரும்புகிறது.

இதைச் செய்வதன் மூலம் எவ்வித விளம்பரத்தையோ புகழையோ விரும்பாமல் நாட்டிற்குத் தேவையான நல்ல காரியம் ஒன்றைச் செய்கிறோம் என்ற திருப்தியில் பணியாற்ற வேண்டுமென்று கழகம் விரும்புகிறது. அதே போல், இக்கழகத்தின் உறுப்பினர்கள் தாங்கள் சேகரித்த வழக்காறுகளைச் சமர்ப்பிப்பதற்குக் காலக்கெடு எதுவும் விதிக்கப்படவில்லை. எனவே, எப்பொழுது, எங்கே, எப்படி சேகரிக்க முடியும் என்பதை அந்தந்த உறுப்பினரே தீர்மானித்துக்கொள்ளலாம். தனது வாழிடத்தில் இப்பணியைச் செய்வதற்கு நேரம் ஒதுக்க முடியாத உறுப்பினர்கள் தாங்கள் வெவ்வேறு இடங்களுக்குப் பயணம் செய்கையில் இப்பணியைச் செய்ய முயற்சிக்கலாம்.

இறுதியாக, சேகரிக்கப்பட்ட வழக்காறுகளை முறையாகப் பாதுகாக்க வேண்டி ஒவ்வொரு வழக்காறையும் தனித்தனியான தாளில், சேகரித்த இடம், சமூகம், நாள் போன்ற விபரங்களுடன் உங்களது பெயரையும் குறிப்பிட்டு, தேவைப்பட்டால் தகவலாளி பெயரையும் இணைத்து அனுப்பும்படி கேட்டுக்கொள்கிறோம்.

கழகத்தின் பொறுப்பாளர் பெயரில் அனுப்பப்பட்டது.

(பின்குறிப்பு: உங்கள் பகுதியில் உள்ள ஆவணக் காப்பகங்கள் மற்றும் மடாலயங்களில் பழைய ஜெர்மானியப் புத்தகங்களோ கையெழுத்துப் பிரதிகளோ கிடைக்கிறதா என்றும் தேட மறக்காதீர்கள். அவ்வாறு கிடைக்கும் பட்சத்தில் அவை குறித்த தகவல்களையும் எங்களுக்குத் தெரியப்படுத்துங்கள்.)

•

கிரிம் சகோதரர்களின் இத்தகைய பார்வை ஜெர்மானிய அறிவுஜீவிகளின் பார்வை மட்டும் அல்ல. எந்தவொரு அறிவுச் சமூகமும் வழக்காறுகளை இந்த நோக்கங்களுக்காகத்தான் அணுகியிருக்கிறது. நாட்டார் வழக்காற்றியலின் அகராதியில் குறிப்பிடும் 21 வகையான வரையறைகளும் இதே போன்ற கண்ணோட்டத்தையே நமக்கு வெளிப்படுத்துகின்றன.

ஜோனாஸ் பாலிஸ் என்ற ஆய்வாளர் முன்வைக்கும் நாட்டார் வழக்காறுகள் குறித்த வரையறை இன்னும் தெளிவாக இப்பிரச்சினையை நமக்கு வெளிப்படுத்த முடியும். எவை எவையெல்லாம் வழக்காறுகள் என்று வரிசைப்படுத்திய பின், நாட்டார் வழக்காறு என்பது நாட்டார் குறித்த அறிவியல் இல்லை என்பதை அவ்வரையறை தெளிவாகவே சொல்கிறது. மரியா லீச் தொகுத்த அவ்வகராதியில் குறிக்கப்படும் 21 வரையறைகளும்

வழக்காறுகளைப் பற்றிப் பேசும்போது சிற்சில வேறுபாடுகளைக் காட்டுகின்றன என்றாலும் நாட்டார் என்று வரும்பொழுது பெருத்த முரண்பாடுகளை முன்வைக்கின்றன.

நாட்டார் என்பவர் கிராமப்புறத்தவர் என்று சிலரும் படிப்பறிவு இல்லாதவர் என்று சிலரும் விவசாய சமுதாயத்தைச் சார்ந்தவர் என்று சிலரும் பழங்குடி சமூகத்திற்கும் நாகரிக சமூகத்திற்கும் இடைப்பட்ட நிலையைச் சார்ந்தவர் என்று சிலரும், முதியவர்கள் என்று சிலரும் என பல்வேறு வகையான கற்பனை இவ்வரையறைகளில் வெளிப்படுத்தப்படுகின்றன.

•

வழக்காறுகளை ஆவணப்படுத்தும் முயற்சியை அடுத்த கட்டத்திற்கு எடுத்துச் சென்றவர் வில்ஹெம் மான்ஹர்ட் *(1831-1880)*. வழக்காறுகளைச் சேகரிப்பதும் ஆவணப்படுத்துவதும் அறிவியல் பூர்வமாய்ச் செய்யப்படவேண்டும் என்ற உந்துதலில் மான்ஹர்ட் முதன் முறையாக ஒரு 'மாதிரி வினாப்படிவத்தை' உருவாக்கினார். இப்படிவத்தில் முப்பத்து நான்கு கேள்விகள் இருந்தன. இந்தக் கேள்விகள் வழக்காறு தொடர்பான உபரித் தகவல்களையும், நிகழும் சூழலையும், பண்பாட்டுப் பொருத்தப்பாடுகளையும் வெளிக் கொணர்வதாக அமைந்திருந்தன.

இதன் மூலம் வழக்காறுகள் இலக்கியப் பனுவல்களைப் போலின்றி, பண்பாட்டினுள் நேரடியாய்ச் செயல்படக்கூடியவை என்ற கருத்து முன்வைக்கப்பட்டது. எனவே வழக்காறுகளைச் சேகரித்தல் என்றால் வழக்காறுகளின் வெளிப்பாட்டு வடிவங்களைச் சேகரிப்பது மட்டுமல்ல, வழக்காறின் பண்பாட்டுப் பின்னணியும் அவசியம் என்ற கருத்து வலுவாக முன்வைக்கப்பட்டது.

நாட்டார் வழக்காறுகள் மீதான கவனமும் அக்கறையும் வெகுகாலம் வரையில் அவற்றைச் சேகரிப்பதிலேயே முனைப்பாக இருந்தன. இதனால் மரபைப் பேணுவதும், பழமையைக் காப்பாற்றுவதும், பண்பாட்டை ஒழுங்குபடுத்துவதுமே நாட்டார் வழக்காற்றியலாக இருந்தது. கூடவே, எழுத்து இலக்கியங்களை முழுமையாகப் புரிந்துகொள்வதற்கு வழக்காறுகள் பயன்படும் என்ற எண்ணமும் மேலோங்கி இருந்தது. வழக்காறுகளை மக்களோடும் பண்பாட்டோடும் இணைத்து ஆராயும் போக்கு ஆரம்ப காலங்களில் இருக்கவில்லை.

வழக்காறுகளை அறிவியல் நோக்கில் அணுகும் முயற்சி பின்லாந்து நாட்டிலேயே தோற்றம் பெற்றது. ஜூலியஸ் க்ரோன் *(1835-1888)*,

கார்லே க்ரோன் (1863-1933) என்ற இருவரின் பங்கு இதில் முக்கியமானது. வழக்காறுகளைக் கோட்பாட்டு ரீதியாய் அணுகும் முறையை இவர்களே தொடங்கி வைத்தனர்.

'காலேவாலா' என்ற, பின்லாந்தின் தேசியக் காப்பியத்தை வழக்காறுகளிலிருந்து கட்டமைக்கும் முயற்சியில் இவர்கள் ஈடுபட்டிருந்தனர். துண்டு துண்டாய்ச் சேகரிக்கப்பட்ட கதைப்பாடல் சிதிலங்களிலிருந்து, முழுமையானவொரு பாடலை உருவாக்கும் இவர்களது முறை 'வரலாற்று - நிலவியல் முறை' என்று அழைக்கப்பட்டது. காலேவாலா என்ற காப்பியத்தை அவர்கள் இம்முறையிலேயே கட்டமைக்கவும் செய்தனர்.

இவ்வாறு உலகின் பல்வேறு பகுதிகளிலிருந்தும் தன்னிச்சையாய் உருவாகி வந்த இம்முயற்சிகள் நாளடைவில் முழுமையான சமூக அறிவியலாக உருவாகத் தொடங்கியது. இந்தச் சூழலில் 'நாட்டார் வழக்காறுகள்' என்றால் என்ன என்று வரையறை செய்வதில் பல்வேறு கருத்து முரண்பாடுகள் எழுந்தன. ஒவ்வொரு தேசத்தவரும் தங்களது சூழல் சார்ந்தோ, கொள்கைகள் சார்ந்தோ வெவ்வேறு விளக்கங்களை முன் வைத்தனர்.

இதில் குறிப்பாக, 'folk' என்ற சொல்லுக்கு அளிக்கப்பட்ட விளக்கங்கள் அதிக முரண்களைக் கொண்டிருந்தன. 'folk' என்றால் கிராமத்தவர் அல்லது கல்வியறிவற்றவர் அல்லது வேளாண் தொழில் புரிபவர் அல்லது சேரி வாழ் மக்கள் அல்லது தொழிலாள வர்க்கத்தினர் அல்லது பழமை விரும்பிகள் போன்ற விளக்கங்கள் வெவ்வேறு கால கட்டங்களில் சொல்லப் பட்டிருந்தன. இவ்வனைத்து விளக்கங்களும் ஏதாவதொரு கொள்கை அல்லது கருத்துருவச் சார்புடனேயே அமைந்திருந்தன என்பது வெளிப்படை.

இதற்கு மாறாக, அரசியலற்ற, சார்புகளற்ற, திறந்த மனதுடன் கூடிய வரையறை தேவை என்ற அறிவிப்புடன் ஆலன் டண்டிஸ் என்ற அமெரிக்க நாட்டார் வழக்காற்றியலர் ஒரு புதிய வரையறையை முன்வைத்தார். அவரது வரையறையின்படி 'ஏதாவதொரு ஒற்றுமைக் கூறினைக் கொண்ட இரண்டு பேருக்கு மேற்பட்ட எவரும்' நாட்டார் என்று அழைக்கப்பட முடியும். 'நாட்டார்' என்ற பதத்தோடு இணைந்திருந்த அரசியல் சார்புகள் அழிக்கப்பட்டு, எல்லோருக்கும் பொதுவான வரையறை உருவாக்கப்பட்டதாய் இதற்கு விளக்கம் சொல்லப்பட்டது. அதாவது, நாட்டார், அரசியல் நீக்கம் செய்யப்பட்டிருந்தார்!

தமிழில் நாட்டார் வழக்காற்றியல்

தமிழகத்தில் நாட்டார் வழக்காறுகள் மீதான ஆர்வம் பத்தொன்பதாம் நூற்றாண்டின் பிற்பகுதியில் தொடங்கியதாய் ஆய்வாளர்கள் தெரிவிக்கின்றனர். இந்த ஆர்வம் வழக்காறுகளைச் சேகரித்து வெளியிடுவதாகவே வெகுகாலம் இருந்து வந்தது. அதிலும் குறிப்பாக நாட்டார் பாடல்கள் மட்டுமே எல்லோருடைய கவனத்தையும் ஈர்த்திருந்தன.

1871ஆம் வருடம் சார்லஸ் ஈ.கோவர் என்ற ஆங்கிலேயர் தென்னிந்திய நாட்டார் பாடல்களைத் தொகுத்து, அவற்றை ஆங்கிலத்தில் மொழி பெயர்த்து *'The Folksongs of Southern India'* என்ற தலைப்பில் நூலாக வெளியிட்டார். இதுவே முதலில் வெளிவந்த தொகுப்பு நூல். இதனைத் தொடர்ந்து வேறு பல ஆங்கிலேயர்களும் தொகுக்கும் பணியைச் செய்துள்ளனர். நாட்டார் கதைகளைப் பொறுத்தவரையில் பண்டித நடேச சாஸ்திரி தொகுத்து வெளியிட்டவையே முதல் தொகுப்புகளாகும்.

இருபதாம் நூற்றாண்டின் தொடக்க காலத்தில் நாட்டார் வழக்காறுகள் குறித்த அக்கறை, அன்றைய இந்திய விடுதலை இயக்கம் சார்ந்தே அமைந்திருந்தது. நாட்டார் பாடல்கள், நாடகங்கள் மூலமாக விடுதலை உணர்வை ஊட்டும் முயற்சிகள் இக்காலத்தில் நடைபெற்றன. காலனிய ஆட்சியை எதிர்த்து மக்களே கட்டிய வழக்காறுகளும், வழக்காறுகளின் வடிவத்தில் தேசிய உணர்வுமிக்க கலைஞர்கள் கட்டிய பாடல்களும் பிரபலமாய் வழங்கி வந்தன. வழக்காறுகளும் நாட்டாரும் தேசிய உணர்வை வெளிப் படுத்தியிருந்த காலகட்டம் அது.

சுதந்திரத்திற்குப் பிந்தைய வருடங்களில், மீண்டும் வழக்காறுகளைச் சேகரித்து வெளியிடும் பணி தொடங்கியது. இக்காலகட்டத்தில் தமிழறிஞர்களும் எழுத்தாளர்களும் கவிஞர்களும் வழக்காறுகளைச் சேகரிக்கும் பணியில் ஈடுபட்டிருந்தனர். இவர்களது கவனமும் அதிகமாக நாட்டார் பாடல்களைச் சேகரிப்பதிலேயே குவிந்திருந்தது. பாடல்களைத் தொகுப்புகளாக வெளியிடும் பணி நடைபெற்ற அதே சூழலில் கலைமகள், மஞ்சரி, தாமரை போன்ற இதழ்களில் அவ்வப்போது பல்வேறு நாட்டார் வழக்காறுகள் வெளியிடப்பட்டு வந்தன.

இம்முயற்சிகள் அனைத்தும் வழக்காறுகளை வாய்மொழி இலக்கியங்களாகப் பாவித்து மேற்கொள்ளப்பட்டவை.

அவ்வழக்காறுகளில் காணப்படும் கற்பனைத் திறன், சொல்லாட்சி, இசை நயம், உருவக மொழி போன்ற அழகியல் கூறுகளை அடையாளப்படுத்தும் பணியே நடைபெற்று வந்தது. இதன் காரணமாக, வழக்காறுகள் ரசிக்கத்தகுந்த பொருட்களாகப் பாவிக்கப்பட்டனவே தவிர, பண்பாட்டின் கூறுகளாக அணுகப்பட வில்லை. பண்பாட்டு நோக்கில் வழக்காறுகளை ஆராயும் முறை தமிழகத்தில் மிகத் தாமதமாகவே நடைமுறைக்கு வந்தது.

1960களில் வழக்காறுகளை ஆய்வுப் பொருளாய் பாவித்து, ஆய்வுகள் செய்யும் போக்கு தமிழகப் பல்கலைக்கழகங்களில் தோன்றியது. குறிப்பாக சென்னைப் பல்கலைக்கழகம், அண்ணாமலைப் பல்கலைக் கழகம், கேரளப் பல்கலைக்கழகங்களில் வழக்காறுகள் குறித்த ஆய்வுகள் மேற்கொள்ளப்பட்டன. நாட்டார் பாடல்கள், நடனங்கள், இசை மற்றும் பொதுவாக வழக்காறுகள் என்ற தலைப்புகளில் இந்த ஆய்வுகள் செய்யப்பட்டிருந்தன. இதே காலகட்டத்தில் உலகத் தமிழாராய்ச்சி நிறுவனமும், பல்கலைக்கழகத் தமிழாசிரியர் மன்றமும் நாட்டார் வழக்காறுகள் குறித்த ஆய்வுகளை உற்சாகப்படுத்தும் வகையில் ஏராளமான கட்டுரைகளை வெளிக்கொண்டு வந்தன.

அறுபதுகளில் பல்கலைக்கழகங்களிலும் ஆய்வு மன்றங்களிலும் மேற்கொள்ளப்பட்ட நாட்டார் வழக்காற்றியல் பெரும்பாலும் வழக்காறுகளை இலக்கியக் கோட்பாடுகள் மற்றும் கொள்கைகளின் துணையுடன் ஆராயும் வகையிலேயே அமைந்திருந்தன. வழக்காறுகளில் வெளிப்படும் அழகியலைக் கொண்டாடும் தன்மையே இந்த ஆய்வுகளிலும் வெளிப்பட்டன.

இத்தகைய சூழலில், பல்கலைக்கழகங்களுக்கு வெளியிலிருந்து நா.வானமாமலையின் முயற்சியால் தோன்றிய நாட்டார் வழக்காற்றியல், வழக்காறுகளை முதன்முறையாகப் பண்பாட்டுடன் இணைத்து நோக்கும் பார்வையை முன்வைத்தது. இதனை முன்னிட்டு 1967 இல் நெல்லை ஆய்வுக்குழு என்ற அமைப்பை வானமாமலை தோற்றுவித்தார். தொடர்ச்சியாக, 1969 இல் அவர் தொடங்கிய 'ஆராய்ச்சி' என்ற காலாண்டிதழ், உண்மையாகவே வழக்காறுகளை 'ஆய்வு' செய்யும் வழக்கத்தை ஏற்படுத்தியது.

நா.வானமாமலை தோற்றுவித்த ஆய்வு முறை, தமிழக அறிஞர்கள், ஆய்வாளர்கள் மத்தியில் ஏராளமான தாக்கங்களை ஏற்படுத்தியது. மார்க்சிய சித்தாந்தத்தில் நம்பிக்கை கொண்டு செயல்பட்டுவந்த நா. வானமாமலையின் மூலம் வழக்காறுகளை மார்க்சிய பார்வையில் ஆராயும் போக்கு வலுப்பட்டது. இதன் மூலம், வழக்காறுகள்

இலக்கியங்கள் மட்டுமல்ல, சமூகத்தோடும் பண்பாட்டோடும் அதன் முரண்பாடுகளோடும் நெருங்கிய தொடர்புடையவை; எனவே, வழக்காறுகளை ஆராய்வதன் மூலம் சமூகம் இயங்கும் முறையைக் கண்டுகொள்ள முடியும் என்ற கருத்து பலப்பட்டது. இதனையொட்டி, வழக்காறுகளைப் பற்றிய ஆய்வுகள், சமூகவியல், மானுடவியல், மொழியியல், வரலாறு போன்ற அறிவுத் துறைகளின் துணையுடன் உருவாக்கப்பட வேண்டுமென்ற சிந்தனையும் முன்வைக்கப்பட்டது.

நா. வானமாமலையின் ஆய்வுகளில் 'பண்பாடு' என்ற கருத்தாக்கம் முதன்மைப்படுத்தப்பட்டதற்குக் காரணங்கள் உள்ளன. தொடக்க காலங்களில், வழக்காறுகளின் பனுவல்களை ஆராயும் போக்கையே நா. வானமாமலையும் மேற்கொண்டிருந்தார். இதையொட்டியே அவரது கட்டுரைகளும் அமைந்திருந்தன. ஆனால் நாளடைவில், வழக்காற்றுப் பனுவல்களைப் புரிந்துகொள்வதற்கு நாட்டார் கலைஞர்களையும் புரிந்துகொள்ள வேண்டுமென்ற யோசனை தோன்றியதும் நா.வானமாமலை சமூகத்திற்கும் வழக்காறு களுக்குமான தொடர்புகளைக் கவனிக்கத் தொடங்கினார். இதன் மூலம் 'வழக்காறு - சமூகம்' என்ற பிணைப்பு ஆய்வுகளில் முன் வைக்கப்பட்டது.

நா. வானமாமலையின் ஆய்வுகளும், அவர் நடத்திய 'ஆராய்ச்சி' என்ற இதழும் ஏராளமான நாட்டார் வழக்காற்றியல் ஆய்வாளர்களை உருவாக்கின. கல்லூரிகளிலும் பல்கலைக்கழகங்களிலும் வழக்காறுகள் பற்றிய ஆய்வுகளை பேராசிரியர்கள் மேற்கொள்ளத் தொடங்கினர். நாட்டார் வழக்காற்றியல் பற்றிய அக்கறை, தமிழகத்தில், இவ்வாறு பரவலாக வெவ்வேறு வடிவங்களில் வெளிப்பட்டிருக்கின்றன. அக்கறை இருந்தது; அதனால் சேகரிப்புகள் நடைபெற்றன; அங்கொன்றும் இங்கொன்றுமாய் ஆய்வுகள் செய்யப்பட்டன; தமிழிலியக்கத் துறைகளில் வழக்காறு பற்றிய மோகம் ஏற்படத் தொடங்கிய காலகட்டம் இது.

நாட்டார் வழக்காற்றியல் தனியொரு கல்விப்புலமாக மாறுவதற்கு 1987 வரையில் காத்திருக்க வேண்டியிருந்தது. 1987இல் முதன் முறையாக, பாளையங்கோட்டையிலுள்ள தூய சவேரியார் கல்லூரியில் நாட்டார் வழக்காற்றியல் என்ற கல்விப்புலம் தொடங்கப் பெற்றது. நாட்டார் வழக்காற்றியலில் முதுகலைப் பட்டப்படிப்பு மேற்கொள்ளும் வாய்ப்பை இத்துறை ஏற்படுத்தித் தந்தது.

இவ்வாறு, நாட்டார் வழக்காற்றியல் தனித்த கல்விப்புலமாக மாறுவதற்கு, அதிலும் குறிப்பாகப் பாளையங்கோட்டைக்

கல்லூரியொன்றில் உருவாகுவதற்கு நா. வானமாமலை ஏற்படுத்திய விழிப்புணர்வு முக்கியக் காரணம். இதனோடு, கல்விப் பணி ஆற்றிவரும் இயேசு சபை நிறுவனங்களில் பண்பாடு பற்றிய புரிதலும் தேடலும் அக்காலகட்டத்தில் முக்கியக் காரணியாக விளங்கியது. இதனாலேயே முதல் நாட்டார் வழக்காற்றியல் துறை இயேசு சபைக் கல்லூரியொன்றில் தொடங்கப்பட்டது.

தூய சவேரியார் கல்லூரியில், 1988ஆம் வருடம், நாட்டார் வழக்காற்றியல் ஆய்வு மையம் (Folklore Resources and Research Centre) தோற்றுவிக்கப்பட்டது. பாளையங்கோட்டையை மையப் படுத்தி நடைபெற்ற இவ்விரு செயல்பாடுகளும் அடுத்து வந்த ஆண்டுகளில், தமிழக அளவில், நாட்டார் வழக்காறுகளைப் பற்றிய ஆய்வு முறையியலைத் தீர்மானிக்கும் சக்திகளாக விளங்கின.

ஆரம்ப காலங்களில் ரசனை அடிப்படையிலும் பின்பு மார்க்சியக் கண்ணோட்டத்தோடும், அதனைத் தொடர்ந்து கோட்பாட்டுத் தளத்திலும் நடைபெற்றுவந்த வழக்காற்றியல், தொண்ணூறுகளில் பண்பாட்டை மையப்படுத்திய ஆய்வுகளாக மாறின. இதனால், தமிழ்த் துறையின் ஓர் அங்கமெனக் கொண்டாடப்பட்டுவந்த வழக்காறுகள், பண்பாட்டைப் புரிந்து கொள்வதற்கான முக்கியக் காரணியென யோசிக்கும் மாற்றம் நிகழ்ந்தது. இலக்கியப் பிரதிகளில் மூழ்கிக் கிடந்த தமிழியல் ஆய்வுகளிலிருந்து தன்னை அறுத்துக்கொள்ளும் முயற்சியில் நாட்டார் வழக்காற்றியல் ஈடுபட்டது இந்தக் காலகட்டத்திலேயே. இதன் பின்பே, தமிழகத்தில், மானிடவியலாளர், மொழியியலாளர், சமூகவியலாளர் , வரலாற்றியலாளர், எனப் பல்வேறு துறையினரும் வழக்காறுகளை உன்னிப்பாகக் கவனிக்கத் தொடங்கினர்.

நாட்டாரும் சாதியும்

தமிழகத்தில் நாட்டார் வழக்காற்றியலும் தலித்தியமும் ஒரே காலகட்டத்தில் அறிமுகமாயின. தலித்தியம் பொதுத்தளத்திலும் நாட்டார் வழக்காற்றியல் அறிவுத்தளத்திலும் விவாதிக்கப்பட்ட இரு வேறு சிந்தனைகள். ஆனால், இவ்விரண்டும் சில ஒருமித்த மனப்பாங்குகளைத் தோற்றுவிக்கத் தவறவில்லை. தலித்தியம், சாதிய ரீதியாய் ஒடுக்கப்பட்ட மக்களின் விடுதலையை நோக்கி முன்னெடுக்கப்பட்ட கோட்பாடு. இக்கோட்பாட்டின் மூலம் தமிழக எழுத்து மரபையும் சூழலையும் மறுவிசாரணை செய்யும் பணி ஆரம்பமானது. எந்தெந்த மாறுவேடங்களிலெல்லாம் சாதியுணர்வு

தமிழ்ப் பண்பாட்டில் செயல்பட்டு வருகிறது என்ற கசக்கும் உண்மை வெளிப்படத் தொடங்கியது.

சாதியத்திற்கு எதிரான வாதங்கள் என்று நம்பப்பட்ட பல செய்திகள், உள்ளூர சாதிய ஆதரவுக் குரலை ஒலிக்கின்றன என்பது பலருக்கும் அதிர்ச்சியாக இருந்தது. இதன் காரணமாக, 'சாதியத்திலிருந்து விடுபடுதல்' என்பதற்கான அங்கீகரிக்கப்பட்ட மாதிரி நிலை குலையத் தொடங்கியது. தலித்தியம் முன்வைத்த மறுவாசிப்புகள் போராட்ட முறையாகவே அறிமுகப்படுத்தப்பட்டது என்றாலும், இது குறித்த தலித் அல்லாதவர்களின் மனநிலை சாதிய நம்பிக்கைகளை மேலும் மேலும் வலுப்படுத்தும் திசையை நோக்கி நகரத் தொடங்கியிருந்ததையும் நம்மால் பார்க்க முடிந்தது.

எந்தவொரு பனுவலென்றாலும், அது தலித்தாலோ தலித் அல்லாதவராலோ எழுதப்பட்டிருந்தாலும்கூட, அதனுள் சாதியக் குரல் மறைந்திருக்கிறது என்று கண்டுபிடிக்கும் தந்திரம், சாதியத்தை யாராலும் தவிர்த்துவிட முடியாது என்ற யோசனையை வலுப்படுத்தியது. அதுநாள் வரையில், மனிதர்களால் உருவாக்கப் பட்டது; எனவே மாறுதலுக்கு உட்பட்டது என்று சொல்லப்பட்ட வாதம் தகர்ந்து, 'சாதி' இயற்கையானது; மறுக்க முடியாதது; மாற்ற முடியாதது; அதிலிருந்து விடுபடுதல் என்பது சாத்தியமில்லை என்பவை போன்ற புதிய நம்பிக்கைகளைத் தமிழகம் பெறத் தொடங்கியது.

இதனால், ஒவ்வொருவரும் தனது சாதிய அடையாளத்தை அங்கீகரிப்பதும், அதனைப் பற்றிப் பேசுவதும் இயல்பான காரியம் என்று சொல்லப்பட்டது. இன்னும் சொல்லப்போனால் தனது சாதி அடையாளத்தை பேசத்தயங்கி, கூச்சப்பட்டு வந்த பலரும் கூட (தலித்துகளும் தலித் அல்லாதவர்களும்), இனி தைரியமாய் அது பற்றிப் பேசுவதற்கான வெளியை தலித்தியம் உருவாக்கித் தந்தது.

ஏறக்குறைய, இதே போன்றவொரு சாதிப் பிரஸ்தாபச் சொல்லாடலை நாட்டார் வழக்காற்றியல் அறிவுத் துறைகளில் உருவாக்கித் தந்தது. நாட்டார் வழக்காற்றியல் ஆய்வுகளை மேற்கொள்ள முனைபவர்கள் தத்தமது சாதிய மக்களையே நாட்டார்களாக வரிந்து கொண்டார்கள். இதற்கு ஆதரவாகச் சில காரணங்களும் சொல்லப்பட்டன.

1. தனது சாதியின் வழக்காறுகளை ஆய்வு செய்வதன் மூலம் தகவல்களை எளிதாய்ச் சேகரிக்க முடிகிறது. களப்பணி எளிதாகிறது.

2. பண்பாடு என்பது பன்முகத்தன்மை உடையது. ஆனால், இது நாள் வரையிலான பண்பாடு ஒற்றைத் தன்மையையே வெளிப் படுத்துகிறது. எனது சாதியின் பண்பாடு ‘தமிழ்ப் பண்பாட்டில்’ இடம் பெற்றிருக்கவில்லை. எனது சாதியின் பண்பாட்டை நான் ஆய்வு செய்யாமல் வேறு யார் செய்வார்கள்?

3. ஒரு சாதியின் வழக்காறுகளை அச்சாதியின் உறுப்பினரே உளப்பூர்வமாய் உணரமுடியும். உள்ளிருந்து அணுகுவதன் மூலமே ஒரு பண்பாட்டை முழுமையாய்ப் புரிந்துகொள்ள முடியும்.

இது போல் இன்னும் தொடர்ந்து பல காரணங்கள் சொல்லப் பட்டாலும், எல்லாவற்றின் அடிப்படையும் இவைதாம். இந்தக் காரணங்களைத் தொடர்ந்து பல்வேறு இளம் ஆய்வாளர்களும் நாட்டார் வழக்காற்றியல் என்ற பெயரில் தத்தமது சாதி அடையாளங்களை வாய்மொழிப் பண்பாடுகளின் துணையுடன் கட்டமைக்கத் தொடங்கினர். சாதியப் பெயர்களை உபயோகித்தல், சாதி குறித்த பெருமைகளைச் சேகரித்தல், காழ்ப்பை வெளிப் படுத்துதல் எனக் கூச்சமின்றிப் பேசக்கூடிய, எழுதக்கூடிய வழக்கத்தை நாட்டார் வழக்காற்றியல் உருவாக்கித் தந்தது.

இரண்டாவதாக, தலித்தியம் செய்தது போன்றே நாட்டார் வழக்காற்றியலும் சாதி பற்றிய புதிய கற்பனைகளை உருவாக்கியது. பண்பாடு முக்கியமானது; அதுவும் பன்முகத்தன்மை கொண்ட பண்பாடு முக்கியமானது என்ற கொள்கை, சாதிகளே இந்தப் பன்முகத் தன்மைகள் என்ற முடிவிற்குப் பலரையும் கொண்டு வந்தது. இதன் தொடர்ச்சியாக ஒவ்வொரு சாதிக்கும் ஒவ்வொரு பண்பாடு உள்ளதென கோட்பாடுகள் முன்வைக்கப்பட்டன. எல்லாச் சாதிகளின் பண்பாடுகளும் இணைந்த கூட்டுப்பண்பாடே ‘தமிழ்ப் பண்பாடு’ என்று பலரும் நம்பத் தலைப்பட்டனர். இதனால், ஒரு கட்டத்தில், ‘நாட்டார்’ என்பது ‘சாதி’ என்ற அர்த்தத்தில், வெளிச்சொல்லப்படாத வரையறையொன்று எல்லோருக்குள்ளும் தொழிற்படத் தொடங்கியது.

நாட்டார் வழக்காற்றியல் என்ற அறிவுப்புலம், இன்றைக்கு, தமிழகத்தில், பரவலாக அறியப்பட்ட துறையாகக் காட்சி தருகின்றது. பல்வேறு துறையைச் சார்ந்த ஆய்வாளர்களும் நாட்டார் வழக்காறுகளை ஆய்வுப் பொருளாக எடுத்துக்கொண்டு ஆய்வு செய்யும் போக்கு அதிகரித்திருக்கிறது. அவ்வாறு செய்யப்பட்ட ஆய்வுகள் புத்தகங்களாகவும் வெளியிடப்படுகின்றன. இதன் மூலம், பேச்சு வழக்கின் மீதும் மக்கள் கலைகளின் மீதும் பொதுவான விழிப்புணர்வு ஏற்பட்டிருக்கிறது. ஆனாலும், பிற நாடுகளுடன்

ஒப்பிடுகையில் நாட்டார் வழக்காறுகள் பற்றிய அக்கறை தமிழகத்தில் குறைவே. ஏனெனில், தமிழகத்திற்கென்று தனியானவொரு நாட்டார் வழக்காற்றியல் அணுகுமுறை எதுவும் இருக்கவில்லை.

தமிழ் நாட்டுப்புறவியல் என்று ஏதேனும் உண்டா?

சொல்லப்போனால், அப்படியொன்று இதுவரையில் இல்லை, அப்படியொன்று இருந்தால் எவ்வளவு நன்றாக இருக்கும் என்ற ஏக்கம் மட்டும் உண்டு.

தமிழகத்தில் நாட்டுப்புறவியல் / நாட்டார் வழக்காற்றியல் என்ற பெயர்களில் கல்விப்புலங்கள் உள்ளன. நாட்டுப்புறவியல் பேராசியர்கள் உண்டு; முனைவர் பட்டம் பெற்றவர்கள் உண்டு; ஆய்வாளர்கள் உண்டு, மாணவர்களும் உண்டு. ஆனால், தமிழ் நாட்டுப்புறவியல் என்று எதுவும் இல்லை. கல்வி நிலையங்களைத் தாண்டியும், வழக்காறுகள் மீது அக்கறை காட்டும் படைப்பாளிகள், கலைஞர்கள், சிந்தனையாளர்கள், அறிஞர்கள் என்று பலரும் உண்டு. ஆனால், தமிழ் நாட்டுப்புறவியல் என்று மட்டும் எதுவும் இல்லை.

அதாவது, தமிழின் தொன்மையையும், வளத்தையும், பண்பாட்டுச் செழுமையையும், சமூகச் சிக்கல்களையும் ஒருங்கே உள்வாங்கிக் கொண்டு பரிணமித்த நாட்டுப்புறவியல் கோட்பாடோ அல்லது கருத்தாக்கமோ அல்லது பார்வையோ அல்லது புரிதலோ இன்னும் உருப்பெறவில்லை. அதற்குப் பதிலாக வண்டி வண்டியாய் இறக்குமதி செய்யப்பட்ட வியாக்கியானங்கள் உண்டு; பிறநாட்டு நாட்டுப்புறவியல்கள் பற்றிய தெளிவும் அறிவும்கூட உண்டு. நவீனக் கோட்பாடுகள் வரையிலான பரிச்சயம் உண்டு. ஆனால் தமிழ்ச் சூழலின் நிர்பந்தம் என்ன என்பது மட்டும் தெரியாது.

நாட்டுப்புறவியல் வரலாற்றில் இதுவொரு வேடிக்கையான தருணம். தனக்கான அடிப்படைக் கேள்விகளை வரையறுத்துக்கொள்ளத் தெரியாதவொரு அறியாமை அதனுள் ஓடிக்கொண்டேயிருக்கிறது. தனது சமூகப் பண்பாட்டுச் சூழலின் யதார்த்தங்களுக்குப் பதிலளிக்க முடியாத நாட்டுப்புறவியல் அதை மறைப்பதற்காகச் செய்யும் முயற்சிகளும் தவிர்ப்பதற்காக மேற்கொள்ளும் உத்திகளும் ஏராளம், ஏராளம்!

இது, தமிழகத்து நாட்டுப்புறவியலுக்கு மட்டும் நேர்ந்த சோதனையல்ல. தமிழ்ச் சூழலில் சமூகம், பண்பாடு, மொழி,

வரலாறு, தத்துவம், பொருளாதாரம், கலை என்று பேசக்கூடிய அத்தனை புலங்களுக்குமான முதன்மைச் சிக்கல் இது. தத்தமது சமூகப் பங்களிப்பைக் காட்சிப்படுத்தச் சொன்னாலேயே தெரிந்து விடும் மேற்கூறிய அறிவியல்களின் அழகு!

எல்லாவிதமான சமூக அறிவியல்கள், மற்றும் மானுட அறிவியல்களின் இருப்பு சார்ந்த இத்தகைய கேள்விகள் என்றும் உயிர்ப்போடுதான் இருக்கின்றன என்றாலும், நாட்டுப்புறவியலில் மட்டும் இக்கேள்வி உரத்துக் கேட்கப்படுவதற்கான காரணம் ஒன்று உண்டு. அது, நாட்டுப்புறவியல் சமூகத்தோடு கொண்டிருக்கக்கூடிய உறவு. பிற சமூக அறிவியல்களைப் போல ஆய்வரங்கங்களிலும் நூலகங்களிலுமே உயிர்வாழ்ந்துவிடக்கூடிய கொடுப்பினை நாட்டுப்புறவியலுக்குக் இல்லை. பிறவிக் கடன் போல, நாட்டுப்புறவியல் என்ன செய்வதாக இருந்தாலும் சமூகத்தில்தான் செய்ய வேண்டியிருக்கிறது.

வழக்காறுகளை விற்பதற்குக்கூட நீங்கள் பெருஞ்சமூகத்திற்கே வரவேண்டியிருக்கிறது. எந்தவொரு வழக்காற்றைத் தொடுவதன் மூலம், ஏதாவதொரு சமூகக்குழுவின் நெஞ்சையே தொடுகிறீர்கள். ஆய்வாளராகிய நீங்கள் அவ்வழக்காற்றை என்ன செய்கிறீர்கள் என்று சமூகக் குழுக்கள் தொடர்ச்சியாக உங்களைக் கண்காணித்துக் கொண்டேயிருக்கின்றன. இந்தச் சள்ளை, நொம்பலம், இக்கட்டு எல்லாம் பிற அறிவியல்களுக்கு இல்லை. பிற அறிவியல்கள், தங்களது நடையுடை பாவனைகளை மாற்றிக்கொண்டு, சமூக உறுப்பினர்கள் கேள்வி கேட்டுவிட முடியாத வகையில் பாதுகாப்புச் சுவரொன்றைத் தங்களைச் சுற்றி எழுப்பிக்கொண்டு விடுகின்றன. இந்தச் சூட்சுமம் நாட்டுப்புறவியலில் செல்லுபடியாகாது.

தொடர்ச்சியான சமூகக் கண்காணிப்பிற்கும் நெருக்கடிகளுக்கும் ஆளானதாலேயே நாட்டுப்புறவியலில், சூழல் சார்ந்த நியாயம் தொடர்பான கேள்விகளும் அதிகமாய் உணரப்படுகின்றன. தமிழகத்து நாட்டுப்புறவியல் தமிழ்ச் சமூகத்திற்குச் சொல்ல விரும்புவது என்ன? தமிழ்ப் பண்பாட்டை அது எவ்வாறு அணுகுகிறது? அதன் சிக்கல்கள் என்று எவற்றையெல்லாம் அடையாளப்படுத்துகிறது? அச்சிக்கல்களை எவ்வாறு எதிர்கொள்ள வேண்டுமென்று அறிவுறுத்துகிறது? என்றெல்லாம் தொடர்ச்சியாகக் கேட்கப்படும் கேள்விகள், நாட்டுப்புறவியலின் இருப்பை முன்வைத்துக் கேட்கப்படுபவையாகவே அமைந்துள்ளன. இதனாலேயே, நாட்டுப்புறவியலின் அரசியல் என்ன என்ற கேள்வியும் எழுப்பப்பட்டது.

யாருடைய சார்பாக அல்லது குரலாக நாட்டுப்புறவியல் பேச விரும்புகிறது? கலைஞர்களின் குரலாகவா? வணிகர்களின் குரலாகவா? தொண்டு நிறுவனங்களின் குரலாகவா? சமயக் குருக்களின் குரலாகவா? அதிகார பீடங்களுக்குச் சாதகமான நிலைப்பாட்டைத் தக்கவைக்கப்போகிறதா? அல்லது எதிர்க் குரல்கள் ஒலிக்கும் தளமாக விரியப்போகிறதா? என்ற கேள்விகள் அனைத்தும் நகர்கிற திசை தமிழ் நாட்டுப்புறவியலாகவே இருக்க வேண்டும் என்ற வேட்கை சமீபகாலமாய்த் தமிழகத்து நாட்டுப்புறவியலாளர்கள் மத்தியில் அதிகரித்துள்ளது. அப்படி ஒன்று உருவாக்கப்பட்டேயாக வேண்டிய வரலாற்று நிர்ப்பந்தத்தைப் பலரும் உணரத் தொடங்கியுள்ளனர்.

தமிழக வரலாற்றை உள்வாங்கிக் கொண்ட, தமிழ் மொழியின் இயங்குமுறையை உணர்ந்துகொண்ட, பண்பாட்டுத் தளங்களை அடையாளம் கண்டு கொண்ட தெளிவோடு, தமிழகத்து நாட்டுப்புற வழக்காறுகளை அணுகும் போக்கொன்று உருவாகும் என்றால் அது தமிழ் நாட்டுப்புறவியலாக இருக்கமுடியும். இப்படியான பார்வையொன்றைக் கொண்டிருப்பவராக அயோத்திதாசர் நமக்குத் தெரிகிறார்.

அயோத்திதாசர் வழக்காறுகளை அணுகும் விதத்திற்கும், நாம் இன்று பழகிவந்திருக்கிற அணுகுமுறைக்கும் என்ன வித்தியாசம் என்பதை நம்மால் சொல்ல முடிந்தால் மேற்கொண்டு விவாதத்தை வளர்த்தெடுக்க ஏதுவாக இருக்குமென்று நினைக்கிறேன்.

நாட்டுப்புறவியலில் இரண்டு வகை உண்டு. ஒன்று, நாட்டுப்புறவியல் என்ற தனித்தியங்கும் அறிவியல் புலம்; இரண்டு மானிடவியலின் ஓர் அங்கமாகக் கருதப்படும் நாட்டுப்புறவியல். இரண்டுமே மேற்கத்திய நாடுகளின் கண்டெடுப்புகள்தான். என்றாலும், முன்னது ஐரோப்பாவிலும் பின்னது அமெரிக்காவிலும் வேரூன்றியது. இரண்டுமே நாட்டுப்புறவியலாக / நாட்டார் வழக்காற்றியலாகத்தான் கணிக்கப்படுகிறது என்றாலும் பின்னதை நாட்டுப்புறவியல் என்று சொல்வதைக் காட்டிலும் மானிடவியல் என்று சொல்வதே நியாயமாக இருக்கும். ஏனெனில் அவ்வளவு தூரம் இரண்டும் வேறுபாடுகளைக் கொண்டு இயங்குபவை.

நவீனயுகத்தின் கொடைகளாக மேற்கத்திய நாடுகள் கண்டுபிடித்த இருபெரும் அறிவியற்புலங்களே நாட்டுப்புறவியலும் மானிடவியலும் என்றாலும், அவை உருவான காரணம், சூழல், நோக்கம், அவை கையாளும் அணுகுமுறைகள், முறையியல்கள் எனப்பலவும் எதிரும் புதிருமானவை.

நாட்டுப்புறவியலின் வரலாறு, பத்தொன்பதாம் நூற்றாண்டளவில் தங்களது தேசியங்களை நிர்மாணிக்கத் தொடங்கிய மிகச் சிறிய ஐரோப்பிய நாடுகளின் எழுச்சியோடு இணைந்தது. ஐரோப்பிய சர்வாதிகார நாடுகளான பிரான்சு, இங்கிலாந்து போன்றவற்றால் அடிமைப்பட்டிருந்த பிற ஐரோப்பிய நாடுகள் தங்களது தேசியத்தைக் கட்டமைக்க எத்தனித்த தருணமே நாட்டுப்புறவியலின் தொடக்க காலமாக வர்ணிக்கப்படுகிறது. செவ்வியல் மொழிகள் என்று சொல்லப்பட்ட லத்தீன், கிரேக்கம் போன்றவற்றின் பிடியிலிருந்தும், அதிகார மொழிகளான ஆங்கிலம், ஃப்ரெஞ்ச் போன்றவற்றின் ஏதேச்சதிகாரத்திலிருந்தும் தங்களது மொழியை, பண்பாட்டை, மரபை விடுவித்துத் தங்களுக்கான தேசிய அடையாளங்களைப் புதிதாய் தேடத் தொடங்கியிருந்த இந்நாடுகள், தங்களது பாரம்பரிய வாய்மொழி வழக்காறுகளை சேகரிக்கத் தொடங்கிய நிகழ்வே நாட்டுப்புறவியலின் தோற்றுவாயாகும்,

அதாவது தத்தம் அடையாளங்களைப் பண்பாட்டிலிருந்தும் மொழியிலிருந்தும் உருவாக்கிக் கொள்ள விரும்பும் சமூகங்களின் பார்வையிலிருந்தே நாட்டுப்புறவியல் கருக்கொள்கிறது. இத்தகைய, வழக்காறுகளின் மீதான அக்கறை பெருவெள்ளமென சர்வாதிகார நாடுகளுக்குள் பரவியபோதும், அந்தந்த நாடுகள் தங்களது கிராமப்புறங்களில் அழிந்துகொண்டுவரும் நாட்டுப்புற வழக்காறுகளைச் சேகரிப்பதும் ஆவணப்படுத்துவதும் பாது காப்பதும் என்றே இதனைப் புரிந்து கொண்டிருந்தன. சுருக்கமாகச் சொல்வதானால், ஒவ்வொரு சமூகமும் தன்னைப் பற்றித் தானே மேற்கொள்ளும் பண்பாட்டுத் தேடலே நாட்டுப்புறவியல் என்று அழைக்கப்பட்டது.

மானிடவியல் இதற்கு நேரெதிரான மனநிலையிலிருந்து உருவானது. மானிடவியலும் ஐரோப்பிய நாடுகளிலேயே உருவாக்கப்பட்டது என்றாலும், அதன் ஆய்வுப்பொருள் ஐரோப்பியச் சமூகங்களோ பண்பாடுகளோ அல்ல. மானிடவியல் ஆய்வுகள் மிகத் தெளிவாக, காலனிகளாக மாற்றப்பட்டிருந்த மூன்றாம் உலக நாடுகளில் வசிக்கும் சமூகக் குழுக்களின் பண்பாட்டை ஆய்வு செய்வதையே தங்களது நோக்கமாகக் கொண்டிருந்தன. ஆப்பிரிக்க, ஆசிய, லத்தின் அமெரிக்க நாடுகளில் வசிக்கக்கூடிய பழங்குடி இனங்களையும் விவசாயக் குழுக்களையும் பற்றிய ஆய்வுகளை மேற்கொள்வதே மானிடவியலின் பெரும்பணியாக இருந்தது. நாகரிகமடைந்த ஐரோப்பியச் சமூகங்களை ஆய்வு செய்வதற்கு சமூகவியல் போன்ற அறிவுத் துறைகளை அவர்களே உருவாக்கியிருந்தனர்.

நாட்டுப்புறவியல் சொந்த நாடுகளில், சமூகங்களில் மேற்கொள்ளப் பட்டன என்றால், மானிடவியல் முழுக்க முழுக்க பிற சமூகங்களைப் பற்றிய ஆய்வுகளாக அமைந்திருந்தன. தன்னைப் பற்றியது - பிறரைப் பற்றியது என்ற முரண் இவ்விரு அறிவியல்களின் முறையியல் களையும் கோட்பாட்டுப் புரிதல்களையும் பெருமளவில் தீர்மானிக்கக் கூடியவையாக அமைந்திருந்தன.

உதாரணமாகச் சொல்வதானால், பண்பாட்டுத் தரவுகளைச் சேகரிக்க முனையும் இவ்விரு துறைகளும் முன்வைக்கும் 'தரவுகளைச் சேகரிக்கும் முறையியல்கள்' முரண்பாடானவை. நாட்டுப்புறவியல், கிராம மக்களிடம் காணப்படும் வழக்காறுகளை நேர்காணல் மூலமும், உற்றுநோக்கல் மூலமும் சேகரிக்க முடியுமென்றும், இவ்வாறு வழக்காறுகளைச் சேகரிக்கும் பொழுது, அவை வழங்கும் சூழல்கள் எவையெவையென்று கேட்டுத் தெரிந்துகொள்வது அவசியமென்றும், முடிந்தால் அந்தச் சூழலின்போதே உடனிருந்து சேகரிக்கலாம் என்று சொல்வதுடன் நிறுத்திக்கொள்ளும். ஆனால், மானிடவியலைப் பொறுத்தவரையில் இவ்வாறு சேகரிக்கப் படுபவைகளுக்குத் தரவுகள் என்ற அங்கீகாரம் வழங்கப்படுவது இல்லை.

பண்பாட்டுத் தரவுகளைப் போன வேகத்தில் சேகரித்து விட முடியாது என்பது மானிடவியலின் அசைக்க முடியாத நம்பிக்கை. ஒரு சமூகத்தின் பண்பாட்டை அறிந்துகொள்ள அங்கேயே சென்று வருடங்கள் போல வாழவேண்டும் என்று நிர்பந்திக்கிறது அது. ஒருநாள், இரண்டுநாள் - ஒருவாரம், இரண்டு வாரம் - ஏன் ஒரு மாதம் இரண்டு மாதம் போல் தங்கியிருந்து தகவல்கள் சேகரிப்பதைக்கூட மானிடவியல் சந்தேகக்கண்கொண்டே பார்க்கும். ஏதாவதொரு பண்பாட்டு நிகழ்வைச் சேகரிக்க முனைகிறோம் என்றால், அது மீண்டும் நிகழும் வரை காத்திருக்கவேண்டும். காத்திருந்து, அவ்வாறு நிகழும் பொழுது எவ்வளவு துல்லியமாக அவதானிக்க முடியுமோ அவ்வளவு கவனமாக அவதானித்து குறிப்பெடுத்துக் கொள்ள வேண்டும். இவ்வாறு, கண்ணால் கண்டு எழுதப் பெற்றதையே (காட்சியளவை) மானிடவியல் 'தரவுகளாக' மதிப்பிடுகிறது. இவ்வாறு, ஒவ்வொரு பண்பாட்டு நிகழ்வையும் சேகரிக்க வேண்டியிருப்பதால் ஐந்து வருடங்கள், பத்து வருடங்கள் என்று குறிப்பிட்ட சமூகங்களில் சென்று வாழ்வதையே தனது முறையியலாக அது முன்வைக்கிறது.

வெளிப் பார்வைக்கு மிகக் கறாரான, அறிவியல் போலத் தோன்றும் இம்முறையியலில் மறைந்திருக்கும் கோளாறுகள் வெகு எளிதில்

யாருக்கும் புரிபடத் தொடங்கும். 'வருடங்கள் போல் போய்த் தங்கினாலேயே பண்பாடு புரிபடும்' என்ற சிந்தனை யாரை மனதில்கொண்டு உருவாக்கப்பட்டது? 'தனது பண்பாட்டின் வழக்காறுகளைச் சேகரிக்க முனையும் ஓர் ஆய்வாளன், தன் ஊரிலும் சமூகத்திலும் ஐந்து வருடங்கள் வாழ்ந்தாக வேண்டும்' என்று சொன்னால் அது எவ்வளவு அபத்தமாக தொனிக்கிறது? அப்படியானால் இந்த முறையியல் யாருக்குச் சொல்லப்பட்டது? யாரை மனதில் கொண்டு வடிவமைக்கப்பட்டது?

யாரொருவன், தனக்கு முற்றிலும் தொடர்பில்லாத அந்நியப் பண்பாட்டை, அதாவது பிறர் பண்பாட்டைச் சேகரிக்க முனைகிறானோ அவன் ஐந்து என்ன பத்து வருடங்கள்கூட அச்சமூகத்தில் வாழ்ந்தாக வேண்டிய கட்டாயம் உண்டு. மானிடவியலாளர்கள் இப்படித்தான் செய்தார்கள். தங்களது சமூகத்தை, பண்பாட்டை, நாட்டைத் துறந்து பத்து வருடம் பதினைந்து வருடம் என்று த்ரோபிரியாந்த் தீவுகளிலும் நியூகினியா தீவுகளிலும் இந்தியாவிலும் ஆப்பிரிக்காவிலும் தங்கி, வாழ்ந்து அந்தந்தப் பண்பாடுகளைப் புரிந்துகொள்ள முயற்சி செய்தார்கள்.

விலகி வாழ்ந்தால் பயனில்லை என ஒன்றோடு ஒன்றாய்க் கலந்துகூட வாழ்ந்து பார்த்தார்கள். அப்படியாவது அப்பண்பாடுகளின் சூட்சுமம் விளங்குகிறதா என்று யோசித்தார்கள். மானிடவியல் முன்வைத்த முறையியலின் இரண்டாவது ஓட்டை, எதையும் நேரடியாய்க் கண்டு எழுதச் சொன்னது. நேரடியாகக் காணும்பொழுதே உண்மை வெளிப்படும் என்று சொல்ல விரும்பிய மானிடவியல், அச்சமூக உறுப்பினர்களேயானாலும் 'நாங்கள் இப்படி செய்வோம் அப்படி செய்வோம்' என்று எவ்வளவுதான் சொன்னாலும் அவை அனைத்தும் உண்மையல்ல என்பதையும் சொல்லாமல் சொல்கிறது. ஆனால், ஆய்வாளன் ஒரு விஷயத்தைக் கண்ணால் கண்டுவிட்டால் அது கேள்வி கேட்பாரின்றி உண்மையாகிவிடுகிறது.

அதாவது, ஒரு பழங்குடியினர் தங்களது பழக்கவழக்கங்கள் குறித்துத் தங்களது அனுபவத்தில் கண்டவற்றை விவரிக்கின்றனர் என்றால் அதில் உண்மையை விடவும் கற்பனையே அதிகம் கலந்திருக்கும் என்று மானிடவியல் முடிவு செய்கிறது. ஆனால், நவீன அறிவியல் கற்ற ஆய்வாளன் தான் கண்ணால் கண்டதைத் தனது கையேட்டில் எழுதி எடுத்து வந்தால் அதில் உண்மையிருப்பதாகக் கண்ணை மூடிக் கொண்டு நம்புகிறது. பாரம்பரியமான அறிவைப் பெற்று, பல ஆண்டுகள் அனுபவம் வாய்ந்த ஒரு நபர் தனது வாழ்க்கையைத் தானே பேசுவதை ஆவணமாக, தரவாக மதிக்க முன்வராத மானுடவியல்

இது போன்ற தவறுகளையெல்லாம் தன்னுணரிவின்றிச் செய்தது என்றுதான் கருத வேண்டும்.

நவீனத்துவத்தின் போதையில், தான் என்ன செய்கிறோம் என்பதை அறியாமல், தொடர்ச்சியான தவறுகளை மானுடவியல் செய்து வந்தது. தனக்குள் காலனியவாதம் ஓங்கி ஒலிக்கிறது என்பதையும், அதனாலேயே தன்னால் பல விஷயங்களைப் புரிந்துகொள்ள முடியவில்லை என்பதையும் அது காலதாமதமாகவே விளங்கிக் கொண்டது. பிற பண்பாடுகளைப் பற்றி தான் அறிந்து கொண்டவை அனைத்தும் இலக்கணங்கள் மட்டுமே, அவற்றின் இலட்சணத்தை ஒவ்வொரு முறையும் தான் தவற விடுகிறோம் என்பதை அறிந்து சுதாரிப்பதற்குள் போதுமான கேடுகள் விளைந்துவிட்டிருந்தன.

அவற்றுள் ஒன்று, நம்மைப் போன்ற மூன்றாம் உலக சமூகங்கள் மானுடவியலை நம்பி நட்டாற்றில் இறங்கியது. தமிழகத்தில் நாட்டுப்புற வழக்காறுகள் பற்றிய அக்கறை எப்பொழுது தோன்றியது என்பதில் பல்வேறு அபிப்பிராயங்கள் சொல்லப் படுகின்றன. பாணர்களும் விறலியர்களும் கைக்கொண்டிருந்த வாய்மொழி வழக்காறுகளே சங்க இலக்கியம் என்ற வீரயுகப் பாடல்களாகப் பதிவு செய்யப்பட்டன; எனவே, வழக்காறுகளைப் பதிவு செய்யும் வழக்கம் நமக்குப் பழகிய ஒன்றுதான் என்றொரு அபிப்பிராயம் சொல்லப்படுகிறது. இதன் தொடர்ச்சியாக, பதினென் கீழ்க்கணக்கு நூற்களில் காணப்படும் பழமொழித் தொகுப்புகளும், சிலப்பதிகாரம் மணிமேகலை போன்ற காப்பியங்களில் பதிவு செய்யபப்டும் கூத்து வகைகளும் தொன்மங்களும்; சிற்றிலக்கிய வகைகளான பள்ளு, குறவஞ்சி போன்றவை அனைத்தும் வாய்மொழி வழக்காற்றுப் பதிவுகளே என்று விளக்கப்படுகின்றன.

இவை அனைத்தும் நாட்டுப்புற வழக்காறுகளால் ஈர்க்கப்பட்டவை என்பதில் ஐயமில்லை. ஆனால், இத்தகைய எழுத்துப் பதிவுகள் எல்லாம் நாட்டுப்புற வழக்காறுகளை அப்படியே பிரதி செய்தன என்று நம்புவதற்கில்லை. 'இவ்விலக்கியப் பிரதிகளின் ஊற்றுக்கண்ணாக வழக்காறுகள் இருந்தன' என்பதை மட்டும் ஏற்றுக்கொள்ள முடியும். ஏனெனில், நாட்டுப்புறவியலில் வழக்காறுகளை ஆவணப்படுத்துவதோடு நின்றுவிடாமல், அவற்றின் பண்பாட்டு வெளியை, அதனுள் அவை மேற்கொள்ளும் உரையாடலை அடையாளம் காண்பதும் அடங்கும் என்பதால், அதுபோன்ற முயற்சிகள் எதுவும் மேற்கூறிய பிரதிகளில் நடைபெற வில்லை என்று முடிவு செய்யலாம்.

நாட்டுப்புற வழக்காறுகள் குறித்த தமிழ் ஓர்மை என்று பேசும் பொழுது மட்டுமே நாம் தொல்காப்பியத்திலிருந்து தொடங்கி

வர முடியும். மற்றபடி இவ்விலக்கியப் பிரதிகள் வழக்காறுகளின் செழுமையைத் தங்களது படைப்பிற்கான உந்துசக்தியாகக் கொண்டன என்று சொல்லலாம். ஜோசப் கான்ஸ்டன்டைன் பெஸ்கி என்கிற வீரமாமுனிவர் வெளியிட்ட 'பரமார்த்த குருவும் சீடர்களும்' என்ற சங்கிலித் தொடர் கதைகூட இந்த வகையைச் சார்ந்ததுதான்.

தமிழகத்து நாட்டுப்புறவியலின் தோற்றம் குறித்த இன்னொரு அபிப்பிராயமாக பெர்சிவெல் பாதிரியார் தொகுத்த 'தமிழ்ப் பழமொழிகள்' என்ற தொகுப்பு நூல் அடையாளப்படுத்தப்படுகிறது. இந்தத் தொகுப்பு முயற்சியைத் தமிழகத்து நாட்டுப்புற வழக்காறுகள் குறித்த அக்கறைகளின் ஆரம்பம் என ஏற்றுக்கொள்ள முடிந்தால், உலக அளவில், நவீன யுகத்தில் வழக்காறுகளின் தனித்தன்மைகளை முதலில் கண்டுகொண்டது தமிழகத்தில்தான் என்ற பெருமை நமக்கு வந்து சேரும். ஏனெனில், ஐரோப்பாவில்கூட இதற்கு வெகுகாலம் பின்புதான் வழக்காறுகளைச் சேகரிக்கத் தொடங்குகிறார்கள். ஆனால், இதிலும் ஒரு சிக்கல் இருக்கிறது. பெர்சிவெல் பாதிரியாரின் பணி, தொடருவார் யாருமின்றி நமது வரலாற்றில் அவரோடு முடிந்து போயிற்று. எனவே, இதனையும் நம்முடைய 'தொடக்கப்' புள்ளியாகப் பாவிப்பதில் சிக்கல் இருக்கிறது.

இப்படியே அங்கொன்றும் இங்கொன்றுமாக வழக்காறுகளைத் தொகுத்த வேலைகள் நடைபெற்றன என்றாலும், வழக்காறுகளைக் கொண்டு பண்பாட்டை விளங்கிக்கொள்ள முடியும் என்ற யோசனை வலுப்படுவதற்கு நாம் அயோத்திதாசரைத்தான் கைகாட்ட வேண்டியிருக்கிறது. ஆனால் நமது துரதிர்ஷ்டம், அவரோடு கூட அவர் எழுதிய நல்ல பல விஷயங்களை நாம் மறந்திருந்ததுபோல், வழக்காறு குறித்த அவரது பார்வையையும் மறந்து போயிருந்தோம். அதனை மீண்டும் கண்டெடுத்து விவாதிப்பதற்கு நமக்கு இத்தனை காலங்கள் ஆகியிருக்கிறது!

இந்த இடைப்பட்ட ஆண்டுகளில் நாம் வேறு பல திசைகளில் இருந்து நாட்டுப்புறவியலைக் கற்றுக்கொண்டிருந்தோம். சோவியத் ரஷ்யாவிலிருந்தும் அமெரிக்காவிலிருந்தும் நமக்கு நாட்டுப்புறவியல் ஒரு புத்தம் புதிய துறையாக அறிமுகமாகி இருந்தது. இதன் விளைவாக நாட்டுப்புறவியல் - நிறுவனம் சார்ந்த, அமைப்பு சார்ந்த புலமாகத் தமிழ் மண்ணில் வேர்விடத் தொடங்கியது. இந்தக் காலகட்டத்தைத்தான் நாட்டுப்புறவியலின் தொடக்க காலமாக நாம் வரையறுத்துக் கொள்ள வேண்டும். இதற்கு முன்பு, தொல்காப்பியம் முதல் அன்னகாமு வரையில் நடைபெற்ற அனைத்தையும் நாம் வழக்காறுகளின் பயன்பாட்டு முறையென்றும், தொகுப்பு முயற்சிகள் என்றும் வைத்துக் கொள்ளலாம்.

நாம் ஏற்கெனவே பார்த்தது போல் நாட்டுப்புறவியலுக்கும் தேசிய இனப் பிரச்சினைக்கும் அப்படியொரு பொருத்தம்! புதிய தேசங்கள் உருவாகும்போதும், பழைய தேசங்கள் தங்களை மறுகட்டமைப்புச் செய்துகொள்ளும்போதும் எழக்கூடிய தேசியஇன அடையாளச் சிக்கலைப் பெரும்பாலான நாடுகள், தத்தமது வழக்காறுகளின் மூலமே தீர்த்துக் கொண்டிருந்தன. இதற்கு சோவியத் ரஷ்யாவும் விதிவிலக்கல்ல.

1917, அக்டோபர் புரட்சிக்குப் பின்பு, தனது புதிய அடையாளங்களை வரையறுக்கத் தொடங்கிய சோவியத் கூட்டமைப்பு, 'சோவியத் குடிமகன் என்னென்ன குணநலன்களோடு காணப்படுவான்' என்ற கேள்வியைக் கையிலெடுத்துக்கொண்டது. உதாரணக் கதாபாத்திரம் போன்று உன்னத லட்சியங்களையும் கம்யூனிஸ சித்தாந்தங்களையும் ஒருங்கே கொண்ட 'சோவியத் குடிமகன்' பிம்பம் ரஷ்ய வாய்மொழி வழக்காறுகளிலிருந்தே பெருமளவும் கட்டமைக்கப்பட்டது. 'ஜார் மன்னனுக்கு எதிரான மனோபாவம் கொண்டிருந்த சோவியத் விவசாயி' என்ற சித்திரமும் இதற்கு வலுசேர்க்கும் விதத்தில் பயன்பட்டது.

சிறிது காலம் முன்புவரை, வாய்மொழி வழக்காறுகள் மரபான மூடநம்பிக்கைகளையும் பாரம்பரிய அதிகார அமைப்புகளையும் பாதுகாக்கக்கூடியவை என்ற கருத்தையே கொண்டிருந்த சோவியத் கம்யூனிஸ்ட் கட்சி, மார்க்ஸிம் கார்க்கி போன்ற எழுத்தாளர்களின் தலையீட்டிற்குப் பின்பு, வழக்காறுகளின் பரிமாணங்களைப் புரிந்து கொண்டு, தங்களது நிலைப்பாட்டை மாற்றிக்கொண்டது. சோவியத் கூட்டமைப்பில் நடைபெற்ற இந்த மாற்றம், உலகின் பல்வேறு நாடுகளிலுள்ள கம்யூனிஸ்ட் இயக்கங்களிலும் பிரதிபலித்தது. அப்படியானவொரு தமிழகப் பிரதிபலிப்பாகவே வானமாமலையும் அவரது ஆய்வுக் குழுவும் திகழ்ந்தன.

ரசனை அடிப்படையிலேயே வழக்காறுகள் கையாளப்பட்டு வந்த சூழலில் அவற்றின் சமூகப் பாத்திரம் இன்றியமையாதது என்ற செய்தியுடன் வந்து சேர்ந்த நா.வானமாமலையின் தலையீடு தமிழ்ச் சூழலை மாற்றியமைக்கவே செய்தது. குறிப்பாக, *1960*களின் பிற்பகுதியில் உதயமாகும் 'ஆராய்ச்சி' இதழும், நெல்லை ஆய்வுக் குழுவும் புதிய நாட்டுப்புறவியலாளர்களை உருவாக்கித் தந்தன.

கதைப்பாடல் ஆய்வுகளில் கூடுதலான அக்கறை காட்டிய வானமாமலை, சமூகக் கதைப்பாடல்களின் பின்புலமாய்ச் சாதிய மோதல்களே அமைந்துள்ளன என்று வாதிட்டது முற்றிலும் புதிய குரலாகவே இருந்தது. சாதிகளுக்கு இடையிலான முரண்களும்

சாதியை மீறிய காதலால் எழும் பதட்டமும், சாதியக் காழ்ப்புணர்வும், எதிர்ப்புணர்வும் ஈரம் உலராமல் அப்படியப்படியே வழக்காறுகளில் பதிவுசெய்யப்பட்டுள்ளன என்ற பார்வை புதிய அணுகுமுறையைத் தோற்றுவிக்கும் வல்லமையைக் கொண்டிருந்தது.

ஆனால், துரதிர்ஷ்டவசமாக இந்தத் திசையிலான ஆய்வுகள் வானமாமலையின் மறைவிற்குப்பின் யாராலும் எடுக்கப்படாமல் போயிற்று. அவரால் உற்சாகப்படுத்தப்பட்ட, பயிற்றுவிக்கப்பட்ட, உருவாக்கப்பட்ட எவரும் இப்பார்வையை வளர்த்தெடுக்கவில்லை என்பது உண்மை. இதனால், நா.வா.வும் நெல்லை ஆய்வுக் குழுவும் 'ஆராய்ச்சி' இதழும் வாழும் காலத்திலேயே சரித்திரமாக மாறிப் போயின. ஐரோப்பிய நாடுகளில் நடைபெற்ற 'தேசிய இனச் சிக்கலோடு கூடிய நாட்டுப்புறவியல்' என்ற சிந்தனையோட்டம் தமிழகத்தில் அறிமுகமான கொஞ்ச காலத்திலேயே பழங்கதையாய் மாறிப் போனது.

இதே காலகட்டத்தில் வேறொரு திசையின் வழியாகவும் நாட்டுப்புறவியலின் அறிமுகம் தமிழகத்தில் பரவத் தொடங்கியது. இந்த முறை இது அமெரிக்க மானிடவியலாளர்களின் வழி நடைபெற்றது. பல்கலைக்கழகங்களிலும் ஆய்வு மையங்களிலும் பெரும் பதவியை வகித்த இந்த வகை ஆய்வாளர்கள், தெருக்கூத்து, வில்லுப்பாட்டு, உடுக்கைப் பாட்டு, திரௌபதி அம்மன் வழிபாடு என்று தொடர்ச்சியாக நடத்திய ஆய்வுகளும் அவற்றின் நேர்த்தியும் நமது பல்கலைக்கழகப் பேராசிரியர்கள் பலரையும் நாட்டுப்புறவியலின்பால் திருப்பிவிட்டது.

மதுரைப் பல்கலைக்கழகத்தில் நாட்டுப்புறவியல் துறை, தஞ்சைப் பல்கலையில் இன்னுமொரு துறை, பாளையங்கோட்டை தூய சவேரியார் கல்லூரியில் நாட்டார் வழக்காற்றியல் துறை, நாட்டார் வழக்காற்றியல் ஆய்வு மையம் என்று நிறுவன பலம் கொண்ட ஆய்வுப் பகுதியாக நாட்டுப்புறவியல் மாறியது. ஏராளமான தமிழ் மாணவர்களும் பேராசிரியர்களும் தங்களது ஆய்வுத் தலைப்பை நாட்டுப்புறவியலில் தேடத் தொடங்கினார்கள்.

மறைந்த பேராசிரியர் லூர்து, தனது பாணியில் வெளியிட்ட நாட்டுப்புறவியலுக்கான கையேடு போன்ற நூல்கள் பலருக்கும் புதுமையுணர்வைத் தந்தன. தனது ஆர்வத்தின் காரணமாக அமெரிக்க நாட்டுப்புறவியல் பேராசிரியர்கள் சிலரோடு கடிதத் தொடர்பு கொண்டிருந்த லூர்து, அவர்களது ஆய்வுகளின் செய்நேர்த்தியாலும், தொழில்நுட்பத்தாலும் கவரப்பட்டு, அவற்றிற்கான தன்னார்வ விளம்பரதாரராகவே செயல்படத் தொடங்கினார்.

‘நாட்டுப்புறவியல் என்பது கறாரான ஓர் அறிவியல்’ என்பதை இறுதி வரையில் தீவிரமாக நம்பி வந்த அவர், இவ்வாறு பல நாட்டுச் சிந்தனைகளை இங்கு அறிமுகம் செய்தாலே நமக்கே நமக்கென்று சில கோட்பாடுகள் உருவாக முடியுமென்ற நிலைப்பாட்டையும் கொண்டிருந்தார். ஆனால், அமெரிக்கக் கோட்பாடுகளை அறிமுகம் செய்யும் அவரது பணி கொஞ்சம் கொஞ்சமாக அமெரிக்கக் காதலாக மாறுவதை அவர் அறிந்திருக்கவில்லை. தமிழ்க் கோட்பாடொன்று உருவாக வேண்டியே இதனைச் செய்ய வேண்டியிருக்கிறது என்ற அவரது வாதம், இத்தகைய அமெரிக்கக் காதலால் முதலுக்கே மோசம் விளைவித்ததையும் அவர் உணர்ந்துகொண்டிருக்கவில்லை.

‘அகத்தார் - புறத்தார்’ என்ற பெயரில் சு.சண்முகசுந்தரம் முதல் பலரும் கண்மூடித்தனமாக மேற்கத்தியக் கோட்பாடுகளை எதிர்த்த விதமும் ‘நாட்டுப்புறவியல்’ என்ற சொல்லின் மீது காட்டிய பக்தியும் லூர்துவை இன்னொரு எதிர்த் திசைக்குத் தள்ளிக்கொண்டு போய், அவரது நிலைப்பாட்டின் தர்க்க நியாயங்களெல்லாம் உதிர்ந்த பின்பும் அதனையே பற்றிக்கொண்டிருக்கக்கூடிய வீம்பிற்குத்தான் கொண்டு போயிருந்தது.

காலனியத் தற்சார்பு நிலைப்பாடுகளுடனே உருவாக்கப்பட்டிருந்த மானுடவியல் மூலமாக முன்னெடுக்கப்பட்ட தமிழகத்து நாட்டுப்புறவியல் தனக்குள்ளே பல்வேறு சிக்கல்களைக் கொண்டிருந்தாலும், பிரதானமாகத் தோன்றும் இரண்டு விஷயங்களை மட்டும் நாம் பார்ப்போம்.

1. மானிடவியல் - நாட்டுப்புறவியல் முன்வைக்கும் கள ஆய்வு நெறிமுறைகள் ஆய்வாளனையும் ஆய்வுக்களத்தையும் பாரதூரமாய் விலக்கி வைத்தே யோசிக்கத் தூண்டியது. ஆய்வாளர்கள் - ஆய்வுத் தளத்தோடு எந்தவித உணர்விற்கும் ஆட்படுவது தவறென்று சொல்லப்பட்டது. தகவல் சேகரித்தல், அலுவலகப் பணி போலவும் கறாரான கண்காணிப்பாளராக இருப்பதைத் தவிர்த்து ஆய்வாளருக்கு வேறுவிதமான உணர்வுநிலைகள் அவசியமில்லை என்றும் சொல்லப்பட்டது. ஏறக்குறைய அந்நியமான மூன்றாம் பண்பாட்டில் தற்காலிகமாக தங்கி வேலை செய்வது என்ற மனநிலையையே அது மீண்டும் மீண்டும் வலியுறுத்தியது.

மானுடவியல் போதித்த கள ஆய்வு முறையியலின் கறாரான விதிமுறைகளும் வரையறுப்புகளும் நமது ஆய்வாளர்கள் மத்தியில் ‘இது தீவிரமாக ஆராயப்பட்டு முடிவுசெய்த முறையியலாக இருக்க வேண்டும்’ என்ற நம்பிக்கையை ஏற்படுத்தியதில் வியப்பில்லை. முதன்முறையாக இதுபோன்ற விதிமுறைகளை எதிர்கொள்கிற

நம்மவர்கள், அதனை அட்சரசுத்தமாய்க் கடைப்பிடிக்கும் விருப்பத்தையே எதிரொலித்தனர். ‘கள ஆய்வின்போது குறிப்பெடுக்க வெங்காய சருகுத்தாளைப் பயன்படுத்த வேண்டும்; ஒலிப்பதிவுக் கருவியில் பேட்டரி இருக்கிறதா என்று சரிபார்க்க வேண்டும்; ஒலி நாடாக்களைக் கூடுதலாய் வாங்கிக் கையிருப்பில் வைத்துக்கொள்ள வேண்டும்’ என்பவை போன்ற நினைவுபடுத்தல் களையும்கூட நம்மவர்கள் வேதவாக்கைப் போல் மனனம் செய்து கொண்டிருந்த வேடிக்கை இப்படித்தான் நடந்தது.

மூன்றாம் மனிதரைப் போல் ஆய்வுக்களத்தினுள் செயல்பட வேண்டும் என்பதும் நம்மவர்களுக்கு ஒரு வகையில் அனுசரனையாய் இருந்தது. நாட்டுப்புறவியலில் நுழைந்த நம்மவர்கள் பலரும் முதல் தலைமுறை கல்வி கற்றவர்களாய் இருந்தனர். அதனை முன்னிட்டுத் தங்களது பூர்வீகக் கிராமங்களை விட்டுச் சிறு நகரங்களுக்குப் பெயர்ந்தவர்களாயிருந்தனர். புதிய கல்வி அறிவும் நகர வாசனையும் அவர்களிடம் தோற்றுவித்திருந்த விநோதமான விலகல் உணர்வை மானுடவியல் - நாட்டுப்புறவியல் கள ஆய்வு முறைகள் நியாயப் படுத்துவதாகவும் இருந்ததால், தங்களுக்குத் தாங்களே ‘அந்நியர்’ என்று யோசித்துக்கொள்ளும் வேதனையும் நிகழ்ந்தது. இம்முறையியல் மீதான மயக்கம், தனது சொந்த சமூகத்தையும் அதன் பண்பாட்டையும் ஆராய விரும்பும் ஒருவன் மேற்கொள்ள வேண்டிய முறையியல்கள் குறித்து யோசிக்கவிடாமலேயே செய்தது.

2. மானிடவியல் - நாட்டுப்புறவியல் கற்பித்த எழுத்திற்கும் பேச்சிற்குமான முரண்பாடு. மானிடவியலாளர்களே இந்தக் கருத்தாக்கத்தை முதலில் முன்வைத்தனர். எழுத்தால் தொழிற்படும் சமூகமும் பேச்சால் தொழிற்படும் சமூகமும்.

நாகரிகமடைந்த, தங்களையொத்த, ஐரோப்பிய சமூகங்களை எல்லாம் எழுத்து மொழி சமூகம் என்று வரையறுத்த மானிடவியலாளர், தங்களைப் பரிமாணத்தின் உச்சத்தில் இருப்பவர்களாய்ச் சொல்லிக்கொண்டனர். இதற்கு மாற்றாக, ஆப்பிரிக்க, ஆசிய நாடுகளின் சமூகங்களை வாய்மொழிச் சமூகங்கள் என்று வகைப்படுத்தி பண்பாட்டுப் படிநிலையில் தங்களுக்குக் கீழே இருப்பதாக வரையறுத்தனர்.

வாய்மொழிக்கும் - எழுத்துமொழிக்கும் இடையில் கற்பனை செய்யப்பட்ட இந்த எதிர்மறை, சான்றாதாரங்களற்ற ஏற்றத் தாழ்வைக் கற்பிக்கவே பயன்பட்டது. நவீனத்துவத்தைக் கண்டெடுத்த, அறிவியலின் குழந்தைகளாகத் தங்களைக் கற்பனை செய்துகொண்ட ஐரோப்பியச் சமூகங்கள், வாய்மொழிச்

சமூகங்களான பழங்குடி மற்றும் விவசாய சமூகங்களை மேம்படுத்துவது தங்களின் கடமை என்றும் சொல்லிக் கொண்டிருந்தன. இத்தகைய ஐரோப்பிய மேன்மைவாதத்தை முறியடிக்கும் வண்ணமே கிளாட் லெவி ஸ்ட்ராஸ் மாதிரியானவர்கள் வாய்மொழிச் சமூகங்களும் மேன்மையான சிந்தனையொழுங்கைக் கொண்டவைதான் என்று நிரூபித்தார்கள். அதன்பின்பே மானுடவியல் என்ற பெயரில் முன்வைக்கப்பட்ட பண்பாட்டு ஏற்றத்தாழ்வுகள் மறையத் தொடங்கின.

ஆனால், வாய்மொழிக்கும் - எழுத்து மொழிக்குமான வேறுபாடுகளும் எதிர்மறைகளும் அப்படியேதான் இருந்தன. இரண்டும் சம அளவு மரியாதைக்குரிய இருவேறு சிந்தனை அமைப்பு என்ற நிலைப்பாட்டில் மாற்றமிருக்கவில்லை. இவ்வாறு, இவ்விரண்டையும் தனித்தனியான சிந்தனை அமைப்புகள் என்று யோசித்ததன் விளைவு, ஆய்வு முறைகளில் பிரதிபலித்தன. வாய்மொழி தன்னளவில் முழுமையானது என்று வாதிட்ட அமைப்பியல் மானிடவியலாளர், ஆப்பிரிக்க பழங்குடி இனங்களின் புராணங்களையும் உறவு முறைகளையும் வழிபாடுகளையும் ஆய்விற்கு உட்படுத்துகையில் எந்தவிதச் சிக்கலும் ஏற்பட்டிருக்க வில்லை. ஏனெனில் பெரும்பாலான ஆப்பிரிக்கப் பழங்குடிகள் எழுத்தின் அறிமுகத்தைப் பெறாமல், நூறு சதவீத வாய்மொழிச் சமூகமாகவே இருந்தன. இப்படியான சமூகங்களின் பண்பாட்டை ஆய்வு செய்யும் முறையியலே அவர்களால் உருவாக்கப் பட்டிருந்தது.

இத்தகைய ஆய்வுமுறையை எழுத்துப் பரிச்சயமேயற்ற வாய்மொழிச் சமூகங்களில் பயன்படுத்திய வரையில் எந்தச் சிக்கலும் இல்லை. ஆனால், எழுத்துக் கூறுகளையும் வாய்மொழிக் கூறுகளையும் ஒருங்கே விரவப்பெற்றிருந்த ஆசியச் சமூகங்களை ஆய்வு செய்கையில் இக்கருவிகள் அனைத்தும் பயனற்றுப் போகத் தொடங்கின.

எடுத்துக்காட்டாக இந்தியச் சமூகங்களை ஆய்வு செய்கையில் அவர்கள் இந்தச் சிக்கலைப் பெருமளவில் எதிர்கொள்ள வேண்டியிருந்தது. இன்னும் சொல்லப்போனால், செழுமையான, நீண்ட எழுத்துப் பாரம்பரியம் கொண்ட தமிழ்ச் சமூகத்தை ஆய்வு செய்கையில் அவர்களுக்குத் திகைப்பே ஏற்பட்டது. சரியான ஆய்வுக் கருவிகள் இல்லையென்ற ஏமாற்றமே மிஞ்சியது. இதை மீறி, ஆய்வுக் கருவிகளைக் கண்மூடித்தனமாய் நம்பி செய்யப்பட்ட ஆய்வுகளில் சிறுபிள்ளைத்தனமே வெளிப்பட்டது. நமது கெட்ட காலம் ஆய்வுக் கருவிகளைச் சந்தேகித்தவர்கள் சொற்பமாகவும்,

கோமாளித்தனமான ஆய்வு முடிவுகளுக்கு வந்து சேர்ந்தவர்கள் மிகுதியாகவும் இருந்தனர்.

தமிழ்நாட்டுப் பழமொழிகளைப் பற்றி ஆய்வு செய்கிறவர், களத்திற்குச் சென்று பழமொழிகளைச் சூழலோடு சேகரிக்க வேண்டும் என்று சொல்லித் தந்த மானுடவியல் - நாட்டுப்புறவியல், 2000 வருடங்களுக்கு மேலாக இத்தகைய பழமொழிகளை மையமாகக் கொண்டு தமிழின் எழுத்து மரபும் பேச்சு மரபும் தொடர்ந்து கொண்டிருக்கும் உரையாடலைக் கவனிக்க வேண்டுமென்று சொல்ல மறந்தது, பாரதக் கதையின் எழுத்து மரபைப் புரிந்து கொள்ளாதவர்களால், தெருக்கூத்தையோ திரௌபதி வழிபாட்டையோ மயானக் கூத்தையோ அறிந்துகொள்ள முடியாது என்பதை யாரும் உரக்கச் சொல்லவில்லை. வில்லுப்பாட்டு பற்றிய நாட்டுப்புறவியல் ஆய்விற்கு, சைவ சமய இலக்கியங்களின் பங்கும், பௌத்த - சமண மரபின் பங்கும் அவசியம் என்பதைச் சொல்வதற்கு யாருமில்லை. குறவன் - குறத்தி ஆட்டத்தை ஆய்வு செய்கிறவர், பள்ளு - குறவஞ்சி இலக்கியங்களைக் கற்றாலே அதன் இலட்சணம் விளங்கும், இல்லையென்றால் இலக்கணம்தான் கையில் எஞ்சியிருக்கும் என்று யாரும் சொல்லவில்லை.

இதில் இன்னமும் வருத்தமான விஷயம் என்னவென்றால், சிந்துவெளி நாகரீக எழுத்துப் பதிவுகள் முதல் இன்றைய நவீன இலக்கியங்கள் வரையில், அனைத்தையும் புரிந்துகொள்ள நாட்டுப்புற வழக்காற்று அறிவு அவசியம் என்று சொல்லத் தெரிந்த நாட்டுப்புறவியலாளருக்கு, வழக்காறுகளை விளங்கிக்கொள்ள இலக்கிய அறிவு கட்டாயம் தேவை என்று சொல்லத் தோன்ற வில்லை. இதில் வேடிக்கை என்னவென்றால், பெரும்பாலான தமிழ் நாட்டுப்புறவியலாளர்கள் தமிழிலக்கியப் புலத்திலின்றே உருவாகியிருந்தனர்.

ஆனால் நாட்டுப்புறவியலுக்குள் நுழைந்த மறுகணமே தங்களது தமிழிலக்கியத் தொடர்புகளை அறுத்துக்கொண்டவர்களாய் செயல்படத் தொடங்கினார்கள் அல்லது தமிழிலக்கியம் மீதான வெறுப்பிலும் கசப்பிலுமே நாட்டுப்புறவியல் பக்கம் வந்தது போன்று அவர்களது நடவடிக்கை அமைந்திருந்தது. இதனிடையே நாட்டுப்புறவியலைப் பட்டமேற்படிப்பிற்காக மேற்கொண்ட நூற்றுக்கணக்கான மாணவர்கள், எந்தவிதத் தமிழிலக்கியப் பரிச்சயமும் இல்லாதவர்களாய்ப் பட்டம் பெற்று வெளிவந்தனர்.

மானுடவியல் - நாட்டுப்புறவியல் கற்பித்த எழுத்துமொழி வாய்மொழி என்ற பாகுபாட்டை இரட்டை எதிர்மறையென நம்பி

ஏமாந்ததில் அதிகமான சேதாரம் தமிழ்நாட்டிற்குத்தான். ஏனெனில் நமது பண்பாட்டில்தான் எழுத்தும் - பேச்சும் தனித்தனியே பிரித்தறியாத வகைக்குச் சிக்கல்பட்டுக் கிடக்கின்றன. மேற்கிலிருந்து இறக்குமதியான, அதிலும் குறிப்பாக அமெரிக்க மானிடவியலாளர்களால் பயிற்றுவிக்கப்பட்ட 'நாட்டுப்புறவியல்,' நமது பார்வையை விசாலமாக்குவதற்குப் பதில் அரைகுறைகளாய் மாற்றியிருக்கிறது என்பதை நாம் தாமதமாகவே கண்டு கொண்டோம்.

வாய்மொழி வழக்காறுகளை எழுத்துப் பிரதிகளின் துணையோடு புரிந்துகொண்டாலே முழுமை பெறமுடியும் என்றால் அதற்கான முறையியல் என்ன என்று யோசிக்கும் பொழுது, நாம் என்ன நினைக்கிறோமோ அதனை அனாயசமாகச் செய்தவராக அயோத்திதாசர் தென்படுகிறார். வாய்மொழி வழக்காறுகள் தம்மளவில் பொருள்பொதிந்தவை என்று நம்மைப் போலவே எண்ணக்கூடிய அயோத்திதாசர், இலக்கியங்களைக் கொண்டும் வரலாற்று ஆவணங்களைக் கொண்டும் மொழியியலைக் கொண்டும் வைத்திய அறிவைக் கொண்டும் அவ்வழக்காறுகளை அர்த்தப் படுத்தும் செயலிலிருந்து நாம் ஒரு முறையியலைக் கற்றுக்கொள்ள முடிந்தால், அது தமிழ் நாட்டுப்புறவியலின் முறையியலாகத்தானே இருக்க முடியும்?

வழக்காறுகளும் எழுத்துப் பிரதிகளும் ஒன்றையொன்று மறுப்பவையல்ல, மாறாக ஏராளமான ஊடாட்டங்களையுடையவை என்ற எண்ணம் கொண்டிருந்த அயோத்திதாசரிடம் இவையிரண்டு குறித்தும் ஏதேனும் வரையறைகள் இருந்திருக்குமா என்று யோசிக்கலாம். அதாவது இலக்கியப் பிரதிகளை அவர் எவ்வாறு அணுகினார்? எழுத்து குறித்து அவருடைய அபிப்பிராயம் என்ன? பிரதிகளையெல்லாம் அப்படியே ஏற்றுக்கொள்கிறாரா அல்லது ஏதாவது வகைப்பாடுகளைக் கொண்டிருந்தாரா? வழக்காறுகளை ஆய்வு செய்கையில் எழுத்து மரபை எவ்வளவு தூரம் நம்புவது? அவற்றுள் தராதரங்கள் ஏதேனும் உண்டா என்பவை போன்ற கேள்விகளைக் கேட்டுப் பார்க்கலாம்.

பௌத்தம் தொடர்பான அயோத்திதாசரின் எழுத்துக்கள் இரண்டு வகையானவை. ஒன்று, 'ஆதி வேதம்' மாதிரியான எழுத்துக்கள், இரண்டாவது, 'அம்மன் வழிபாடு' போன்ற கட்டுரைகள், இவையிரண்டும் எதிரும் புதிருமானவை. இவற்றை எழுதியது வேறு வேறு நபர்களாக்கும் என்று யாராவது சொன்னால் நம்பத் தோன்றுமளவிற்கு வேறுபாடுகள் உடையவை.

‘ஆதி வேதம்’, நீண்ட தொடர் கட்டுரை. புத்தரின் வரலாற்றையும் போதனைகளையும் விளக்கும் நூல். அவரே சொல்வது போல் ‘ஆதி வேதம்’ என்பது பௌத்த தன்மத்தை விளக்குவதற்காக பாலி மொழியில் செய்யப்பட்ட நூற்களைக் கற்றுத் தேர்ந்து மொழிபெயர்த்த நூலாகும். ஒரு நூலின் நேரடி மொழி பெயர்ப்பு அல்லாது, பல நூற்களின் சாரத்தை உள்வாங்கிச் செய்யப்பட்ட மொழிபெயர்ப்பு. இதில் அயோத்திதாசரின் சிந்தனை என்று தனியாக எதுவுமிருக்கவில்லை. நேர்மையான மொழிபெயர்ப்பாளனாக பணியாற்றுவதே போதுமானது என்ற யோசனையில் அவர் மேற்கொண்டு எதனையும் விளங்கிக்கொள்ள முயற்சிக்கவில்லை.

தீவிரமான இறை நம்பிக்கை கொண்ட குடும்பப் பின்னணியைக் கொண்ட அயோத்திதாசர், தொடக்க காலங்களில் வைணவம் மீது கொண்டிருந்த பக்தியை பௌத்தம் மீது இடம் பெயர்த்துக் கொண்டிருந்தார் என்பதை நாம் மறந்துவிடலாகாது. அம்பேத்கருக்கோ அல்லது இன்றைக்கு நமக்கோ, மார்க்சியம் மூலம் அல்லது பகுத்தறிவு மூலம் சாத்தியமாகிற நாத்திகப் பரிச்சயம் அயோத்திதாசருக்கு இருந்திருக்கவில்லை. மார்க்சியமா? பௌத்தமா? என்ற மாபெரும் குழப்பத்தைத் தத்துவார்த்த விவாதமாக முன்னெடுத்து, பின்பு இறுதியில் பௌத்தமே என்று தீர்மானிக்கக்கூடிய வாய்ப்பு வசதிகளும் அவருக்கு இருந்திருக்கவில்லை.

பௌத்தத்தை அயோத்திதாசர் இறை நம்பிக்கையோடே ஏற்றுக் கொண்டிருந்தார். இதனாலேயே அவர் இலங்கை வரை சென்று மதம் மாறியும் வந்திருந்தார். புத்த பகவான் மீதான நம்பிக்கையும் அவருடைய தெய்வத்தன்மை குறித்த பக்தியும் அயோத்திதாசரிடம் மேலோங்கியே இருந்திருக்கவேண்டும். பௌத்த சமயத்தின் தீவிரப் பற்றாளராக விளங்கும் இத்தகைய மனநிலையின் வெளிப் பாடாகவே அவரது ‘ஆதி வேதம்’ என்ற நூலைக் கருதவேண்டும். நான் மேலே குறிப்பிட்டது போல் அந்நூலில் அயோத்திதாசர் என்ற பௌத்த சமய பக்திமானே பெருமளவும் வெளிப்படுகிறார். அயோத்திதாசர் என்ற தனிநபரல்ல.

அதனால் அவரைக் கொண்டாடுவதற்கான காரணங்கள் ‘ஆதி வேதம்’ என்ற நூலில் இல்லை என்பது என் கணிப்பு. ஆதி வேதத்தை எழுதியதற்கு முற்றிலும் மாறான புதிய அயோத்திதாசர் பௌத்தம் தொடர்பான அவரது பிற கட்டுரைகளில் வெளிப்படுகிறார். அம்மன் வழிபாடு குறித்தும், கார்த்திகை தீபத் திருவிழா குறித்தும், தீபாவளி குறித்தும், சங்கராந்தி, இறப்புச் சடங்கு, திருமணச் சடங்கு,

மொட்டையடித்தல், மஞ்சளாடை உடுத்தல் போன்ற தமிழ்ப் பண்பாட்டு நிகழ்வுகளை விவாதிக்கும் அவருடைய கட்டுரைகள் அதுவரையில் நாம் அறிந்திராத புதிய வாசல்களைத் திறந்துவிடும் மாயக்காரராக அவரை நமக்கு அறிமுகம் செய்கின்றன.

தமிழ் மொழி, மரபு, பண்பாடு சார்ந்து இயங்கும் இரண்டாம் வகை எழுத்துகளில் வெளிப்படும் பௌத்தத்தைத் தனியாக அடையாளப் படுத்த வேண்டியே நாம் அதனை 'தமிழ்ப் பௌத்தம்' என்று அழைக்கிறோம். இந்த அடைமொழியை அயோத்திதாசர் தனது கட்டுரைகளில் எங்கேயும் பயன்படுத்தியிருக்கவில்லை. இந்த வகைப்பாடு, 'தமிழ் பௌத்தம்' என்ற வகைப்பாடு முழுக்க முழுக்க நம்முடையது.

தமிழ் பௌத்தக் கட்டுரைகள் நான்கு விதமான தரவுகளால் செய்யப்பட்டுள்ளன. வாய்மொழிப் பண்பாட்டுத் தரவுகள், எழுத்திலக்கியத் தரவுகள், சொற்பொருள் விளக்கங்கள், வைத்தியத் தரவுகள், விவாதிக்க எடுத்துக்கொண்ட பொருள் தொடர்பான, இன்றியமையாத சொற்களின் பட்டியலைத் தயாரிப்பதிலிருந்தே இக்கட்டுரைகள் தொடங்குகின்றன. 'கார்த்திகை தீபத் திருவிழா' என்றால், கார்த்திகை, விளக்கு, எண்ணெய், அண்ணாமலை போன்ற அடிப்படையான சொற்களை அடையாளம் காண்பதுடன் கட்டுரை தொடங்குகிறது. 'சங்கராந்தி' என்றால், சங்கம், அறம், அந்தி என்று வளர்கிறது அப்பட்டியல்.

இப்படியானவொரு பட்டியலைத் தயார் செய்து முடித்ததும், விவாதப் பொருள் தொடர்பான வாய்மொழிப் பண்பாட்டுத் தரவுகளை வரிசைப்படுத்தி விவரிக்கத் தொடங்குகிறார். உதாரணமாக, இறப்புச் சடங்கு என்றால், இறந்தவரை அலங்கரிக்கும் முறை, பயன்படுத்தப்படும் பொருட்கள், இடுகாட்டிற்கு இட்டுச் செல்லுதல், பிள்ளைகள் முடியிறக்குதல், குழி மொழுகுதல், பதினாறாம் நாள் தீட்டு கழித்தல் என்று ஒன்றுவிடாமல் வர்ணிக்கிறார்.

மூன்றாவது நிலையில், மேற்கூறிய பண்பாட்டு நிகழ்வுகளை விளக்கக்கூடிய எழுத்திலக்கிய ஆதாரங்கள் அவரால் முன் வைக்கப்படுகின்றன. இந்த இடத்திலேயே அவர் தனது பண்பாட்டு விசாரணையை மேற்கொள்ளத் தொடங்குகிறார் என்று சொல்ல வேண்டும். நடைமுறையில் காணப்படும் சடங்கு, சம்பிரதாயம் போன்றவற்றிற்கானக் காரணகாரியங்களை ஆராயும் அயோத்திதாசர் அதற்கான விளக்கங்களை எழுத்து மரபிலிருந்து எடுத்து வந்து தனது விளக்கத்தை முன்வைக்கத் தொடங்குகிறார்.

தமிழ் எழுத்திலக்கியப் பாரம்பரியம் குறித்த அயோத்திதாசரின் பார்வை, அவரது வேறெந்தப் பார்வையையும் போலவே வித்தியாசமானவை. 'தமிழிலக்கிய வரலாறு' என்று நாம் வரிந்து கொண்ட கற்பனையிலிருந்து சிறிது மாறுபட்டது அவரது இலக்கிய வரிசை. 'தொல்காப்பியத்தில்' தொடங்கும் அயோத்திதாசர் பதினென் மேற்கணக்கு நூற்களின் மீது தீராத அவநம்பிக்கையை வெளிப் படுத்துகிறார். தொகை நூற்களாக வெளிப்படும் அவற்றின் இருப்பு குறித்தும், உருவாக்கம் குறித்தும் அவருக்கு ஏராளமான கேள்விகள் உள்ளன. அவையனைத்தும் நம்பகத்தன்மை குறித்தவை.

ஆனால், பதினெண் கீழ்க்கணக்கு நூற்களிடம் அவருக்குத் தீவிரமான மரியாதை இருக்கிறது. நீதியையும் அறத்தையும் போதிக்க உருவானவை என்று அவருக்கு அவற்றின் மீது பக்திகூட. அதன் உச்சகட்டமாக அவற்றிற்கு உரையெழுதவும் செய்திருந்தார். அவற்றைத் தொடர்ந்து காப்பிய நூற்களை ஏற்றுக்கொள்ளும் அயோத்திதாசர், திருமூலரின் திருமந்திரம் தவிர்த்து வேறெந்த பக்தி தொடர்பான நூற்களையும் பயன்படுத்தவில்லை. திருமந்திரத்தையும் பௌத்த தம்மத்தைப் போதிக்கும் நூல் என்றே வாதிடுகிறார்.

இதனையடுத்து நிகண்டுகளின் பயன்பாடு அவரிடம் ஆழமாய் வேரூன்றியுள்ளது. எந்தவொரு சொல்லின் அர்த்தம் என்றாலும் அதனை நிகண்டுகளின் துணையோடு தேடுவது அவரது பழக்கமாக இருக்கிறது. நிகண்டுகளைத் தொடர்ந்து சிற்றிலக்கியங்களைப் பயன்படுத்தும் வழக்கமும் அவரிடம் காணப்படுகிறது. அந்தாதி, அம்மானை போன்ற இலக்கிய வகைகளும் சித்தர் பாடல்களும் அவரிடம் ஏராளம் புழங்குகின்றன. இலக்கண நூற்களில் சந்தேகமே இல்லாமல், வீரசோழியமே அவரால் பெருமளவில் பயன்படுத்தப் படுகிறது. நன்னூலை அவர் ஏறக்குறைய புறக்கணித்தார் என்றே சொல்ல வேண்டும்.

விவாதத்திற்கு எடுத்துக்கொண்ட பண்பாட்டு நிகழ்வின் முழுமையையும் புரிந்துகொள்வதற்கு எப்பொழுதுமே எழுத்திலக்கியத் தரவுகள் போதுமானவையாக இருப்பதில்லை. இலக்கியப் பிரதியால் விளக்கமுடியாத சங்கதிகள் என்று பலவும், பண்பாட்டுத் தளத்தினுள் காணப்படுகின்றன. பதார்த்தங்களின் குணங்கள், உணவு முறைகள், நோயின் தன்மைகள், அவற்றினின்று விடுபடும் வழிகள் என்று வைத்திய மரபு சொல்லக்கூடிய பல்வேறு தரவுகள் கொண்டு அவர் இறுதியாக ஒரு விளக்கத்திற்கு வந்து சேர்கிறார். இந்த விளக்கம் இலக்கியப் பிரதிகளில் தொடங்கி, வைத்தியப் பிரதிகளில் முடிந்து போகாமல் இறுதியாக சொற்களுக்கான விளக்கங்களுடனே எப்பொழுதும் முற்றுப் பெறுகிறது.

அயோத்திதாசரிடம் மேலோங்கிக் காணப்படும் இத்தகைய சொற்பொருள் விளக்கங்கள், ஒரு பார்வைக்கு வேர்ச் சொல்லாராய்ச்சி போலத் தோன்றினாலும், அதனுடைய கறாரான விதிமுறைகளுக்கு உட்பட்டவை அல்ல. மாறாக, அவரது விளக்கங்கள் தன்னியல்பானவை, எளிமையானவை! 'கார்த்திகை தீபம்' அல்ல 'கார்த்துல தீபம்' அதாவது 'கார் துலங்கிய தீபம்' என்ற அவரது விளக்கத்திற்கு பாரம்பரியத்தைத் தவிரச் சான்றாகக் காட்டுவதற்கு வேறொன்றும் இல்லை.

'இருளை விலக்குவதால் விளக்கு, விளக்காயிற்று' என்று சொல்வதையும் 'அண்ணாந்து பார்த்தால் உச்சி தெரிகிற சிறுமலை அண்ணாமலை ஆயிற்று' என்பதையும், 'நியாயமாக அளக்கிற தெலுங்கு வணிகர்கள் நியாய அளக்கர், அதாவது 'நாயக்கர்' என்றானார்கள்' என்பதையும் வேர்ச் சொல்லாராய்ச்சி என்றோ, சொற்பிறப்பியல் என்றோ சொல்வதற்கு இல்லை. இது போன்ற சொல் விளக்கங்களை 'நாட்டுப்புற வேர்ச்சொல்லாய்வு' என்ற பெயரில் வேண்டுமானால் அழைத்துக் கொள்ளலாம்.

துணைநூற்பட்டியல்:

1. அலாய்சியஸ், ஞான.(தொகுப்.), *1999*, 'அயோத்திதாசர் சிந்தனைகள்: தொகுதி I, II, III', நாட்டார் வழக்காற்றியல் ஆய்வு மையம், பாளையங்கோட்டை.
2. இராமநாதன், ஆறு (பதிப்.), *1991*, 'நாட்டுப்புறவியல் ஆய்வு முறைகள்', தமிழ்ப் பல்கலைக் கழகம், தஞ்சாவூர்.
3. Anttonen, Pertti. J., 2005, *"Tradition Through Modernity. Postmodernism and the Nation State in Folklore Scholarship"*, Studia Fennica, Folkloristica.
4. Dundes, Alan (ed.), 1999. *"International Folkloristics. Classic contributions by the Founders of Folklore"*, Rowman & Littlefield Publishers, Oxford.
5. Dundes, Alan, 2007, *"The Meaning of Folklore. The Analytical Essays of Alan Dundes"*, ed. by Simon. J. Bronner, Utah State University Press, Utah.
6. Leach, Maria, Jerome Fried (ed.), 1984, Funk & Wagnalls *"Standard Dictionary of Folklore, Mythology and Legend"*

பிற்சேர்க்கை

நாட்டுப்புறவியலின் இருபத்தொரு வரையறைகள்

1. நாட்டார் வழக்காறு என்பது ஆதிப் பழங்குடிச் சமூக மற்றும் நாகரிகச் சமூக மக்களின் மரபான பழக்கவழக்கங்களின் தொகுதி. இப்பழக்கவழக்கங்கள் பாடல் வடிவிலும் உரைநடை வடிவிலும் வெளிப்படும் ஓசைகளின், வார்த்தைகளின் தொகுதி. மேலும், மரபான பழக்கவழக்கங்களுக்குள் நாட்டார் நம்பிக்கைகள் அல்லது மூடநம்பிக்கைகள், பழமரபுகள், நிகழ்த்து கலைகள், நடனங்கள், நாடகங்கள் போன்றவையும் அடங்கும். இறுதியாக, நாட்டார் வழக்காறு என்பது நாட்டார் குறித்த அறிவியல் அல்ல. மாறாக, மரபான நாட்டார் அறிவியலும் கூட நாட்டார் கவிதையே.

- ஜோனாஸ் பாலிஸ்.

2. எப்பொழுதெல்லாம் ஒரு குழந்தைக்காக தாலாட்டு பாடப் படுகிறதோ, எப்பொழுதெல்லாம் பள்ளிகளில் விடுகதைப் பாடல்கள், எண்ணுப் பாடல்கள் பயன்படுத்தப்படுகின்றனவோ, எப்பொழுதெல்லாம் பழமொழிகள், நீதிக்கதைகள், சங்கிலிக் கதைகள், நாட்டார் கதைகள், மரபுத் தொடர்கள் பழமையான நினைவுகள் திரும்பச் சொல்லப்படுகின்றனவோ, எப்பொழு தெல்லாம் பருவ காலங்கள் மாறிக்கொண்டிருக்கின்றன என்பதைக் குறிக்கும் வகையில் திருவிழாப் பாடல்களைப் பாடி ஆடுவதையும் பாரம்பரிய விளையாட்டுகளில் ஈடுபடுவதையும் கேளிக்கைகளில் திளைப்பதையும் நாட்டார் செய்கிறார்களோ, எப்பொழுதெல்லாம் ஒரு தாய் தன் மகளுக்கு நூற்பதையும் தைப்பதையும் பின்னுவதையும் முடைவதையும் பூத்தையல் இடுவதையும் மெத்தையுறை செய்வதையும் ரிப்பன்களைப் பின்னுவதையும் மரபான முறையில் பழகேக்குகளைச் செய்யும் முறையையும் சொல்லித் தருகிறாளோ, எப்பொழுதெல்லாம் ஒரு விவசாயி தன் மகனுக்கு பூர்வீக நிலத்தில் விவசாய முறைகளைக் கற்றுத் தருகிறாரோ அல்லது விதைக்கும், அறுக்கும் காலங்களைக் காற்றின் தன்மையைக் கொண்டு தீர்மானிக்கும் முறைகளைக் கற்றுத் தருகிறாரோ, எப்பொழு தெல்லாம் ஒரு கிராமத்துத் தொழிலாளி (ஆசாரி, செம்மான், கருமான், கட்டுமரம் செய்பவர்கள்) தனது பிள்ளைகளுக்குத் தொழில்நுட்பங்களைக் கற்றுத் தருகிறாரோ, தமரு போட்டு ஆப்பை இறுக்கச் சொல்லித் தருகிறாரோ, உத்தரத்தை

மேலெழுப்பும் யுத்தியைச் சொல்லித் தருகிறாரோ, செருப்பு தைக்கச் சொல்லித் தருகிறாரோ, இரும்புச் சாமான்களை வார்க்கச் சொல்லித் தருகிறாரோ, எப்பொழுதெல்லாம் குதிரைக்கு லாடம் அடிக்கச் சொல்லித் தருகிறாரோ, ஆடுகளுக்கு ரோமம் வெட்டச் சொல்லித் தருகிறாரோ, எப்பொழுதெல்லாம் அறிவு, அனுபவம், ஞானம், கைவேலைத்திறன், கடந்தகாலப் பழக்கவழக்கங்களைச் செய்முறை மூலமோ அல்லது சொல்வதன் மூலமோ பழைய தலைமுறையினர் புதிய தலை முறையினருக்கு, புத்தகங்கள், துண்டறிக்கைகள் அல்லது பள்ளி ஆசிரியர்கள் துணையின்றிக் கடத்துகிறார்களோ, அப்பொழு தெல்லாம் வற்றாத ஜீவநதியாய், உயிர்ப்புடன் தொடர்ந்து வந்து கொண்டிருக்கும் நாட்டார் வழக்காறுகளை நம்மால் காணமுடியும்.

இது பழமையானதுதான். முதியவர்களின் பழக்கங்கள்தான். நவீன வளர்ச்சியாலும் தொழில்மயமாதலாலும் தனது ஆணிவேர் அசைக்கப்பட்டு வெகு வேகமாக அழிந்து கொண்டிருப்பதுதான். ஆனால் அதேநேரம் இயந்திரமயமான, ஒரே படித்தான நவீன உலகிற்கு எதிரானவை.

கடந்த நூற்றாண்டில் ஏராளமான கல்வியாளர்கள் நாட்டார் பழக்கவழக்கங்களைச் சேகரித்து, வகைப்படுத்தி, ஆராயும் முறையைத் தொடங்கிவைத்தார்கள். இவர்கள் நாட்டார் வழக்காற்றியலர்கள் என்று அழைக்கப்பட்டனர். அவர்களது விருப்பத்திற்கேற்ப வெவ்வேறு வகையான வழக்காறுகளை அவர்கள் ஆய்வு செய்தனர்.

சிலர் நாட்டார் கதைகளில் அல்லது பாடல்களில், வேறுசிலர் கைவினைப் பொருட்களில், இன்னும் சிலர் நடனங்களில், விளையாட்டுகளில், மீதமுள்ளோர் நம்பிக்கைகளில், பழக்க வழக்கங்களில் ஆய்வுகளை மேற்கொண்டிருந்தனர். இவர்களது ஆய்வுப் போக்கு இதுநாள் வரையில் தனித்தனியான வழக்காறு களுக்குள்ளேயே சுருங்கி இருந்ததேயொழிய, வழக்காறுகள் அனைத்தையும் உள்ளடக்கிய மொத்தமாக விரிந்திருக்க வில்லை.

நாட்டார் கலைகளிலும் கைவினைக்கலைகளிலும் இன்னும் கவனிக்கப்படாத பல விஷயங்கள் உள்ளன. சொல்லப் போனால், நாம் பயன்படுத்தும் நாட்டார் வழக்காறு என்ற வரையறை, இரும்பு வேலை, பித்தளை, தங்கம், வெள்ளி, ஈய வேலைப்பாடுகள், நெசவு முறைகள், பழமையான வீட்டு வேலைப்பாடுகள் போன்றவற்றையும் உள்ளடக்கியதாக விரிவுப்படுத்தப்பட வேண்டும். இதற்கும் மேலே இவை

தொடர்பான எழுத்தாதாரங்களும் ஆவணப் பதிவுகளும் வரலாற்றிற்கு எவ்வளவு தூரம் தொடர்புடையதோ அவ்வளவு நாட்டார் வழக்காறுகளும் தொடர்புடையவை.

மேலும், வழக்காறுகளின் வெவ்வேறு வகைமைகளுக்குள்ளும் ஒப்பீட்டு ஆய்வு செய்வதற்கான சாத்தியங்கள் அதிகமாகவே உள்ளன. நினைவிற்கெட்டா நெடுங்காலத்திலிருந்து சமகாலத்திற்கு வந்து சேர்ந்த இவை அனைத்தும் பண்பாட்டுக் கூறுகளே என்பதால் இன்றியமையாதவை.

- மரியூஸ் பார்பியோ

3. மானுடவியல் கூற்றுப்படி நாட்டார் வழக்காறு என்றால், பேச்சின் மூலம் வெளிப்படும் புராணங்கள், பழமரபுக் கதைகள், நாட்டார் கதைகள், பழமொழிகள், விடுகதைகள், பாடல்கள் மற்றும் வேறு சில கலை வெளிப்பாடுகள் என்று பொருள். எனவே நாட்டார் வழக்காறுகளை ‘வாய்மொழிக் கலை’ என வரையறுக்கலாம். நாட்டார் வழக்காற்றியலர், பழக்க வழக்கங்கள், நம்பிக்கைகள், கலைகள், கைவினைக் கலைகள், ஆடை ஆபரணங்கள், வீட்டு அமைப்புகள், உணவு முறைகள் போன்றவற்றில் அக்கறை கொண்டிருக்கிறார்கள் என்பது மானுடவியலாளர்க்குத் தெரியும்.

ஆனால் உலகின் பல்வேறு பகுதிகளில் வாழக்கூடிய பழங்குடி இனங்களைப் பற்றி ஆய்வு செய்யும் மானிடவியலாளர்கள் மேற்கூறப்பட்ட சங்கதிகளை, வரைகலை, தொழில் நுட்பம், பொருளியல், சமூக அரசியல் ஒழுங்கமைப்பு, சமயம் எனப் பண்பாட்டின் வெவ்வேறு கிளைகளாகப் பாவித்து ஆய்வு செய்கின்றனர். ஆனாலும் பண்பாட்டின் மிக முக்கியப் பகுதியான, மேற்கூறப்பட்ட எந்தத் தலைப்புகளுக்குள்ளும் அடங்காத, பழக்கவழக்கங்களையே நாட்டார் வழக்காறு என்று சொல்கிறோம். நாட்டார் வழக்காறு என்பது எழுதப்பட்ட இலக்கியங்களோடு நெருங்கிய தொடர்புடையது என்பது தெள்ளத் தெளிவு. இருந்தும், எழுத்துச் சமூகத்திலும்கூட நாட்டார் வழக்காறு எழுத்து வடிவில் இருக்கமுடியாது. ஆனால் அதே நேரம், எழுத்தே பரிச்சயமில்லாத சமூகங்களிலும் இது காணப்படுகிறது.

இலக்கியத்தைப் போலவே நாட்டார் வழக்காறும் இசையோடு, நடனத்தோடு, வரைகலையோடு தொடர்புடைய கலை வடிவமே. அதன் வெளிப்பாட்டு வடிவமே இலக்கியத்திலிருந்து அதனை வேறுபடுத்திக் காட்டுகிறது.

- வில்லியம் பாஸ்கம்

4. ஒரு முழுமையான வாய்மொழிப் பண்பாட்டில் காணக் கிடைக்கும் அத்தனையும் வழக்காறுகளே. நவீனச் சமூகமொன்றில் பாரம்பரியமாகச் சொல்லப்படும் விஷயங் களையும், வெகுசனக் கற்பனைகளையும், மரபான பழக்க வழக்கங்களையும் நாட்டார் வழக்காறுகள் என்று சொல்லலாம். மீதமனைத்தும் அப்படியல்ல என்பதும் முக்கியம். எழுத்து-அச்சு ஊடகங்களுக்குக் கொண்டு செல்லப்பட்ட வாய்மொழி மரபுகள், நாட்டுப்புறக் குணங்களை இழந்துவிடுகின்றன எனச் சொல்ல முடியாவிட்டாலும் அவற்றின் வடிவத்தை இழந்து விடுவதாலும், அனைத்துச் சமூகங்களுக்குள்ளும் பரவுவதாலும் வழக்காறின் இன்றியமையாத இயல்புகளை இழந்து விடுகின்றன என்றே சொல்ல வேண்டும்.

ஏனென்றால் 'நாட்டார் ஞாபகம்' எவ்வளவு விஷயங்களை மறக்கிறதோ அதே அளவு விஷயங்களை நினைவிலும் வைத்திருக்கிறது. எவ்வளவு விஷயங்களைப் பரப்பவும் வளப்படுத்தவும் செய்கிறதோ அதே அளவு விஷயங்களைத் தடைசெய்யவும் களங்கப்படுத்தவும் செய்கிறது.

வாய்மொழி, எழுத்துமொழி மரபுகளுக்கு இடையிலான கொடுக்கல் வாங்கலிலும், பண்பாட்டு மாற்றங்களிலும், பரிமாற்றங்களிலும் நடைபெறும் காரியங்களையே 'பண்பாட்டு மீட்டுருவாக்கமும்' செய்கிறது. வெகுஜனமயமாதல் செய்யும் அதே வேலையை அறிவியலும் செய்கிறது. ஆனால் மீட்டுருவாக்கத்தின் போது, எதை ஞாபகத்தில் வைத்திருப்பது, எதை மறப்பது என்று முடிவு செய்யக்கூடிய அதிகாரம் பெருவாரியான மக்களின் ரசனைக்கும் தீர்மானத்திற்கும் இருப்பதைவிட மிகச் சிலரின் ரசனைக்கே வழங்கப்படுகிறது.

ஒட்டுமொத்த சமூகத்தின் கலைப்படைப்பாக இருந்தாலும், எந்த வழக்காறை நிலைப்பெறச்செய்வது என்ற தீர்ப்பை மிகச் சிலரே எழுதுகின்றனர். எடுத்துக்காட்டாக, நாட்டார் இலக்கியத் தொகுதியைக் காப்பாற்றி வருவது எண்ணற்ற நாட்டார் பாடகர்களும் சேகரிப்பாளர்களும் அறிஞர்களும் நீதிபோதகர் களும் தொழிற்முறைக் கலைஞர்களும் கலை விமர்சகர்களுமே என்பதை யோசித்துப் பாருங்கள்.

நமக்குக் கிடைப்பதெல்லாம் நாட்டுப்புறத்தவரின் உருவாக்கங்கள் அல்ல. நாட்டுப்புற மக்களின் படைப்புகள் என்று அறிஞர்கள் நம் முன் வைக்கிற வாய்மொழி மரபுகளில் பலதரப்பட்ட வழக்காறுகளும் காணப்படுகின்றன. அதிலுள்ள ஒவ்வொரு வழக்காறையும், வரலாற்றோடு கொண்டுள்ள

தொடர்பு மற்றும் சமூகப் பண்பாட்டுப் பின்புலத்தில் ஆற்றும் செயல்பாடு கொண்டு மதிப்பிடுகின்றனர். இது பெரும்பாலும் தவறாகவே சென்று முடிகிறது.

ஏனெனில், வழக்காறுகள் தோன்றிய விதத்திலும் பரவிய விதத்திலும் ஒன்றுக்கொன்று எதிரானவை. ஒரு தனிமனிதனின் வாழ்வில் அவன் பிறரோடு உணர்வு ரீதியாகத் தொடர்பு கொள்ளும் பிறப்பு, பெயரிடல், பருவமடைதல், திருமணம், இறப்பு போன்ற சடங்குகளில் இடம்பெறும் பழக்க வழக்கங்கள், நம்பிக்கைகளில், பொழுதுபோக்குக்குணம் மலிந்த நாட்டார் கதைகளையும் பாடல்களையும்விட வலிமையான பண்பாட்டு அம்சங்கள் காணப்படுகின்றன. ஏனெனில் இப்பழக்க வழக்கங்களை, நம்பிக்கைகளை, படித்தவர்-நாகரிகமானவர், படிக்காதவர்-கரடுமுரடானவர் என்ற பேதமின்றி எல்லோரும் ஏற்றுக் கொள்கின்றனர்.

நாட்டார் வழக்காறின் மற்றுமொரு முக்கியமான பகுதி வெகுஜன விநோதங்களையும், மாயங்களையும் கொண்டுள்ள புராணங்கள். குறிப்பாக, இவற்றுள் இடம்பெறும் 'மாய உலகின் அற்புதங்கள்', வீரதீரர்களைப் பற்றிய அனாமதேயச் சொல்லாடல்கள், வரலாற்று நாயகர்களைப் பற்றிய சந்தேகம் நிரம்பிய பழமரபுக் கதைகள், 'அமானுஷ்ய நிகழ்ச்சிகள் குறித்து அவநம்பிக்கை ததும்பும் விளக்கங்கள்' போன்றவை புராணங்களின் தனித்தன்மைகள். நாட்டாரின் அதீத கற்பனை குணங்களான, கண்மூடித்தனம், ஒரேமாதிரிவகை, மடத்தனமான நம்பிக்கைகள், பகல் கனவு போன்றவை வியாபார வெகுசன ஊடகங்களுக்குள்ளும் கல்வி நிலையங்களுக்குள்ளும் வளர்க்கப் படுகின்றன என்பது உண்மை.

வழக்காறுகள் எழுத்துச் சமூகத்தினை நெருங்குகையில் தத்தம் வெளிப்பாட்டு வடிவம் குறித்து கூடுதலான தன்னுணர்வைப் பெறுகின்றன. வெகுசனப் பண்பாட்டின் அங்கீகாரம் வேண்டி வழக்கமான வடிவத்தையும் விழுமியங்களையும் பாரம் பரியத்தையும் ஒழுங்குபடுத்திக்கொள்வதையே கவனத்தில் கொண்டிருக்கிறது. ஆனால், கல்வியறிவற்ற சமூகங்களில், அதாவது வாய்மொழிப் பண்பாடுகளில், இதே வழக்காறு ஒவ்வொரு அங்கத்தினரையும் மற்றவர்களோடு ஒன்றிணைப்ப திலேயே கவனமாக இருக்கிறது.

நாட்டார் வழக்காறு வட்டாரக் குணங்களையும் குழுக் குணங்களையுமே வெளிப்படுத்துகின்றன. அவை, எல்லோருக்கும் பொதுவான அனுபவங்கள் அல்லது

ஞானத்தைக் கொண்டிருப்பதாகச் சொல்லலாம். நாட்டார் கலை நிகழ்வில் ஈடுபடும் கலைஞன் தன்னை நாட்டார் பெருமரபில் அடையாளம் கண்டுகொள்வதுடன் தனது கலை வடிவத்திற்குப் பொதுமையான அர்த்தங்களை உருவாக்கவும் முயற்சி செய்கிறான். மேற்கூறிய இரு தளங்களிலும் - நாட்டார் பண்பாட்டுத் தளம் மற்றும் நாட்டார் கலை வெளி - நிலைநிறுத்திக் கொள்வதற்க்காகக் குழு அனுபவம் என்ற குணத்தையும் அக்குழு அனுபவத்தோடு நாட்டார் தன்னை இணைத்துக்கொள்வதற்கான சாத்தியங்களையும் வழக்காறு தனக்குள் கொண்டுள்ளது.

- பொட்கின்

5. நாட்டார் வழக்காறு அல்லது வெகுஜன அறிவு என்பது மனித சமூகம் காலங்காலமாகச் சேகரித்து வைத்துள்ள அனுபவங்கள், படிப்பினைகள், பழக்கவழக்கங்களின் தொகுப்பாகும். இதை வெகுஜன, பாரம்பரிய அறிவுத் தொகுதி என்றும் அழைக் கின்றனர். அறிவியல்பூர்வ உண்மையிலிருந்து இது வேறு பட்டது. ஆனாலும் இவ்விரண்டிற்குமான வேறுபாட்டைத் தெளிவாக வரையறுத்துவிடவும் முடியாது.

'நாகரீகமற்ற' சமூகங்களிடமிருந்து சமூகமானுடவியலர் சேகரித்த, நாகரீக தேசங்களின் படிப்பறிவில்லா கிராமத்தினர் இடமிருந்து சேகரிக்கப்பட்ட பழக்கவழக்கங்களின் தொகுப்பே வழக்காறுகள். இப்பழக்கவழக்கங்கள் மானுடவியலர் வரலாற்றிலிருந்து பெறப்பட்டதாகவோ அல்லது மானுட வியலாளரும் நாட்டார் வழக்காற்றியரும் சமகாலத்திலிருந்து சேகரித்த தொகுப்பாகவோ அமைகின்றன. குறிப்பிட்டுச் சொல்வதானால் ஆதிப் பழங்குடிச் சமூகங்கள், எழுத்தறிவற்ற சமூகங்கள், நாகரிமடைந்த சமூகங்களின் வெகுஜனங்களிடம் காணப்படும் நம்பிக்கைகள், பழக்கவழக்கங்கள், மூட நம்பிக்கைகள், பழமொழிகள், விடுகதைகள், பாடல்கள், புராணங்கள், பழமரபுக் கதைகள், நாட்டார் கதைகள், சடங்குச் செயல்பாடுகள், மந்திரங்கள், சூனியங்கள் போன்றவற்றின் தொகுப்பே நாட்டார் வழக்காறு ஆகும்.

பண்பாட்டில் உயர் நிலையடைந்த சமூக மக்களிடமும் காணப்படும் வகையில் நாட்டார் வழக்காறு ஆழமாக வேரூன்றிய ஒன்று. இன்னும் சொல்லப் போனால், நாட்டார் வழக்காறு 'ஆதிப்பழங்குடி' மனிதனின் யதார்த்தமான மனவெளிப்பாடு. காலங்காலமாக மனிதரிடம் பயின்று வரும் வாழ்க்கை முறை மற்றும் பண்பாட்டை, அறிவியல்

கண்கொண்டு விளக்கவேண்டி சேகரித்தல், வகைப்படுத்தல், ஆய்வு செய்தல் என்ற பாணியில் நடைபெறும் மானுட ஆய்வுச் செயல்பாட்டின் ஒரு அங்கமே நாட்டார் வழக்காற்றியல். நாகரீக வரலாற்றை ஆய்வு செய்யும், விளக்கமளிக்கும் சமூக அறிவியல் இது என்றும் சொல்லலாம்.

நாட்டார் வழக்காற்றியல் பண்பாட்டுக் கோலங்களை வெளிப்படுத்தக் கூடியது. இதன் மூலம், பண்பாட்டுக் கூறுகளையும் அர்த்தங்களையும் அது விளக்க முற்படுகிறது. எனவே நாட்டார் வழக்காற்றியல் மானுட வரலாற்றைக் கட்டமைப்பதிலும் விளக்குவதிலும் கணிசமான பங்களிப்பைச் செய்கிறது என்று சொல்லவேண்டும்.

- அருளியோ எஸ்பினோசா

6. நாட்டார் வழக்காறு என்ற பெயரில் இதுவரை நமக்குக் கிடைக்கும் தரவுகளைக் கொண்டு பார்க்கும்போது நாம் நினைப்பதைவிடவும் அதிகமான அளவில் அவை காணப்படுகின்றன என்றே சொல்லத் தோன்றுகிறது. இச்சூழலில் நாட்டார் வழக்காறு குறித்த கட்டுப்பெட்டித்தமான வரையறை ஒன்றையே நான் சார்ந்திருக்க விரும்புகிறேன்.

புதிய வரையறைகளை முயற்சித்துப் பார்ப்பதற்கு முன்பு, கல்வியறிவு பெற்ற, பெறாத மக்களின் எழுதப்படாத இலக்கிய வெளிப்பாடுகளை 'நாட்டார் வழக்காறு' என்ற பதமே சரியாகச் சுட்டுகிறது என்று நினைக்கிறேன். தீர்க்கமாகச் சொல்வதானால் கதைகள் அதாவது புராணங்கள், பழமரபுக் கதைகள், நாட்டார் கதைகள் அல்லது குறுங்கதைகள் போன்றவையே முக்கியமானவை. இவற்றோடு விடுகதைகள், குழந்தைப் பாடல்கள், பழமொழிகள், நாட்டார் பாடல்கள், ஏன் நாட்டார் நம்பிக்கைகள் மற்றும் மூடநம்பிக்கைகளையும் சேர்க்க விரும்புவேன். இவை எந்த வடிவில் வெளிப்பட்டாலும் நாட்டார் வழக்காறுகளே. இவற்றைக் கடந்து, விளையாட்டுகள், திருவிழாக்கள், சூனியங்கள் போன்றவற்றையும் நாட்டார் வழக்காறுகள் என்று ஒரு நபர் அழைக்க முனையலாம். இவற்றில் வழக்காறு என்று சொல்லக்கூடிய தன்மைகள் இருப்பதாக நான் கருதவில்லை . வழக்காறுகளின் இலக்கியக் குணத்தைத் தவிர்த்துவிட்டுப் பார்த்தால் நாட்டார் வழக்காறு என்பதை அவற்றின் உள்ளடக்கத்தை பொருட்படுத்தாமல் அவை வெளிப்படும் பாங்கினைக் கொண்டே வரையறுக்க வேண்டும்.

- ஜார்ஜ் ஃபூ. ஃபாஸ்டர்

7. நாட்டார் வழக்காறு, பிரக்ஞையோடோ அல்லது பிரக்ஞையற்றோ, நம்பிக்கைகள், பழக்கவழக்கங்கள் மற்றும் பொதுவான நடவடிக்கைகளில் பாதுகாக்கப்படும் மக்கள் பண்பாடாகும். அதாவது எல்லோராலும் அங்கீகரிக்கப்பட்ட புராணங்கள், பழமரபுக் கதைகள், நாட்டார் கதைகளிலும், ஒரு குழுவின் திறமையையும் குணத்தையும் வெளிப்படுத்தும் கலைகளிலும், கைவினைநுட்பங்களிலும் இது காணப்படுகிறது. ஏனென்றால், இது வெகுசனப் பண்பாட்டின் உள்ளார்ந்த அங்கம். இதுவே செவ்வியல் இலக்கியம் மற்றும் கலைக்கான உத்வேகமும் தோற்றமும். ஆனாலும், மக்களால், மக்களுக்காக, மக்களே உருவாக்கியது என்பதால் பிற எல்லாவற்றிலிருந்து வேறுபட்டு நிற்கிறது.

- தியோடர் காஸ்டர்.

8. நாட்டார் வழக்காறை அது எவ்வாறு உள்வாங்கப்படுகிறது, பயன்படுத்தப்படுகிறது, கடத்தப்படுகிறது என்பதைப் பொறுத்து வரையறுக்கலாம். சில மரபான பழக்கவழக்கங்கள் (எடுத்துக்காட்டாக கதைப்பாடல்கள்) நாட்டார் வழக்காறு என்று உடனடியாகப் புலப்படுகின்றன. ஆனால், பிற பழக்க வழக்கங்களில் எதனையும் இது வழக்காறு இல்லை என்று விலக்கி வைத்துவிடவும் முடியவில்லை.

அதேபோல் குறிப்பிட்ட சில பண்பாடுகள் அல்லது குழுக்கள் மற்ற பண்பாடுகளைவிட அதிக அளவிலான வழக்காறுகளைக் கொண்டிருக்கின்றன என்பது உண்மை. அக்குழுவிலுள்ள ஒவ்வொருவருக்கும் ‘இவர் நாட்டார்’, ‘இவர் நாட்டார் அல்ல’ என்று பாகுபடுத்தத் தெரிந்திருக்கிறது.

நாட்டார் - நாட்டாரல்லாதவர் என்ற பாகுபாடு குழுவிற்குக் குழு வேறுபடுகிறது. கொஞ்சம் சிரத்தையோடு தேடினால் ‘ஏணிக்குக் கீழே நடந்து செல்வது துர்சகுனம்’ என்று நம்பக்கூடிய அணு விஞ்ஞானிகளையும் நம்மால் கண்டுபிடிக்க முடியும். வழக்காறுகளோடு நெருங்கிய பரிச்சயத்தை ஏற்படுத்திக்கொள்ள முடிந்தால் அவற்றின் தனித்துவமான குணங்களை நாம் எளிதில் கண்டுபிடித்துவிட முடியும்.

எந்த ஒரு குழுவிலும், எந்த ஒரு நேரத்திலும், எந்த ஒரு இடத்திலும் வழக்காறு உருவாகமுடியும். ஒரு நபர் தான் பிறந்த சமூகச் சூழலுக்குத் தக்கவாறு கருத்தாக்கங்களை, பழக்க வழக்கங்களை, கைத்திறன்களை, தகவல்களை வழக்காறாக உள்வாங்கிக் கொள்கிறார். இவற்றை, அவர் தன்னுணர்வோடு உள்வாங்கிக் கொள்வதில்லை, அவற்றைத் தேடிக் கற்பதும்

இல்லை. மாறாக அவ்வழக்காறுகள் அவருள் வளர்க்கப் படுகின்றன. விருப்பு வெறுப்புகளுக்கும் தர்க்கங்களுக்கும் அப்பாற்பட்டே அவை ஏற்றுக்கொள்ளப்படுகின்றன, பயன் படுத்தப்படுகின்றன, உருமாற்றப்படுகின்றன, கடத்தப் படுகின்றன அல்லது மறக்கவும் படுகின்றன. சீனாவில் நிகழ்ந்த மேற்கத்தியக் கலாசசார எதிர்ப்பைப் போன்று சில பகுதிகளில் நிகழக்கூடும் அல்லது வழக்காறுகளைப் பாதுகாக்கும், மீட்டுரு வாக்கம் முயற்சிகள் நடைபெறக்கூடும். ஆனாலும் இப்படியான முயற்சிகள் அனைத்தும் இயல்புக்கு மாறானவையே.

ஜாதகம் கணிப்பதைப் போல ஒரு காலத்தில் அறிவியலாகக் கருதப்பட்டவை பிற்காலத்தில் வழக்காறுகளாக மாறக்கூடும். சுவஸ்திக் குறியீட்டைப் போல ஒரு காலத்தில் வழக்காறாக இருந்தது பிற்காலத்தில் வழக்காற்றுத் தன்மையை இழந்து விடவும் கூடும். சுதந்திரதேவியின் சிலையைப் போல தனியொரு மனிதனின் கலைப் படைப்பு குழுவின் குறியீடாக மாறக்கூடும் அல்லது ஆப்பிரிக்க முகமூடிகளைப் போல குழுவின் குறியீடு ஓவியங்களாக மாறக்கூடும்.

ஆதார குணங்களோடு உள்வாங்கப்பட்டு, பயன்படுத்தப்பட்டு, கடத்தவும்படுமானால் அவை நாட்டார் வழக்காறுகளே. எவையெவை இக்குணங்களை இழக்கின்றனவோ அவை வழக்காறுகள் இல்லை. வழக்காறுகளில் நடைபெறும் தொடர் மாற்றங்களினால் கறாரான வரையறையை நம்மால் உருவாக்க முடிவதில்லை. ஆனால் வழக்காறுகளைக் கொண்டிருக்கும் குழு தன்னுள் ஒருங்கிணைப்பையும் பாரம்பரியத்தையும் இதன் மூலம் கடைபிடிக்கிறது என்றால் குழப்பமில்லை. ஒரு குழுவின் ஒருங்கிணைப்பு குலைக்கப்படுகையில், அதாவது அதன் தொடர்புச் சாதனங்களில், அறிவியல் முயற்சிகளில் ஓர்மைக் குறை ஏற்படும்போது நாட்டார் வழக்காறுகளும் சிதைகின்றன. சிந்தனா முறையைப் பொறுத்தவரை இந்த வாதம் சரியானது இல்லை. குழு என்று சொல்லும்பொழுது இனக்குழுவை மட்டுமே நாம் சுட்டுவது இல்லை. அது தொழில், வயது, பால், பொருளாதாரம், கல்வி நோக்க அடிப்படையிலும் உருவாக முடியும்.

வளர்ச்சியடைந்த சிக்கலான சமூகங்களிலோ தொடர்ச்சியாகப் புதிய குழுக்கள் உருவாகிக்கொண்டிருக்கின்றன. ஒரு குழு நாட்டார் வழக்காறுகளை எவ்வளவு தூரம் உள்வாங்கி இருக்கிறது என்ற அடிப்படையில், அதன் குழுத்தன்மையை அடையாளப்படுத்த நாம் மேற்கொள்ளும் முயற்சி, மனிதர்களின் தனித்தன்மைகளுக்கு எதிரானது அல்ல. ஒரு தனிநபர்

பிற மனிதர்களைப் போன்ற உருவ ஒற்றுமையைக் கொண்டிருக்கிறார் என்று சொல்வதும் ஒரு தனிநபர் பிறரைப் போன்றே வழக்காறுகளைக் கொண்டிருக்கிறார் என்று சொல்வதும் ஒரே மாதிரியானது. வழக்காறுகளைத் அறிந்திருத்தல் தனித்தன்மைக்கு விரோதமானது அல்ல. மாறாக, அது அவரது திறன்களில் ஒன்று. இக்குணமே அவர் அவரது குழுவினுள் தடையின்றி ஊடாடுவதற்கான வாய்ப்பையும் வழங்குகிறது.

- ஹார்மன்

9. தொடக்க காலங்களில் 'நாகரிகம்' அடைந்த எழுத்துச் சமூகத்தின் வரலாற்றுப் பதிவுகளாகவும் பண்பாட்டு விநோதங்களாகவும் கருதப்பட்ட வழக்காறுகள், அதன் எழுதப்படாத இலக்கியங் களாகவே கருதப்படுகின்றன. நாட்டார் வழக்காற்றியலில் இனவரைவியல் உத்திகள் அறிமுகமான பின்பே இப்போக்கு உருவானது. இனவரைவியல் ஆய்வு முறைகள், வழக்காறு களைப் பண்பாட்டு எச்சங்களாகப் பார்க்கும் பழைய ஒப்பீட்டு ஆய்வு முறையியலின் குறைகளை அம்பலப்படுத்தின. அதே சமயம், பண்பாட்டின் இயல்புகளையும் செயல்பாடுகளையும் ஆழமாக அணுகக்கூடிய வாய்ப்புகளையும் அது உருவாக்கியது. இதன் மூலம், வாழும் 'ஆதிப்பழங்குடிப்' பண்பாட்டுப் பழக்க வழக்கங்களை ஐரோப்பிய நாடுகளின் கடந்தகாலப் பழக்கங்களோடு ஒப்பிட்டுப் பார்க்கும் பார்வை ஏற்பட்டது. வேறு வார்த்தைகளில் சொல்வதனால், 'ஆதிப்பழங்குடி' மனிதன் தற்கால மனிதர்களின் மூதாதையர் என்று பார்க்கப்படும் பார்வை உருவானது.

ஐரோப்பாவில் இனவரைவியல் ஆய்வு மூலம் ஏற்பட்ட இந்த மாற்றம், வழக்காறுகளுக்குத் தொடர்பில்லாதவை என்று கருதப்பட்ட விவசாயக்குடிகளின் பண்பாடு மற்றும் பழக்க வழக்கங்கள் குறித்த ஆய்வுகளுக்கு இட்டுச் சென்றது. இப்புதிய பார்வையும், இதன் காரணமாக விளைந்த புதிய வரையறைகளும் 'எழுத்து மரபைக் கொண்டிருக்கும் அல்லது கொண்டிராத மக்களின் வெகுஜன இலக்கிய வடிவங்களே நாட்டார் வழக்காறு' என்ற பிடிவாதத்திலிருந்து நாட்டார் வழக்காற்றியலை விடுவித்தது. இப்புதிய வகை ஆய்வுகள், நாட்டார் கதைளின் தோற்றம், மூலவடிவம் அல்லது கதைக்கரு, கதையோட்டம் என்றிருந்த ஆய்வுப் போக்கை மாற்றி, நாட்டார் கதைகள் வாழும் சமூகங்களின் கருத்தாக்கங்களைக் கொண்டிருக்கின்றன என்ற புதிய வெளிச்சத்தை ஏற்படுத்தின.

- மெல்வில் ஹெர்கோவிட்ஸ்

10. வழக்காறு, வாய்மொழியாக வெளிப்படும் இலக்கிய, அறிவார்ந்த, பண்பாட்டுச் செயல்பாடு என்றே அமெரிக்காவில் கருதப்படுகிறது. அதாவது புராணங்கள், நாட்டார் கதைகள், நாட்டார் பாடல்கள் போன்ற அனைத்தும் பேச்சு மரபின் இலக்கிய வடிவங்கள். நாட்டார் பேச்சும் வட்டார வழக்குமே இவ்வகைத் தரவுகளின் ஊடகங்கள். நாட்டார் பாடலோடு நெருங்கிய தொடர்புடையவை என்பதால் இப்பட்டியலில் நாட்டார் இசையையும் நடனத்தையும் கூட சேர்த்துக்கொள்ள முடியும். கூடவே பழக்கவழக்கங்கள், நம்பிக்கைகள், நாட்டார் அறிவியல் போன்றவற்றையும் வழக்காறுகள் என்று சொல்ல முடியும். எனவே, நாட்டார் வழக்காறுகள் கிராமப்புறங்களில் மட்டுமல்லாது நகரங்களிலும் காணப்படுகின்றன என்ற முடிவுக்கு நாம் வரலாம். இவ்விரு பகுதிகளிலும் ஒரே வகையான குழுக்களே வாழ்கின்றனர் என்கிறபட்சத்தில் நாம் இதைத் துணிந்து சொல்லவும் முடியும்.

ஆனாலும் கிராமப்புறங்களிலேயே நாட்டார் வழக்காறு அதிகம் புழங்கப்படுகிறது. ஐரோப்பா மற்றும் இலத்தீன் அமெரிக்க நாடுகளில் பயன்படுத்தப்படும் 'நாட்டார் வாழ்க்கை' என்ற பதம் 'நாட்டார்' என்ற குழுவின் ஒட்டு மொத்தப் பண்பாட்டுச் செயல்பாடுகளையும் குறிக்கிறது. இந்த 'நாட்டார்', நகர்ப்புறக் குழுக்களிலிருந்து வாழ்முறைகளில் தெளிவான வேறுபாடுகளைக் கொண்டிருக்கும் கிராமப்புற குழுக்களையே அதிகம் சுட்டுகிறது.

நாட்டார் வாழ்க்கை என்ற இந்தப் புதிய கருத்தாக்கம் விரிந்த தளத்தையும் புதிய அர்த்தங்களையும் உள்ளடக்கியது. ஆனால், 'ஆதிப் பழங்குடி' அல்லது 'எழுத்தறிவற்ற சமூகங்களின்' பண்பாட்டை ஆராயும் மொழியியலாளர்களால் இப்புதிய கருத்தாக்கத்தை செரிக்க முடியவில்லை. நாட்டார் பண்பாட்டை முழுமையாகக் கற்பனை செய்து, வாய்மொழி வழக்காற்றின் வரலாற்றையும் செயல்பாடுகளையும் ஆராயக்கூடிய போக்கு இவர்களிடம் உருவாகவில்லை.

ஆனால், இப்புதியபார்வை பண்பாட்டையும் சமூகத்தையும் ஆராயக்கூடிய ஆய்வாளர்கள் மத்தியிலும் (மானிடவியலர், சமூகவியலாளர், சமூக உளவியலாளர்) நாட்டார் வழக்காற்றியலர் என்ற இலக்கிய ஆராய்ச்சியாளர் மத்தியிலும் பல்வேறு விதமான மாற்றங்களை ஏற்படுத்தியது. இவ்விரு வகையினரும் ஒருவரை ஒருவர் நெருங்கி வருகையில் தத்தமது ஆய்வு முறை, நோக்கம், அறிவியல் தரிசனங்களை

மென்மேலும் வளப்படுத்திக் கொள்கிறார்கள் என்பதில் சந்தேகமில்லை.

- ஜார்ஜ் ஹெர்சாக்

11. நாட்டார் வழக்காறு, பண்பாட்டு இனவரைவியலின் ஒரு பகுதி. வேறுபட்ட வரலாற்றுச் சூழல்களில் வேறுபட்ட நிலப் பகுதிகளில் வசிக்கும் தனித்தவமிக்க இனக் குழுக்களிடம் காணப்படும் புராணங்கள், பழமரபுக் கதைகள், மரபுகள், கதையாடல்கள், மூடநம்பிக்கைகள், சமயங்கள், பழக்க வழக்கங்கள், சடங்குகள், நடனங்கள், இயற்கைக்கும் மனிதனுக்குமான உறவு குறித்த விளக்கங்கள் போன்றவற்றை வழக்காற்றுத் தரவுகள் என்று சொல்கிறோம். ஏனென்றால், இவை மானுடக் கற்பனையின் வெளிப்பாடுகள். இவற்றைக் கொண்டிருக்கக்கூடிய குழுக்களோ அல்லது தனிநபர்களோ வாழ்க்கைச் சிக்கல்களில் தவிக்கும்போது வழக்காறுகளையே வழித்துணையாகக் கொள்கின்றனர். மனிதன், தனது பயங்களையும், தேவைகளையும், பாதுகாப்புணர்வையும் வழக்காறுகள் மூலமே வெளிப்படுத்தவும், பெற்றுக்கொள்ளவும் செய்கிறான்.

நாட்டார் வழக்காற்றியலர்கள்கூடத் தங்களது ஆய்வை மறந்து வழக்காறுகளை உற்பத்தி செய்யும் வேலையில் இறங்கிவிடும் அளவுக்கு நாட்டார் வழக்காறுகள் அவர்களையும் பாதிக்கின்றன.

நாட்டார் வழக்காற்றியல் கீழ்கண்ட முறையியலைக் கொண்டிருக்கிறது.

- வழக்காறுகள் மீதான மயக்கத்தையும் கடந்து, இயல்பான சூழலில் வழக்காறுகளை சேகரித்தல்.
- பல்வேறு இனக்குழுக்கள் மத்தியில் காணப்படும் வழக்காறுகளை ஒப்பிட்டு, ஒற்றுமை வேற்றுமைகளைக் கண்டறிதல்.
- நாட்டார் வழக்காறுகளுள் பொதிந்து கிடக்கும் நம்பிக்கைகளை ஆராய்தல்.
- வழக்காறுகளை உற்பத்தி செய்யும் சமூக உளவியல் காரணங்களைக் கண்டுபிடித்தல்.
- தனிமனிதர்களுக்கும் சமூகக் குழுக்களுக்கும் ஒரு வழக்காறு என்னென்ன உதவிகள் செய்ய முடியும் என்பதை ஆராய்தல்.

தற்காலத்தில், குறிப்பாக மேற்கத்தியப் பண்பாடுகளில், நாட்டார் வழக்காறுகள் மீது அக்கறை கொண்ட மனிதர்களை நாட்டார் வழக்காற்றியலாளர் என்று அழைத்தாலும் கடந்த காலங்களில் இத்தகைய அக்கறை கொண்டோர் குருக்கள், கவிஞர்கள், மாயவித்தைக்காரர்கள், மருத்துவர்கள், அறிஞர்கள், நாடோடி வியாபாரிகள் என்றே அழைக்கப்பட்டனர்.

இவர்களது பணி ஒரு காப்பியத்தை உருவாக்குவதாக இருந்தாலும் அல்லது நாட்டார் வழக்காற்றுக் களஞ்சியத்தை உருவாக்குவதாக இருந்தாலும், அர்த்தமுடைய வகையில் தரவுகளை ஒருங்கிணைத்தல் என்பதை அடிப்படையாகக் கொண்டிருந்தது. நாட்டார் வழக்காற்றியலாளர்கள் உருவாக்க நினைக்கும் அர்த்தங்கள் பலவிதமானவை. ஏராளமானோர் தங்களது சமூகக் குழு கொண்டிருக்கக்கூடிய மூடநம்பிக்கைகள் பிற சமூகங்களைக் காட்டிலும் அறிவியல்பூர்வமானவை, ஒட்டுமொத்த குழுவாலும் ஏற்றுக் கொள்ளப்பட்டவை, மரபானவை என்று நிரூபிக்க விரும்புகிறார்கள்.

இவ்வகை நோக்கங்கள் மூலம் இவர்கள் தங்கள் குழுக்களிடம் காணப்படும் வழக்காறுகள் குழுத்தன்மையை மேம்படுத்து கிறது; தனிநபர்களிடம் பாதுகாப்பு உணர்வை வலுப் படுத்துகிறது என்று சொல்லித் தங்கள் குழு பிற சமூகக் குழுக்களை விட மேன்மையானது என்று நிரூபிக்க விரும்புகிறார்கள்.

தற்காலச் சூழல், பழைய விஷயங்களுக்குப் புதிய சமாதானங்களை உருவாக்கும் தன்மையை சுட்டிக்காட்டுகிறது. நாட்டார் வழக்காற்றியலர்களின் அறிவியல்பூர்வமான தேடல், அதாவது புராணங்கள், குலக்குறிகள் போன்றவற்றின் தோற்றங் களையும், மூலவடிவங்களையும் தேடும் செயல்பாடு அரைகுறையான தர்க்க ஒழுங்குகளை விளக்க முற்படுகிறது. ஒரு வழக்காறுக்கு ஒரேயொரு அர்த்தமே இருக்க முடியும் என்ற பார்வை மாறி பல அர்த்தங்கள் விளைவதற்கான சாத்தியங்களை இது ஏற்படுத்தித் தந்திருக்கிறது. இப்பன்முக வாசிப்பும் அதற்குத் தேவையான சொல்லாடல் இலக்கணமும் உருவாக்கப் பட்டு பழக்கப்படும் வரை நாட்டார் வழக்காற்றியலாளர்கள் மாயவாதத்திற்குள்ளேயே சிக்கிக் கொண்டிருக்க வேண்டி உள்ளது. அதுவரையில் நாட்டார் வழக்காறுகளுக்குள் வெளிப்படும் ஒத்திசைவையும் வன்முறையையும் மனிதநேய ஆர்வலர்கள் மட்டுமே பேசிக்கொண்டிருக்கும் சூழல் தொடரும்.

- ஜேம்ஸன்

12. விழாக்காலங்களிலும் விளையாட்டுகளிலும் நிகழ்த்தப்படும் நாடகங்கள், பாடல்கள்; நடனங்களில் காட்சிப்படுத்தப்படும் நம்பிக்கைகள், கதைகள், மூடநம்பிக்கைகள், பாடல்கள் போன்ற வெகுஜனமரபு குறித்த அறிவியலே நாட்டார் வழக்காறு. இவ்வழக்காறுகள் அனைத்தும் சமூகத்தால் உருவாக்கப்பட்டவை. ஒரு தலைமுறையிலிருந்து இன்னொரு தலைமுறைக்குக் கடத்தப்பட்டவை; தேர்ச்சி பெற்ற களஆய்வாளர்களால் எழுத்து வடிவம் கொடுக்கப் பட்டவை.

நாட்டார் வழக்காற்றியல் புலம் ஏராளமான விவாதங்களுக்கு உட்பட்டது. எழுத்தறிவற்ற, நாகரிகமற்ற மனிதர்களின் வாழ்க்கையோடு பின்னிப் பிணைந்துள்ள பழமையான சமய வழிபாட்டின் எச்சங்களே நாட்டார் வழக்காறு என்பது குறையுடைய வரையறை. விரிந்த தளத்தில் யோசித்தால், சமயச் சார்பற்ற பழங்கதைகள், பாடல்கள், சமகால யதார்த்தத்திலிருந்து உருவான கதைகள், தற்காலம் உருவான மூடநம்பிக்கைகள், நகர்ப்புற நாகரிக மனிதர்களிடமும் காணப்படும் அரைகுறைக் கலை வடிவங்கள் போன்ற அனைத்தையும் வழக்காறுகளாகக் கருத முடியும்.

சமய அடையாளங்களைக் காரணம் காட்டி புராணங்களிலிருந்து நாட்டார் கதைகளை நாம் வேறுபடுத்த முடியும். அதேபோல் உண்மைத் தன்மை, இயல்பு போன்ற காரணிகளை மையப் படுத்தி நாட்டார் கதைகளைத் தேவதைகதைகளிடமிருந்து வேறுபடுத்த முடியும். இன்னும் சொல்வதானால் பழமை மற்றும் தனிமனிதக்கலை வெளிப்பாடுகள்போன்ற குணங்களை மையப்படுத்தி சடங்குகளிலிருந்து நாட்டார் நடனத்தையும் இசையையும்கூட வேறுபடுத்த முடியும்.

- கெர்ட்ரூட் குராத்

13. பழக்கவழக்கங்கள், நம்பிக்கைகள், பழமரபுக் கதைகள், மந்திரச் செயல்பாடுகள், பழமொழிகள், பாடல்கள் போன்ற அனைத்திற்கும் பொதுவான பெயர் 'நாட்டார் வழக்காறு'. சுருக்கமாகச் சொல்வதானால் ஒருபடித்தான குணங்களைக் கொண்ட மனிதர்களைப் பௌதீகரீதியாக மட்டுமல்லாமல் உணர்வுரீதியாகவும் இணைத்து, அவர்களது வெளிப்பாடு களுக்கு வடிவம் தந்து, அவர்களுக்குள் ஒருமைத் தன்மையைத் தோற்றுவிக்கும் அதே வேளையில் தனித்தன்மையையும் பாதுகாக்கும் அறிவுத் தொகுதியே நாட்டார் வழக்காற்றியல். எல்லாவகை வழக்காறுகளும் தனி நபர்களின் படைப்புகளே. இத்தகைய படைப்புகள் நாட்டாரால் உள்வாங்கப்பட்டுத்

திரும்பப் படைக்கப்பட்டுப் பல்வேறு வடிவ மாற்றங்களை அடைந்து திரும்பத் திரும்பச் சொல்லப்படுவதன் மூலம் குழுவின் படைப்பாக மாறுகிறது.

- மெக்வார்ட் லீச்

14. தற்காலம் புழக்கத்திலுள்ள நாட்டார் வழக்காறு என்ற பதம் ஏராளமான குழப்பங்களையுடையது. வழக்காறுகள் வழங்கப்படும் சூழலைப் பொறுத்து, அவற்றை ஆதிப்பழங்குடி மக்களின் எழுதப்படாத கதையாடல்கள் என்று சொல்வதன் மூலம் பழங்குடி இலக்கியத்திற்கும் நாகரிக சமூகத்தின் இலக்கியத்திற்குமிடையே வேற்றுமைகளை உருவாக்குகிறோம். இன்னொரு புறம், சிறுகதைகளைப் புராணங்களோடு (இதுவும் குழப்பமான வார்த்தையே) ஒப்பிட்டு, உள்ளடக்கத்திலும் கருத்தமைவிலும் குறைபாடுகளைக் கொண்டவை என்று வரைறுக்கிறோம். விவசாயக் குடிகளின் பழக்கவழக்கங்கள், நம்பிக்கைகள், கதையாடல்கள் (அதாவது விவசாயக் குடிகளின் மானிடவியல்) போன்றவற்றைக் குறிப்பதே நாட்டார் வழக்காறு என்ற நமது ஆரம்ப கால ஐரோப்பிய விளக்கம் ஏராளமான குழப்பங்களையே விளைவிக்கின்றது.

- கேத்தரீன் லூமெலா

15. நாகரீக சமூகத்திலும், குறைவான கல்வியறிவைப் பெற்ற மக்களிடம் புழங்கும் வெகுஜன நம்பிக்கைகள், பழக்க வழக்கங்கள், மரபுகள் போன்ற பழைய விஷயங்களைச் சுட்டுவதே நாட்டார் வழக்காறு என்று சொல்லலாம். இச்சொல், தேவதைக் கதைகள், புராணங்கள், பழமரபுக் கதைகள், மூடநம்பிக்கைகள், திருவிழாச் சடங்குகள், மரபான விளையாட்டுகள், நாட்டார் பாடல்கள், வெகுஜனச் சொல்லாடல்கள், கலைகள், கைவினை நுட்பங்கள், நாட்டார் நடனங்கள் போன்ற அனைத்தையும் உள்ளடக்கிய ஒன்று.

- ஜான் மிஷ்

16. அழிய மறுக்கும் உயிருள்ள கற்படிவங்களே நாட்டார் வழக்காறுகள். ஆயிரமாயிரம் வருடங்களாக மனித சமூகம் உருவாக்கி வரும் அறிவியல்பூர்வமான, பண்பாட்டுரீதியான அனுபவங்களின் செறிவு இது.

தொடக்க காலங்களில், நாட்டார் வழக்காறுகளில் மிக மெதுவாகவே மாற்றங்கள் நிகழ்ந்தன. பழைய பழக்க வழக்கங்களும் நம்பிக்கைகளும் நீண்ட காலம் புழக்கத்திலிருந்தன. எனவே, அவை இனக்குழுக்களின்

நனவிலியில் ஆழமாக வேரூன்றியிருந்தன. நீண்ட காலம் புழக்கத்திலிருந்த இத்தகைய வழக்காறுகளின் கோலங்களும் ஒழுங்கமைப்புகளும், அதிவேக நாகரிக வளர்ச்சியின் பின்னே மறைந்திருந்து, அப்போதைக்கப்போது நம்மை ஆச்சரியப் படுத்துகின்றன. இயற்கையோடு இயைந்த தன்மையைக் கொண்டிருந்து, பார்ப்பதற்கு எளிமையாகவும், யதார்த்தத்தோடு நெருங்கிய உறவையுடையதாகவும் இவை காணப்படுவதால் என்றென்றும் அழகானவையாகத் தோன்றுகின்றன.

இன்னும் சொல்வதானால் நமக்கு இயல்பாகக் கைவரப் பெற்ற அல்லது நாம் செயல்பட விரும்புகிற வடிவத்தில் நாட்டார் வழக்காறுகள் அமைந்துள்ளன. நாட்டார் வழக்காறுகள் ஒவ்வொரு இனக்குழுவின் தொடக்ககாலக் கவித்துவ ஞானம் என்பதால், இன்றைக்கும் இவை குழந்தை மனத்திற்கு விருப்பமானதாகத் திகழ்கின்றன. அதே போல் தாங்கள் இழந்த குழந்தைப் பருவத்து எளிமைக்குத் திரும்ப விரும்பும் வயோதிகர் களுக்கும் வழக்காறுகள் பெருத்த மகிழ்ச்சியைத் தருகின்றன.

சிறுபிள்ளைத்தனங்களைத் தவிர்த்துப் பார்த்தால் நாட்டார் வழக்காறுகள் தூக்கலான பெண்மையைக் கொண்டவை. ஏனென்றால் வழக்காறுகள் அனைத்தும் பகுத்தறிவுக்கு முந்தைய காலகட்டமான உள்ளுணர்வு சார்ந்த வாழ்க்கை முறையிலிருந்து தோன்றியவை. அவை பகுத்தறிவுக்கு அப்பாற்பட்டதும் அதீத கற்பனையுடையதுமாகும். எனவேதான் இவை பெரும்பாலும் தாத்தா பாட்டிகளின் கதைகள் என்று அழைக்கப்படுகின்றன. நம்பிக்கைகள், சடங்குகள், மூட நம்பிக்கைகள், பழக்கவழக்கங்கள் போன்றவற்றைக் கட்டிக் காப்பாற்றுபவர்களாக எப்பொழுதும் பெண்களே விளங்கு கின்றார்கள்.

எனவே எழுதப்பட்ட ஆவணங்களால் செய்யப்படும் வரலாற்றிலிருந்து வேறுபட்டதாக மனித இனத்தின் வரலாற்றையும் தோற்றத்தையும் விளக்கும் வாய்மொழி மரபுகளாக வழக்காறுகள் காணப்படுகின்றன.

நாட்டார் வழக்காறு என்ற பதம் மரபுத் தொகுதியையும் அது குறித்த அறிவியலையும் ஒரே சமயத்தில் சுட்டுகிறது. மனித சமூகம், தொடக்க காலங்களில் இவ்வுலகையும், அதன் விநோதங்களையும் புரிந்து கொண்டு வாழ்வதற்கு உருவாக்கிக் கொண்ட உத்திகளான நம்பிக்கைகள், கதைகள், பழக்க வழக்கங்கள், சடங்குகள் போன்றவற்றின் தற்கால எச்சங்களே நாட்டார் வழக்காறுகள். தற்காலத்தில் இவ்வுலகச்

சிக்கல்களுக்கு அறிவியல்பூர்வமான தீர்வுகளை உருவாக்கிக் கொண்ட நபர்கள், கடந்தகால வழக்காறுகள் பகுத்தறிவிற்கு அப்பாற்பட்டவை, மூடநம்பிக்கைகள் நிறைந்தவை, முழுமையற்றவை ஆனாலும் கவர்ச்சிகரமானவை, பலரையும் ஈர்க்கக்கூடியவை என்ற அடிப்படையில் மேற்கொள்ளும் அறிவியல் பூர்வமான ஆய்வுகளையும் நாட்டார் வழக்காறு என்றே சொல்கிறோம். எந்த நாட்டார் வழக்காற்றியலாளரும் ஆதிப்பழங்குடி சமூகத்தின் பண்பாட்டு ஒழுங்கமைப்புகளை முழுமையாக ஏற்றுக்கொள்வதில்லை என்பதும் இங்கே முக்கியம்.

- சார்லஸ் பிரான்சிஸ் போட்டர்

17. நாட்டார் வழக்காறு என்பது நேரடியான பொருளில் நாட்டாரின் வழக்காறுகள் என்றும் விரிந்த பொருளில் வாய்மொழி இலக்கிய மரபுகள் என்றும் அர்த்தப்படுத்தப்படுகிறது. நம்பிக்கைகள், மூடநம்பிக்கைகள், சமய நடவடிக்கைகள், புராணங்கள், கதைகள் என பலவிதமான பண்பாட்டுக் கூறுகளையும் உள்ளடக்கியது. ஆனால் 'நாட்டார்' என்ற பதத்தை வரையறுக்கும்பொழுது நமக்கு ஏராளமான சிக்கல்கள் தோன்றுகின்றன. நாட்டார் என்பவர் கல்வியறிவற்றவர் என்ற விளக்கம் ஆபத்தானது என்றாலும் இது போன்ற ஒரு அடையாளம் நாட்டாருக்கு உள்ளது என்பதையும் நம்மால் மறுக்க முடியாது.

தற்காலத்தில் தோன்றியுள்ள நாட்டார் இசை மற்றும் நடனம் குறித்த ஆர்வங்கள் இவ்வரையறையை வலுப்படுத்தவும் செய்கின்றன. நாட்டார் வழக்காறு குறித்த இன்னொரு வரையறை, நாவல், கவிதை, புனித நூல்கள் போன்றவற்றிற்கு இணையாகச் சொல்லக்கூடிய இலக்கிய குணங்களைக் கொண்டதே வாய்மொழி மரபு என்று கருதுகிறது. எழுத்து மரபையும் தன்னுள்ளே கொண்டிருக்கக்கூடிய சமூகங்களில் காணப்படும் வாய்மொழி இலக்கியங்களை ஆய்வு செய்யும்போது இவ்வரையறை நமக்குப் பெருமளவில் உதவி செய்யும். ஆனால் சிவப்பிந்தியர்கள் போன்ற எழுத்து மரபின் அறிமுகமே இல்லாதிருக்கும் சமூகங்களின் வழக்காறுகளை ஆய்வுக்கு எடுத்துக் கொண்டால் வாய்மொழிக்கும் எழுத்து மொழிக்குமான வேறுபாட்டை மையப்படுத்திய இவ்வரையறை பயனற்றதாகிறது.

இவ்விருவகையான வரையறைகளின் நிறைகுறைகளை யோசிக்கும் பொழுது, நாட்டார் வழக்காற்றியல் என்றால்

‘அனைத்து வகையான வாய்மொழித் தரவுகள் குறித்த ஆய்வுகள்’ என்று எளிமையாக வரையறை செய்வதே சரியாக இருக்கும். மொழியியல், நிகழ்த்துதல் ஆய்வுகள் வழக்காற்றியலோடு நெருங்கிய தொடர்புடையவை என்றாலும் அவை தனித் தனியான ஆய்வுப் பிரிவுகளே.

நாட்டார் வழக்காற்றியலைத் தற்காலத்தில் தீவிரமாக மேற் கொண்டுவரும் மூன்று பிரிவினரைப் பற்றியும் அவர்கள் எதிர்கொள்ளும் பிரச்சினைகள் பற்றியும் சுருக்கமாகப் பார்த்தால் சில செய்திகளை நம்மால் விளக்க முடியும்.

1. மாரீஸ் ப்ளூம்ஃபீல்டால் பெருமளவில் வடிவமைக்கப் பட்ட இந்தியவியல் ஆய்வுகள் முதல் வகையாகும். இவ்வகை ஆய்வினர் சமஸ்கிருத அறிஞர்களாகவே தொடக்கத்தில் அறியப்பட்டிருந்தனர். அவர்கள் மொழியியல் அறிவையும் மானுடக்கலை குறித்த அறிவையும் கொண்டிருந்தனர். சமஸ்கிருதம் குறித்த ஆய்வுகள் இவர்களை நாட்டார் வழக்காறுகள் பக்கம் திருப்பி விட்டன. தற்கால ஆய்வுகளில் பெருமளவில் பயன்படுத்தப்படும் கதைக் கூறுகளின் காலத் தொடர்ச்சி, புவியியல் தொடர்ச்சி மற்றும் சொற்றொடர்களில் ஏற்பட்ட மாற்றங்கள் போன்ற சிந்தனைகள் இவர்களாலேயே வழங்கப்பட்டன. இவ்வகை ஆய்வாளர்கள் வாய்மொழித் தரவுகளை விளக்குவதில் பாரம்பரிய உள்நாட்டு இந்தியச் சிந்தனையாளர்களின் கருத்துகளைப் பயன்படுத்திக் கொண்ட பாங்கு வரலாற்று அறிஞர்களிடம் காண முடியாத ஒன்று. இவர்கள் எண்ணிக்கையளவில் குறைவாக இருந்தாலும், நாட்டார் வழக்காற்றியலாளர் மத்தியில் பரந்த அறிமுகத்தைப் பெற்றிருக்கவில்லை என்றாலும், இவர்களின் ஆய்வுகள் வழக்காற்றியலுக்குப் பெரிதும் துணை நிற்கக்கூடியவை.

2. ஃப்ரான்ஸ் போவாஸின் கருத்துகளால் பெருமளவில் பாதிப்புக்குள்ளான மானிடவியல் ஆய்வுகள் அமெரிக்க இந்தியர்களைப் பற்றியே அதிகம் நிகழ்ந்துள்ளன. இக்குழு உறுப்பினர்கள் சமூக அறிவியலாளர்களாக இருந்தாலும், இந்தியவியல் ஆய்வாளர்கள் போலவே மொழியியலிலும் அக்கறை கொண்டிருந்தனர். இவர்களும்கூட மொழியியல் தரவுகள் முழுமையாகப் பதிவு செய்யப்பட்டு நுணுக்கமாக ஆராயப்படுவதை வலியுறுத்தியிருந்தனர். இவர்களைப் பொறுத்தளவில் பனுவல், மொழியியல் ஆய்வுகளுக்கு

இணையாக எதுவுமில்லை. அமெரிக்க இந்தியர்களைப் பற்றிய ஆய்வுகளில் இக்கருத்திலிருந்து கொஞ்சம் விலகினாலும், இந்தியவியல் ஆய்வாளர்கள் தொடர்ச்சியான எழுத்து மரபு கொண்ட சமூகத்தை ஆய்வு செய்தார்கள் என்றால் இவர்கள் அமெரிக்க இந்தியர்கள் மத்தியில் காணப்படும் எழுதப்படாத, பதிவுசெய்யப்படாத மொழிகளை ஆய்வுக்கு எடுத்துக்கொண்டனர். இவ்வகை வாய்மொழிச் சமூகங்கள், அறிவுத்தளத்தில் எத்தகைய குறைபாடுகளுமற்ற புதிய மொழிக்குடும்பத்தைச் சார்ந்திருப்பதைக் கண்டார்கள்.

இதன்மூலம் வெளிப்படையான பண்பாட்டு வேற்றுமை களைக்கண்ட அமெரிக்க இந்திய ஆய்வாளர்கள் புதியதொரு பண்பாட்டு மரபைத் தரிசிக்க நேர்ந்தது. இதன் தொடர்ச்சியாக, இவ்வாய்வாளர்கள் முற்றிலும் புதிய ஆய்வுமுறை ஒன்றையும் வடிவமைத்தனர். இதன் மூலம், புதிய பண்பாட்டுக் கோலங்களை ஆய்வு செய்யும் முறை ஒன்று தோன்றியது. இந்த ஆய்வு முறை நாட்டார் வழக்காற்றியலில் மிக நேர்த்தியான உத்தியாகக் கருதப் பட்டது. இந்த ஆய்வு உத்தி, மொழியியல் ஆய்வுகளையும் தாண்டி உளவியல் சார்ந்த காரணிகளை அடையாளப் படுத்தவும் வெளிப்படுத்தவும் உதவி செய்தது.

நாட்டார் வழக்காறுகளில் காலம், இடம் சார்ந்து உருவாகும் மாற்றங்களைக்கூடத் தவறவிடாத இம்மானுடவியல் ஆய்வு சமீபகாலமாக நாட்டார் வழக்காறுகளின் தனித் தன்மைகளைக் கண்டுணரும் முயற்சிகளின்பால் கவனம் திருப்பியுள்ளது.

3. ஐரோப்பிய நாட்டார் கதை ஆய்வுகளிலிருந்து உருவான ஆர்னி தாம்சன் ஆய்வுமுறை, பிற இரு ஆய்வுப் போக்குகளிலிருந்து வேறுபட்டது. இக்குழு மானுடத்தை மையப்படுத்திய ஒன்று. எழுத்து மரபிற்கு இணையாக இன்றளவும் வழங்கப்படும் வாய்மொழி மரபில் ஆழ்ந்த கவனம் செலுத்துவது. இக்குழுவின் ஆய்வாளர்கள் நாட்டார் வழக்காறுகளைச் சேகரிப்பதிலும் வகைப் படுத்துவதிலும் அதிக அக்கறை கொண்டவர்கள். ஒரு நாட்டார் கதையின் கணக்கற்ற திரிபு வடிவங்களைச் சேகரிப்பதில் கவனம் கொண்டவர்கள். இவர்களின் ஆய்வு, அமெரிக்காவிலும் பிற நாடுகளிலும் ஏராளமான தாக்கங்களை ஏற்படுத்தியிருக்கிறது. குறிப்பாக

அமெரிக்காவில் பண்பாடுகளுக்கு இடையிலான உறவுகள் குறித்த ஆய்வுகளை இவை முன்னெடுத்துச் செல்கின்றன.

- மரியான் ஸ்மித்

18. நாட்டார் வழக்காறு, எந்த ஒரு தனிநபரின் சார்பும் இன்றி, ஒரு தலைமுறையிலிருந்து இன்னொரு தலைமுறைக்கு மரபாகக் கடத்தப்படும் தகவல்களின் தொகுப்பு. பழமொழிகள், கதைப்பாடல்கள் இன்னபிற வழக்காறுகள், குறிப்பிட்ட நபரின் அழகியல் வெளிப்பாடுகளாகச் சொல்லப்படுகின்றன என்றாலும், தனிநபர் இவற்றிற்கான உரிமையைக் கோருவது தவறு என்பதே என் கருத்து. தனிநபர்கள், வழக்காறுகளை நிகழ்த்துகிறார்கள் அல்லது சிற்சில மாற்றங்களை ஏற்படுத்துகிறார்கள் என்று நாம் சொல்லலாம். ஆனால், வழக்காறுகள் சமூகத்தால் மட்டுமே மறுவுருவாக்கம் செய்யப்படுகின்றனவே அன்றி, தனிநபர்களால் அல்ல. மரபாக நம்மிடம் வந்து சேர்ந்தவையனைத்தும், பருப்பொருள்கள், கருத்துகள் அல்லது வார்த்தைகளே.

பருப்பொருள் சார்ந்த வழக்காறு என்றால், உற்பத்திக் கருவிகளின் வடிவமும் பயன்பாடும், ஆடைஅணிகலன்கள், ஊர்க்கட்டமைப்பு, வீடுகட்டுமானம் போன்றவைகள். பாவனைகளும் விளையாட்டுகளும், பொருட்களுக்கும் கருத்துகளுக்கு இடையே செயல்படக்கூடியவை. கருத்து அளவில் வெளிப்படும் வழக்காறுகள், பிறப்பு, திருமணம், இறப்பு தொடர்பான பழக்கவழக்கங்களாகவும் நோய்களுக்கான மருத்துவ முறைகளாகவும் விவசாயம், வணிகம் தொடர்பான வழக்கங்களாகவும், கிறிஸ்துமஸ், ஈஸ்டர் மற்றும் புனித நாட்கள் தொடர்பான சமயச் செயல்பாடுகளாகவும் காணப்படுகின்றன.

பேச்சாக வெளிப்படும் வழக்காறுகள் சொல்லாடல்களாகக் காணப்படுகின்றன. இடப்பெயர்கள், ஆட்பெயர்கள், பட்டப் பெயர்கள் போன்றவை வரையறுக்கப்பட்ட சூழல்களற்ற பேச்சு வழக்காறுகள். சூழல்களோடு தொடர்புடைய சொல்லாடல்கள் என்று நாட்டார் கதைகள் (பழமரபுக் கதைகள், குறுங்கதைகள், நெடுங்கதைகள், காரணக் கதைகள், நீதிக்கதைகள்), கதைப் பாடல்கள், நாட்டார் பாடல்கள், குழந்தைப் பாடல்கள், பழமொழிகள், விடுகதைகள் போன்றவற்றைக் குறிப்பிடலாம். நாட்டார் வழக்காற்றியல் என்றால், மேற்கூறப்பட்ட மரபான சங்கதிகளைச் சேகரித்தல், வகைப்படுத்தல், விளக்கமளித்தல் என்று விளக்கலாம். வகைப்படுத்துதல், ஓரளவிற்கு விளக்கமளித்தலையும் செய்கிறது. விளக்கமளித்தல் என்பது

வழக்காறுகளின் தோற்றம், அர்த்தம், பயன்பாடு, வரலாறு போன்றவற்றைத் தேடுவதும், வழக்காறுகள் பரவும் விதத்தை விளக்குவதும், அவற்றின் அழகியல் குணங்களை விவரிப்பதும் ஆகும். - ஆர்ச்சர் டெய்லர்.

19. 'நாட்டார் வழக்காறு' என்ற பதத்தைக் கண்டுபிடித்து, ஒரு நூற்றாண்டு ஆனது என்றாலும், இதுவரையில் அதன் பொருள் குறித்து ஒருமித்த கருத்து எதுவும் உருவாகியிருக்கவில்லை. நாட்டார் வழக்காற்றியலில் எல்லோரும் ஒத்துக்கொள்ளும் கருத்து ஒன்று உண்டென்றால், அது 'ஒரு நபரிடமிருந்து இன்னொருவருக்கு மரபாகக் கடத்தப்பட்டு, ஞாபகங்களில் பாதுகாக்கப்பட்டு, எழுத்துப் பதிவுகளற்ற புழக்கத்தைக் கொண்டிருக்கிறது' என்ற கருத்தாகும்.

உலகின் பல்வேறு பகுதிகளிலும் காணப்படும் பழமொழிகள், நடனங்கள், பாடல்கள், கதைகள், பழமரபுக் கதைகள், மரபுகள், நம்பிக்கைகள், மூடநம்பிக்கைகள் என அனைத்தும் நாட்டார் வழக்காறுகளே. மரபான விவசாய முறைகள், குடும்பப் பழக்கங்கள், கட்டட முறைகள், பயன்படுபொருட்களின் வகைகள் சமூக ஒழுங்கமைப்பின் பழமை போன்றவை குறித்த ஆய்வுகளும் நாட்டார் வழக்காறுகளே. மேற்கூறப்பட்ட பழக்கவழக்கங்கள், பழங்குடி அல்லது எழுத்தறிவற்ற சமூகங்களில் காணப்பட்டதென்றால் அவ்வகை ஆய்வுகளை நாட்டார் வழக்காற்றியல் என்று சொல்வதைவிடவும் இனவியல் என்று சொல்வதையே எல்லோரும் விரும்புகின்றனர். மேற்கூறப்பட்ட பழக்கவழக்கங்கள் அனைத்தும் பழமையானவை என்ற அர்த்தத்தில் எழுத்தறிவுபெற்ற மக்களால் நாட்டார் வழக்காறு என்றே அடையாளப்படுத்தப்படுகின்றன.

- ஸ்டித் தாம்சன்

20. பழங்குடி மக்களிடம் வாய்மொழியாகப் பரவும் உரைநடை, பாடல் வடிவங்களை வழக்காறுகள் என்று அழைக்கும் வழக்கம் எழுத்தறிவற்ற சமூகங்களின் பண்பாட்டைப் படிக்கக்கூடிய அமெரிக்க மானிடவியலாளர்களிடம் காணப்படுகின்றது. இவ்வாய்மொழி வகைமைக்குள் புராணங்களும், கதைகளும், குறுங்கதைகளும், விளக்கங்களும், நாடகங்களும், வசனங்களும், செபங்களும், வாய்ப்பாடுகளும், பேச்சுகள் - கேலிகள் - விடுகதைகள் - பழமொழிகள் - மந்திர உச்சரிப்புகள் என அனைத்தும் அடங்கும்.

வாய்மொழிப் பண்பாட்டின் ஒரு பகுதியை மட்டும் வழக்காறாகக் கருதும் இத்தகைய போக்கிற்கு எதிரான

தன்மையை ஐரோப்பிய விவசாயப் பண்பாடுகளைப் படிக்கும் ஆய்வாளர்களிடம் காண முடியும். நாட்டார் பண்பாட்டில் பெரும்பகுதி (பகுதி மட்டுமே) வாய்மொழியாகக் கடத்தப்படுபவையே. இவ்வாறு கடத்தப்படும் தரவுகள் அனைத்தையும் மானிடவியல் ஆய்வாளர்கள் 'வழக்காறு' என்று அழைக்கின்றனர். இந்த அர்த்தத்தில், வழக்காறு என்பது மரபான உரைநடை, பாடல் வடிவிலான பழக்கவழக்கங்கள் மட்டு மல்லாது, பலவகையான கலைகளும், கைவினைகலைகளும், சமூகசமய நம்பிக்கைகளும், மானிடவியலாளர்கள் எழுதும் இனவரைவியல் என அனைத்தும் அடங்கும் என்பது முக்கியம்.

கல்வியறிவுள்ள ஒரு நபர், நாட்டார் வழக்காறு என்று கருதுவது மானிடவியலரின் வரையறைக்கும் மாந்தவியலரின் வரையறைக்கும் இடைப்பட்ட ஒன்று. எப்படி இருப்பினும், வெகுசனப் புழக்கத்தில் உள்ள அனைத்தும் நாட்டார் வழக்காறே. ஒரு சாதாரண நபரும்கூட தற்காலத்தில் 'மூடநம்பிக்கை' என்று சொல்லாமல், அவை 'நாட்டுப்புற நம்பிக்கைகள்' என்று சொல்வதை நாம் காண முடியும்.

பத்தாண்டுகளுக்கு முன்பு வரை, நாட்டார் வழக்காறுகளை எழுதப்படாத இலக்கியங்கள் அல்லது பழங்குடி இலக்கியங்கள் அல்லது இலக்கிய வடிவங்கள் என்று அழைக்கும் போக்கு பண்பாட்டு மானிடவியலர்கள் மத்தியில் காணப்பட்டது. இது, நாட்டார் பண்பாட்டின் மரபான சங்கதிகளை ஆய்வுக்குட்படுத்தும் மாந்தவியலரின் நடவடிக்கைகளுக்கும், மானிடவியலர் 'இனவரைவியல்' என்று சொல்வதற்கும் இடையே ஏராளமான ஒற்றுமைகளை உருவாக்கியிருக்கிறது.

- எர்மினி வோகலின்

21. பேச்சை ஊடகமாகக் கொண்ட கலை வடிவங்களான கதைகள், பழமொழிகள், சொற்றொடர்கள், பாடல்கள், பிற வாய்ப்பாடுகள் என அனைத்தும் நாட்டார் வழக்காறுகளே.

- ரிச்சர்ட் வாட்டர்மேன்.

ஏழாம் அத்தியாயம்

வாய்மொழிக் கதையாடல்களின் குறியியல்

பேச்சே வாய்மொழி

பேச்சு என்று சொன்னால் அதன் தொடர்ச்சியாக எழுத்தும் ஓடிவருகிறது. வாய்மொழியைப் புரிந்துகொள்வதற்கு முயற்சி செய்கின்ற வேளையில், அறிந்தோ அறியாமலோ ‘பேச்சு - எழுத்து’ என்ற இரு ஊடகங்களுக்கு இடையிலான முரண்பாட்டை அங்கீகரிக்கும் செயலையும் நாம் செய்கிறோம். வாய்மொழியை அதாவது பேச்சை, ‘எழுத்து’ பற்றிய பிரக்ஞை இல்லாமல் நம்மால் யோசிக்க முடிந்ததில்லை. ஆனால் அவ்வாறு சிந்திக்க வேண்டிய நிர்பந்தமும்கூட நமக்கு எதுவுமில்லை.

வாய்மொழியின் தன்மைகள், வெளிப்பாட்டு வடிவங்கள், செயல்பாடுகள், அதை மேற்கொள்ளும் நபர்களின் மனநிலைகள், பேசுபவர்கள் மீது அது நிர்பந்திக்கக்கூடிய கட்டுப்பாடுகள், விதிமுறைகள், பல நேரங்களில் அது வழங்கக்கூடிய சுதந்திரங்கள் போன்றவற்றை அறிந்து கொள்ளும் அந்த கணமே ‘எழுத்து மொழி’யின் ஆளுமைகளையும் நாம் அறிந்துகொண்டிருக்கிறோம் என்பதுதான் உண்மை. இரண்டையும் தனித்தனியே அறிந்து

கொள்வது சாத்தியமில்லை. அந்த வகைக்கு இரண்டும் ஒன்றோடொன்று பின்னிப் பிணைந்தவை.

இதற்காக வாய்மொழியையும் எழுத்துமொழியையும் வரலாற்றில் மில்மன் பாரி செய்ததைப் போல, இரட்டை எதிர்மறைகளாக யோசிக்க வேண்டிய அவசியமுமில்லை. ஆனால் அப்படித்தான் நிறையப்பேர் அவசரத்தில் செய்கிறார்கள். அவ்வாறு செய்வது 'வரையறுக்கப்பட்ட எல்லைக்கு அப்பால் யோசித்தல்' என்பதையே இல்லாமல் மாற்றிவிடுகிறது. ஏனெனில் முரண்களை இரட்டை எதிர்மறைகளாகக் கற்பனை செய்வது எளிமையானது! வசீகரமானது!

எதிரெதிர் துருவங்களை யோசிப்பதற்கு நீங்கள் அதிகம் மெனக்கெட வேண்டியதில்லை. பதில் தெரிந்த கேள்விகள் அடங்கிய வினாப் படிவம் ஏற்கெனவே தயாராக இருக்கிறது. நீங்கள் செய்ய வேண்டியதெல்லாம் அந்தக் கேள்விகளுக்கான பழைய பதில்களைப் புதிதாய்க் கண்டடைந்த உற்சாகத்தோடு எழுத வேண்டியது மட்டுமே. நீங்கள் சரியாய்த்தான் எழுதுகிறீர்களா என்பதை அந்த வினாப் படிவமே கண்காணித்துக் கொள்கிறது. இதுவும் ஒரு வகைக் 'கண்காணிப்பு அரசியலே'.

வாய்மொழிக்கும் எழுத்துமொழிக்குமான வேறுபாட்டை 'எதிர்மறை' என்று பார்க்காமல் வேறு மாதிரிப் பார்க்கத் தொடங்கலாம். இக்கட்டுரையின் பெரும் பகுதியில் இத்தகைய மாற்றுப் பார்வைகளுக்கான முயற்சிகளே மேற்கொள்ளப் பட்டுள்ளன.

ஓசை என்பதும் காட்சி என்பதும் இருவேறு ஊடகங்கள். இவ்வூடகங்கள், வேறெந்தவொரு சிறந்த ஊடகத்தையும் போலவே, சில பல செய்திகளை ஒன்றிலிருந்து மற்றொன்றிற்குக் கடத்துவதற்குப் பயன்படுகின்றன. இவ்வூடகங்களின் வழியே ஒரு செய்தி கடத்தப்பட வேண்டும் என்றால் அது சில அடிப்படையான தகுதிகளைப் பெற்றிருக்க வேண்டும் என்று சொல்லப்படுகிறது. இதனால் ஓசையின் வழியே கடத்தப்படும் செய்தி ஒரு வடிவத்திலும் காட்சியின் வழியே செல்லும் செய்தி வேறொரு வடிவத்திலும் அமைய வேண்டியிருக்கிறது.

பேச்சும் எழுத்தும் இவ்வாறுதான் வெவ்வேறு வடிவங்களாக உருவாக்கப்பட்டுள்ளன. இவ்வடிவங்கள் தத்தமது ஊடகங்களின் குணங்களையும் அவை விதித்த நிர்பந்தங்களின் தடயங்களையும் தம்மில் கொண்டுள்ளன என்பது உண்மை. இதன் காரணமாகவே ஒரே சொல்லின் உச்சரிப்பிற்கும், வரிவடிவத்திற்கும் இடையிலான

உறவில் பகுத்தறிவு சார்ந்த, தர்க்க ரீதியான தொடர்பிருக்க சாத்தியமிருப்பதில்லை.

அதாவது, இந்த ஒலியை ஏன் இவ்வாறு எழுத வேண்டும், அந்த ஒலியை ஏன் அவ்வாறு எழுத வேண்டும் என்ற கேள்விகளுக்கு எந்த மொழியிலும் பதிலில்லை. மொழியின் வரலாற்றில் ஒலியே காட்சியை விடவும் காலத்தால் முந்தையது. ஆனால், வரி வடிவத்தைத் தீர்மானித்தபொழுது ஏற்கெனவே புழக்கத்தில் இருந்த ஒலி வடிவங்கள் எந்தவொரு கட்டாயத்தையும் ஏற்படுத்தவில்லை என்பதும் நாம் கவனிக்க வேண்டிய ஒன்று.

ஒரு சொல்லின் வரி வடிவத்திற்கும் ஒலி வடிவத்திற்குமான வேறுபாடு 'குறிப்பான்' என்பதன் உள்முகச் சிக்கலே. அதாவது வாய் மொழிக்கும் எழுத்துமொழிக்குமான சிக்கலைக் குறிப்பான்களின் சிக்கலாக விளக்க முடியும். ஒரு சொல், (அதாவது குறி) தனது வெளிப்பாட்டு வடிவத்தைக் குறிப்பானென்றும், தான் குறிக்கும் பொருளை குறிப்பீடென்றும் ஒழுங்குபடுத்தியுள்ளது. அப்படியானால், பேசப்படும் சொல்லுக்கும் எழுதப்படும் சொல்லுக்குமான வேறுபாடு குறிப்பான்களின் வேறுபாடு என்ற முடிவிற்கு வந்துவிடலாம்.

வாய்மொழிக்கான குறிப்பான் வேறு, எழுத்து மொழிக்கான குறிப்பான் வேறு என்பது நமக்குத் தெரியும். இவ்வெவ்வேறு குறிப்பான்களும் சுட்டுகின்ற பொருள் ஒன்றே என்பதும் நமக்குப் புரியும். 'குறிப்பான்கள் குறிப்பீடுகளுடன் கொண்டிருக்கும் தொடர்பு இடுகுறித் தன்மையானது' என்ற சசூரின் விளக்கத்தின்படி குறிப்பான்களின் பணி விலகி நின்று பொருள் சுட்டுவதே. அதாவது அருவங்களுக்கான உருவ அடையாளங்களாக நின்று விடுவது.

அப்படியானால் பருப்பொருட்கள் அர்த்தங்களைப் பாதிப்பதில்லை என்று நாம் சொல்ல வேண்டும். ஆனால் சசூரின் இடுகுறித் தன்மையையும் மீறி உருவங்கள் அருவங்களைக் கட்டுப்படுத்து கின்றன என்ற தொனியில் பேச ஆரம்பித்தால் ஒருவேளை வடிவவியல் செய்த பழைய தவறுகளை நாமும் செய்ய வேண்டிவரலாம். இந்தச் சூழலில் வாய்மொழி, எழுத்துமொழி வேறுபாட்டைக் குறிப்பான்களின் சிக்கலாக விளக்குதல் குறிப்பான் நிர்ணயவாதமாகவும் சுருங்கிப் போகும் அபாயம் இருக்கிறது.

ஆனால் அதே சமயம் இவ்விரண்டிற்கும் இடையிலான வேறு பாடுகளையும் மறுப்பதற்கில்லை; அவை வெளிப்படுத்தும் செய்திகளே கூட அவ்வேறுபாட்டைத் தெளிவாய்ப் புலப்படுத்து கின்றன. பேச்சு, எழுத்து என்கிற முரண்பாட்டைச் சொல் அல்லது

குறி போன்ற அடிப்படை அலகுகளின் மூலம் விளக்கினால் குழப்பங்கள் வருகிறது என்றால் வேறு எப்படிதான் விளக்குவது?

மேற்கொண்டு குறியியல் வார்த்தைகளிலேயே விவாதத்தைத் தொடர்வதற்குமுன், நமது சிக்கலை மேலும் தெளிவுபடுத்திக் கொள்ளலாம். வாய்மொழிக் கதையாடல்களின் குறியியல் என்று பேசுகையில் வாய்மொழி மூலமாக நடைபெறும் குறித்தலைப் பற்றிய அறிவியல் என்று விளங்கிக்கொள்கிறோம். மொழி என்ற பொதுச் சொல்லைத் தவிர்த்துவிட்டு வாய்மொழி என்று யோசிக்கும் வேளையில் அதன் இணைப்பாக எழுத்து மொழியையும் இணைத்தே சிந்திக்கிறோம் என்பதை அறிந்திருக்கிறோம். இவ்விரு செயல் பாடுகளும் சமூகத்திலேயே நிகழ்கின்றன என்ற முறையில் அவற்றிற்கிடையேயான வேறுபாடுகளை நம்மால் எளிதில் உணர முடிகிறது. அதேபோல், இரண்டிற்குமான தொடர்புகளையும் ஊடாட்டங்களையும் பரிமாற்றங்களையும் நம்மால் புரிந்துகொள்ள முடிகிறது.

ஆகவே, மரபான இரட்டை எதிர்மறைச் சிக்கலாக இவற்றைப் பார்ப்பதை நாம் தவிர்க்கிறோம். இத்தகைய சூழலில் வாய்மொழிக் கதையாடல்களின் குறித்தலை எவ்வாறு விளங்கிக் கொள்வது? இவை இரண்டிற்குமிடையே நாம் உணர்கின்ற வேறுபாடு எந்த அளவிலானது?

வாய்மொழியை அல்லது அதன் கதையாடலை இவ்வளவு தூரம் சிக்கலுடையதாக வரையறுக்க வேண்டுமா என்று கேட்கலாம். ஆனால் இப்படிச் செய்வதற்கான ஆதார நியாயம் ஒன்று உண்டு. அது, மொழிக்கும் சிந்தனைக்கும் இடையே நெருக்கமான, தவிர்க்க முடியாத உறவு உண்டு என்பதே ஆகும்.

குறியியல் என்ற அறிவுத்துறையின் வளர்ச்சிக்குப் பின்பு மொழி எவ்வாறு சிந்தனையைத் தீர்மானிக்கிறது என்பது தெளிவாகி இருக்கிறது. குறிப்பாக மத்தியகால ஐரோப்பியச் சிந்தனையாளரான பியர் அபிலார்ட் மொழி பற்றி பேசுகிறபொழுது 'மொழி கருத்துப் புலப்படுத்தத்திற்கான கருவி மட்டுமல்ல; சிந்தனைக்கான கருவியாகவும் செயல்படுகிறது' என்று தெளிவுபடுத்திய செய்திகள் மொழிக்கும் சிந்தனைக்குமான தொடர்புகளைத் தெளிவுபடுத்தின.

மனிதன் பௌதீக உலகத்துடன் கொண்ட நேரடியான அனுபவம் மூலமே சிந்தனை சாத்தியமாகிறது. ஆனால் அதன் அடுத்தடுத்த நிலைகளில் அச்சிந்தனை தனக்குள்ளிருந்தே பல்வேறு சிந்தனைகளாகப் பல்கிப் பெருகுகிறது. 'பொதுமைகள்' என்றழைக்கப்படுகிற மனபிம்பங்கள் அனைத்தும் இவ்வாறு

நேரடியான அனுபவங்களின் விளைவாக இல்லாமல், கருத்துகளின் விளைவாக உருவாக்கப்பட்டவை.

அபிலார்டின் இந்தப் பார்வை தத்துவ உலகின் மிகப் பழைய விவாதப் பொருளான 'சிந்தனையிலிருந்து பொருளா?' அல்லது 'பொருளிலிருந்து சிந்தனையா?' என்ற கேள்விக்கு வேறு வகையில் பதிலளிக்க முன் வந்தது. இதன் தொடர்ச்சியாக சிந்தனையானது பொருட்களுடனான உறவிலிருந்தும் கருத்துக்களுக்கு இடையேயான ஊடாட்டத்திலிருந்தும் தோன்ற முடியுமென்கிற சூழலில், சிந்தனைகளைச் சுட்டி நிற்கிற அல்லது அடையாளப்படுத்துகிற மொழிக்குறிகளின் செயல்பாடுகள் முக்கியத்துவம் பெற்றன.

சிந்தனைகளின் அடையாளங்களாக நிற்கக்கூடிய குறிகள் மொழி என்ற ஒழுங்கமைப்பிற்குள் செயல்படுவதால், தொடர்ச்சியான சிந்திக்கும் செயல்பாட்டை ஒழுங்குபடுத்துபவையாகவும் பணியாற்றத் தொடங்குகின்றன. சிந்தனையை அணுகுவதென்பதும் அவற்றை மேற்கொண்டு வளர்ப்பதென்பதும் மொழியின் தடத்திலேயே, அது மொழியக்கூடிய கட்டுப்பாடுகள், விதிமுறைகள், வாய்ப்புகள், சுதந்திரங்களுடன் நடைபெறுவ தென்பது தவிர்க்க முடியாததாக மாறிவிடுகிறது. எனவே, மொழியின் ஒழுங்கமைப்பு என்ற குணம் சிந்தனையைத் தீர்மானிப்பதாக, வழி நடத்துவதாக மாறி விட்டிருக்கிறது.

மொழியின் ஒழுங்கிற்கும் சிந்தனையின் ஒழுங்கிற்குமான இத்தகைய தொடர்ச்சி, மொழி அதன் ஒழுங்கை முன்னிட்டு வாய்மொழி, எழுத்துமொழி என வரையறுக்கப்படும் சூழலில், இரண்டு மொழிகளும் வெவ்வேறான ஒழுங்கமைப்புகளைக் கொண்டிருக் கின்றன என்றால், வேறுவேறான சிந்தனை ஒழுங்கையும் கொண்டிருக்கின்றனவா என்ற கேள்வியை எழுப்புகிறது. இதன் அடிப்படையிலேயே, வாய்மொழிக் கதையாடலின் குறித்தலைப் பற்றி யோசிக்கையில் வேறொரு சிந்தனைத்தளம் இதனுள் செயல் பட்டுக்கொண்டிருக்கிறதா, (வழக்கமான குறியியல் ஆய்வுகள் எழுத்து மொழிக் கதையாடலையே தனது ஆய்வுப் பொருளாகக் கொண்டிருக்கும் சூழலில்) என்று யோசிக்கத் தொடங்குகிறோம்.

வாய்மொழித்தன்மை மாறுபட்ட சிந்தனையொழுங்கைக் கொண்டிருக்கிறது என்ற முறையில், எழுத்துமொழியுடனான வேறுபாடு எந்த நிலையில் உருவாக்கம் பெறுகிறது என்பதே நமது சிக்கலாக இருந்தது. மொழி, குறிகளின் ஒழுங்கமைப்பாகச் செயல்படுகிறது என்றால், வாய்மொழியின் தனித்துவம் குறிகளின் அளவிலேயே தோற்றம் பெறத் தொடங்கிவிடுகிறதா என்ற நமது

கேள்விக்கான விவாதத்தில், குறிகளின் அளவிலேயே வேறுபாடுகள் உருவாகின்றன என்ற வாதம் ஒட்டுமொத்த வாய்மொழி - எழுத்து மொழி சிக்கலையும் வடிவவியல் சிக்கலாக, குறிப்பான்களின் சிக்கலாகச் சுருக்கிவிடக்கூடிய அபாயமிருப்பதைக் கண்டுகொள்ள முடிந்தது. குறிப்பான்கள், குறிப்பீடுகளை எவ்வளவு தூரம் கட்டுப்படுத்துகின்றன என்பதும் சந்தேகத்திற்குரியது.

இதே விதமான சிக்கலைத் தனது *"Of Grammanotogy"* நூலில் எடுத்துக் கொள்கிற மூாக் தெரிதா மிக எளிமையாக, வாய்மொழிக் குறிப்பான்களைக் 'குறிப்பான்கள்' என்றும் எழுத்துமொழிக் குறிப்பான்களைக் 'குறிப்பான்களின் குறிப்பான்' என்றும் அழைப்பதன் மூலம் தீர்த்துக்கொள்வதைக் கவனிக்க வேண்டும். இதன் மூலம் குறிப்பீடுகள் என்பவை எப்பொழுதும் ஓசையாலான குறிப்பான்களாலேயே சுட்டப்படுகின்றன என்றும், வரிவடிவிலான குறிப்பான்களும்கூட அவற்றின் உச்சரிப்பைச் சுட்டிய பின்பே அர்த்தம் சுட்டப்படுகிறது என்றும் குறிப்பிடுகிறார்.

அர்த்தம் எனும் குறிப்பீட்டுடன் நேரடியாகத் தொடர்பு கொண்டிருப்பது, அது வாய்மொழியானாலும் அல்லது எழுத்து மொழியானாலும், ஓசை எனும் குறிப்பான்தான் என்ற உண்மை நமது சிக்கலைச் சிறிது தளர்த்துகிறது. குறிகளின் தளத்தில் பேச்சு - எழுத்து என்ற சிந்தனை வேறுபாடு நடைபெறுவதில்லை என்பதை விளங்கிக்கொள்ளுதல் இந்த நிலையில் அவசியம்.

சிந்தனை வேறுபாட்டிற்கான வேர், குறிகளின் நிலையில் செயல்படவில்லை என்ற முடிவு வடிவவியல் வாதத்திலிருந்து நம்மைக் காப்பாற்றும் என்றாலும், இரு வேறு குறிப்பான்களுக்கு இடையிலான குணமாறுபாடு இல்லாமல் இல்லை. பேச்சுக் குறிப்பான்களுக்கும், எழுத்துக் குறிப்பான்களுக்கும் அவற்றின் வடிவத்திலும் நிலைத்தன்மையிலும் வேறுபாடுகள் உள்ளன.

ஒலி வடிவமற்றது, நீடித்து நிலைத்திருக்காதது, நிகழ்த்துதல் சார்ந்தது; காட்சியோ வடிவமுடையது, நிலையானது, நிகழ்வு சார்ந்தும் சாராமலும் இருந்துகொண்டிருப்பது. பேச்சுக் குறி, உச்சரிக்கப்பட்ட மறுகணமே ஞாபகமாக மாறிவிடுகிறது; உருவ மற்றது எனவே 'திரும்பிப் பார்க்க' முடியாதது. பிறந்த கணத்தைத் தவிர பிற பொழுதுகளில் பேச்சு குறிப்பான்களால் தங்களது பௌதீகத் தன்மையைக் காப்பாற்றிக் கொள்ள முடிந்ததில்லை.

அவை, வெளிப்பட்ட மறுகணமே தங்களைக் குறிப்பீடுகளாக உருமாற்றிக்கொள்கின்றன. அதன் பின், குறிப்பான் நினைவுகளே நம்மில் நிலை கொண்டுள்ளன. எனவே, வாய்மொழிக் குறிப்பான்கள்

கணநேரம் மட்டுமே ஒலியாக வாழ்கின்றன. ஒலி மறைந்த மறுகணம் அவை உணர்வுகளாக மாறிவிடுகின்றன.

ஆனால், எழுத்துக் குறிப்பான் நிலைத்து நிற்கிறது; தனது வடிவத்தைக் காப்பாற்றி வருகிறது; ‘மறுபடியும்’ என்ற சாத்தியத்தை வாசிப்பவனுக்கு வழங்குகிறது; பூதக் குறிப்பானாகவே அதனால் வாழ்ந்து கொண்டிருக்க முடிகிறது. பேச்சுக் குறிப்பான் அருவமாக, ஞாபகத்தைச் சார்ந்து செயல்படுகிறது என்றால், எழுத்துக் குறிப்பான் உருவமாக, எதையும் சாராது இருந்து கொண்டிருக்கிறது.

இத்தருணத்தில் தொல்காப்பியம் சொல்லின் இரு பகுதிகளாகக் குறிப்பிடும் ‘சொன்மை’, ‘பொருண்மை’ என்பனவற்றை மனதில் கொள்ளலாம். ஏறக்குறைய சசூரின் ‘குறிப்பான்’, ‘குறிப்பீடு’ என்ற சொற்களுக்கு இணையானவை எனச் சொல்லமுடிகிற சொன்மையும், பொருண்மையும் தமிழ்க் குறியியல் சிந்தனையில் எவ்வாறு புரிந்து கொள்ளப்படுகின்றன என்பது முக்கியம். ‘சொன்மை’ என்ற சொல் குறிப்பானிற்கு இணையானது என்றாலும் இரண்டும் வெவ்வேறு தன்மைகளைச் சொல்லக்கூடியவை.

‘குறிப்பான்’ என்பது வடிவமுடைய, நிலைபெற்றிருக்கக்கூடிய அடையாளத்தைப் பேசுகிறது என்றால் ‘சொன்மை’ என்பது குறிப்பானின் வெளிப்பாட்டுத் தன்மையை, குணத்தைச் சுட்டுகிறது. சசூரின் ‘குறிப்பான்’ திரும்பிப் பார்க்க முடிவதாக, நிலையானதாகக் கற்பனை செய்யப்படுகையில், தொல்காப்பியக் ‘குறிப்பான்’ வேறொரு பொருளைச் சுட்டுவதற்காகச் செயல்பட்டுக் கொண்டிருக்கும் ‘பொருளின் தன்மை’யென வரையறுக்கப்படுகிறது.

சசூர் குறிப்பானைக் காட்சிவடிவப் பொருளென்றும், தொல்காப்பியம் குறிப்பானை காட்சிவடிவப் பொருளின் குணம் என்றும் விளக்குகின்றனர். இதனடிப்படையில் ‘குறிப்பான்’ என்ற சொல் எழுத்துக் குறிப்பானைச் சுட்டுகிறது என்றும், தொல்காப்பியச் ‘சொன்மை’ பேச்சுக் குறிப்பானைச் சுட்டுகிறது என்றும் விளக்க முடியும்.

பேச்சுக் குறிக்கும் எழுத்துக் குறிக்குமான வேறுபாடு குறிப்பான்களின் செயல்பாட்டைப் பொறுத்து விளக்கப்படுகிறது. எழுத்துக் குறியின் குறிப்பான் பருப்பொருளாகவும் அதன் குறிப்பீடு அருவமான தாகவும் தொழிற்படுகிறது என்றால், வாய்மொழிக் குறியின் குறிப்பான் தானும் அருவமாகவே இயங்கக்கூடிய நிர்ப்பந்தத்தில் உள்ளது. இதனாலேயே தொல்காப்பியம் குறிப்பானை ‘சொன்மை’ என்று அழைக்கிறது.

இச்சூழலில், வாய்மொழிக் கதையாடல்களின் தனித்துவம், அதாவது பேச்சு, எழுத்திலிருந்து எவ்வாறு வேறுபடுகிறது என்ற நமது சிக்கலை மறுபடியும் விவாதிக்கத் தொடங்கலாம். அடிப்படையில், மொழி, நன்கு வடிவமைக்கப்பட்ட குறிகளின் ஒழுங்கமைப்பு என்று விளக்கப்படுகிறது. இதன் அடுத்த கட்டமாக, இவ்வாறு ஒழுங்குபடுத்தப்பட்ட குறிகளிலிருந்து 'பேச்சு' என்ற பனுவல் உருவாக்கப்படுகிறது.

இப்பனுவலிலும் ஒரு ஒழுங்கு செயல்படுகிறது; அதை நாம் கதையாடல் என்று அழைக்கிறோம். அக்கதையாடலை உணர்ந்து கொள்ளும் போது உங்களுக்குள் ஒரு சொல்லாடல் உருவாகுகிறது. ஒவ்வொரு முறை மொழியைப் பயன்படுத்தும் பொழுதும், குறி, குறிகளின் ஒழுங்கமைப்பு, பனுவல், சொல்லாடல் என்ற நான்கு நிலைகளையே நாம் எதிர்கொள்கிறோம். வாய்மொழிக் கதையாடலின் தனித்த சிந்தனைப் போக்கு என்று ஏதாவது இருக்கும் என்றால் அது இந்த நான்கு காரணிகளுக்குள்தான் இருக்க முடியும்.

வாய்மொழி குறித்து செய்யப்பட்ட ஆய்வுகளை இரு வகைகளாகப் பிரிக்க முடியும். வாய்மொழி வெளிப்பாடுகளைப் பனுவல்களாக ஏற்றுக் கொண்டு அதில் வெளிப்படும் அர்த்தங்களை விசாரிப்பதற்காகச் செய்யப்பட்ட ஆய்வுகள் முதல் வகை. இவ்வகைப் பனுவல்கள் சார்ந்த ஆய்வுகளை மில்மன் பாரி, ஏ.பி. லார்ட், ரிச்சர்ட் பாமன், டெல் ஹைம்ஸ், வால்டர் ஜே. ஓங், லாரி ஹாங்கோ போன்றோர் செய்துள்ளனர். வழக்காற்றுப் பனுவல்களை ஆராய்ந்த இவர்களின் ஆய்வு நோக்கங்கள் வெவ்வேறாக இருந்தாலும், மையச் சரடு என்னவோ 'பனுவல்' தான்.

'வாய்மொழி - எழுத்துமொழி' என்ற இரட்டை எதிர்மறையை ஆதரித்து வலுவாக வாதிட்ட பாரி, லார்டின் 'வாய்மொழி வாய்பாட்டுக் கோட்பாட்டின்' நோக்கம், பேச்சு இலக்கியங்களில் வெளிப்படும் ஒழுங்கமைவைக் கண்டுகொள்வது. இவர்கள் இருவரும் வாய்மொழி இலக்கியங்களின் விஸ்தீரணத்தில் ஆச்சரியப்பட்டு அப்பனுவல்களைத் தோற்றுவிக்க கலைஞர்கள் பயன்படுத்தும் உத்திமுறையைக் கண்டறிய முனைந்து நின்றனர்.

இவர்கள், நாட்டார் வழக்காறுகளை 'இலக்கியங்கள்' என அழைக்கத் தொடங்கியதையும் கவனத்தில் கொள்ள வேண்டும். 'வழக்காறு' என்ற சொல் சுட்டும் குழுத்தன்மை 'இலக்கியம்' என்று சொல்லும் போது இல்லை; ஆனால், கூடுதலாக, பாடகர் அல்லது கலைஞருக்கு 'படைப்பாளி' என்ற அந்தஸ்து வழங்கப்பட்டிருக்கிறது.

அதே நேரம், வாய்மொழி வாய்பாட்டுக் கோட்பாடு நெடுகிலும் இழையோடும் 'பேச்சு - எழுத்து' என்ற துருவ முரண்பாடு இலக்கியகர்த்தாவும், பாடகனும் ஒரே தரத்தவர்கள் அல்ல என்ற முன்முடிவையும் தருகிறது. மொத்தத்தில், இக்கோட்பாடு, நீண்ட காவியங்களைக் கட்டும் நாட்டார் கலைஞனின் ஞாபகம் எவ்வளவுக் கூர்மையானது என்றே வியந்து கொண்டிருந்தது.

'ஞாபகம்' முதன்முறையாக வாய்மொழிக் கதையாடல் ஆய்வுகளில் முக்கியமானவொரு விவாதப்பொருளாக உருமாறியது. மில்மன் பாரியும் ஆல்பர்ட் பேட்ஸ் லார்டும் நாட்டார் கலைஞனின் ஞாபக உத்திகளைக் கண்டுபிடிப்பதில் தங்களது ஆய்வு நேரத்தை செலவழிக்கத் தொடங்கினர். அதன் விளைவாக, மரபான விளிகள், பழகிய சொற்றொடர்கள், அடிக்கருத்துகள், வாய்ப்பாடுகள் போன்ற ஞாபக சூட்சுமங்களை அவர்கள் வரிசைப்படுத்தத் தொடங்கினர். இச்சூட்சுமங்களைக் கற்றுக் கொண்டு, சரியான தருணங்களில் பயன்படுத்தத் தெரிந்த நபர் மிகச் சிறந்த நாட்டார் கலைஞராக மாறுகிறார் என அவர்களது கோட்பாடு வாதிட்டது.

நாட்டுப்புறக் கலைஞன் என்பதற்கும் வழக்காற்றை நிகழ்த்துபவர் என்பதற்கும் எவ்வளவு வேறுபாடுகள் உள்ளன என்பதை இவர்களது ஆய்வுகள் நமக்குச் சுட்டிக்காட்டுகின்றன. நீண்ட கதைப்பாடல்களை மறக்காமல் பாடுவதற்கான சிறப்பு உத்திகளை நாட்டுப்புற மக்கள் எவ்வாறு கற்றுக் கொள்கிறார்கள் என்று அவர்கள் விவரிக்கும் பொழுது தான், அவர்கள் கலைஞன், கலைஞன் என்று சொல்வது அனைத்தும் நிகழ்த்துபவரையே என்று நமக்கு விளங்குகிறது.

ஆனால், இதில் வேறொரு நல்ல விஷயம் இருந்தது. வாய்மொழிக் கலைஞர்கள் பற்றி தெரியவில்லை என்றாலும் அக்கதையாடலின் அடிப்படை அலகுகள் குறித்து ஒரு தெளிவு ஏற்பட்டது. வாய்ப்பாடுகள், அடிக்கருத்துகள், கதை வகைகள் போன்ற உத்திகள் கண்டறியப்பட்டன. இவற்றைத் திறம்படச் செயல்படுத்த 'ஞாபகம்' எவ்வாறு பயன்படுகிறது என்றும் விளங்கியது.

இதன் மூலம் வாய்மொழிக்கும் எழுத்துமொழிக்குமான வேறுபாடு மொழியின் அடிப்படை அலகுகளில் நிலைகொண்டிருக்கவில்லை. மாறாக சொற்றொடர்களில் அமைந்திருப்பதாக விளக்கப்பட்டது. நாட்டார் கலைஞன் வாய்மொழிக் கதையாடல் உருவாக்கத்திற்கான பயிற்சியை மொழி ஆளுமையின் மூலம் பெறுவதில்லை; அவனுடைய மொழி ஆளுமை சொற்களின் எண்ணிக்கையோடு தொடர்புடையது அல்ல. இதனால் அவனது 'பேச்சு' அல்லது

'பனுவல்' சொற்களால் கட்டப்பட்டவை அல்ல, மாறாக சொற்றொடர்களால் கட்டப்பட்டுள்ளன.

நாட்டார் கலைஞர் மட்டுமல்ல. வாய்மொழி சமூகத்தில் வாழும் எந்தவொரு நாட்டாரும் தனது 'சேமக்கலனில்' ('மொழிக்கிடங்கு' என்ற மொழியியல் கருத்தாக்கத்திற்கு இணையானதாக) மரபான பயன்பாட்டுத் தொடர்களையேக் கொண்டிருக்கிறார். தலைமுறை தலைமுறையாக வழங்கிவரும் வழக்காறுகளையே வாய்மொழிப் பண்பாடு தனது சமூக உறுப்பினர்களுக்கு ஒரு மொழியைக் கற்றுத் தருவதைப் போல கற்றுத் தந்திருக்கிறது. சிந்தனைத் தொடர்ச்சியைக் காப்பாற்றிக் கொள்வதற்காக எல்லா வாய்மொழிச் சமூகமும் இதனையே தனது அடிப்படை விதியாகக் கொண்டிருக்கிறது.

வாய்மொழிப் பண்பாடுகளின் உளஇயக்கவியலைப் பேச முனைந்த வால்டர் ஜே. ஓங் இக்கருத்தாக்கத்தை மேலும் விரிவுபடுத்துகிறார். தூய வாய்மொழிப் பண்பாடொன்றைக் கற்பனை செய்யும் ஓங், அதன் சிந்தனாமுறை எழுத்துமொழி சிந்தனாமுறையினின்று முற்றிலும் வேறுபட்டிருக்கும் என்று விவாதிக்கத் தொடங்குகிறார்.

மில்மன் பாரியின் 'ஞாபகப்படுத்தலை' விவாதத்தின் மையச்சரடாகக் கொள்ளும் ஓங், ஞாபகச் சிக்கல்கள் கொண்ட வாய்மொழி அதை நிவர்த்தி செய்வதற்காக தன்னை எவ்வாறெல்லாம் திருத்தி வடிவமைக்கிறது என்று விவரிக்க ஆரம்பிக்கிறார். இதன் காரணமாக, அப்பண்பாட்டின் உளம் அல்லது சிந்தனை எவ்வாறு மாற்றமடைகிறது என்று விளக்க முனைகிறார்.

'ஞாபகம்' என்பதை வாய்மொழி வாய்பாட்டுக் கோட்பாட்டாளர்களும் ஓங்கும் எவ்வாறு புரிந்துகொள்கிறார்கள் என்பது நமக்கு முக்கியம். எழுத்துமொழியில் இயல்பாகவே இருக்கக்கூடிய ஞாபக உத்தி, அதாவது பனுவலைப் பாதுகாக்கும் வசதி, வாய்மொழியில் இல்லை என்பதை இருவரும் ஒத்துக் கொள்கிறார்கள். இதனால், எழுத்து மொழிச் சமூகத்தில் வரலாறு, மரபு, தொன்மை போன்ற பல்வேறு விஷயங்களையும் பனுவல்களாகப் பேண முடிகிறது. பல ஆண்டுகளுக்கு முன்னர் உருவாகி பின் மறந்து போயிருந்த யோசனைகளையும் தூசு தட்டி வளர்த்தெடுப்பதற்கான சாத்தியங்களை எழுத்துச்சமூகம் கொண்டிருக்கிறது. அதாவது, அச்சமூகங்கள் தத்தம் சிந்தனையை மனித உடலுக்கு வெளியே பாதுகாக்க முடிகிறது.

இத்தகைய வாய்ப்பினை அறிந்திராத பேச்சு சமூகங்கள் தங்களது அறிவுத் தொகுதியைப் பேணுவதற்கு வேறு சில உத்திகளை நாடிச்

செல்கின்றன. வாய்ப்பாடுகள், மரபான விளிகள், அடிக்கருத்துகள், கதை வகைமைகள் போன்றவை இப்படியான உத்திகளில் சில. சொன்மைக் குறிப்பான்களை மட்டுமே கொண்டிருக்கும் பண்பாடு இப்படித்தான் செயல்பட முடியும் இவை என்பதே அவ்விரு கோட்பாட்டாளர்களின் அனுமானம். இங்கு சிக்கல் என உணரப்படுவது வாய்மொழிக் குறிப்பான்களின் இல் காட்சிகளே. இத்தகைய இல்காட்சிகளே வாய்மொழிச் சமூகத்தையும் எழுத்து மொழிச் சமூகத்தையும் முரண்களாக மாற்றுகின்றன, மாறுபட்ட சிந்தனை முறைகளுக்கு இட்டுச் செல்கின்றன.

இதன் பின் ஓங், வாய்மொழிக் கதையாடல் உருவாக்கங்களில் செயல்படும் உளவியல் கூறுகளை வரிசைப்படுத்தத் தொடங்குகிறார். 'ஞாபகம்', 'இல்காட்சிக் குறிப்பான்' போன்ற கருத்தாக்கங்களோடு 'ஓசை'யையும் இணைத்துக்கொண்டு வாய்மொழிச் சமூக நபர்களின் சிந்தனையொழுங்கை விவரிக்க ஆரம்பிக்கும் பொழுது, அதன் எதிர்திசையில் எழுத்து மொழியை நிறுத்துவதே அவருக்கு எளிதாக இருக்கிறது.

கூட்டுத் தன்னிலை, பன்முகத் தன்மை, நிகழ்த்துதல் சார்ந்த கற்பனை, பயன்பாட்டளவில் நவீனமும் சிந்தனையளவில் மரபையும் கொண்டிருத்தல் போன்ற பல்வேறு வாய்மொழிப் பண்பாட்டுக் குணங்களை வரிசைப்படுத்தும் ஓங், இவ்வனைத்திற்கும் காட்டக் கூடிய ஆதாரம் 'சொன்மை' மட்டுமே என்பதை உணர்ந்திருக்க வில்லை. இதன் காரணமாக அவரது உளஇயக்கவியல் முழுமையும் 'ஊடகமே செய்தி' என்ற அளவில் சுருங்கிப் போகிறது.

வாய்மொழிப் பண்பாட்டின் கருத்துப்புலப்படுத்த ஊடகம் 'ஓசை'. ஓசை உச்சரிப்பு சார்ந்தது, நிலையற்றது, வடிவமில்லாதது; எனவே இவ்வூடகம் நிலையாமையால் செய்யப்பட்டிருக்கிறது. இந்நிலையாமையே, தொடர்ச்சியின்மையே ஒட்டுமொத்த வாய் மொழிக் கதையாடலின் பனுவலைத் தீர்மானிக்கிறது. எனவே இக்கதையாடல்களில் வெளிப்படும் செய்தி என்பது தொடர்ச்சி இன்மையும், நிலையாமையும், வலிந்து மேற்கொள்ளப்பட்ட 'மரபு மீதான பக்தியுமே' என்ற முடிவிற்கு ஓங் வந்து சேர்கிறார்.

1

ரிச்சர்ட் பாமனின் 'நிகழ்த்துதல் கோட்பாடு' வாய்மொழிக் கதையாடல்களை வேறொரு காரணியின் மூலமாக அணுகுகிறது. வாய்மொழிக் குறிப்பான்கள் 'நிலையற்றவை, அழியும் ஓசைகள்'

என்று குறைத்து மதிப்பிடப்பட்ட சூழலில், அவற்றை 'நிகழ்வுகள்' என்று அணுகத்தொடங்கினார் பாமன். 'பேச்சுக்கலை, ஒரு நிகழ்த்துதல்' என்ற அவரது வாதம் இன்றளவும் கோட்பாடு போலவே விவாதிக்கப்பட்டு வருகிறது. பாமனின் வாதம், அது வரையில் பேச்சை சப்தமாக மட்டுமே யோசித்து வந்தவர்களை அதன் வேறு பல கருத்துப்புலப்படுத்த உத்திகளை நோக்கியும் நகரச் செய்தது.

உதாரணமாக, நாட்டார் கதை சொல்லலை ஒரு நிகழ்வாக யோசிக்கும் பொழுது அவர்களால் பல்வேறு கோணங்களில் யோசிக்க முடிந்தது. பழைய ஆய்வாளர்கள், கதைசொல்லி பயன்படுத்திய சொற்களை மட்டுமே பனுவலாகக் கருதி வந்தனர். ஆனால், யதார்த்தத்தில் கதை சொல்லி சொற்களை மட்டுமே பயன்படுத்தி தன் கதையைச் சொல்லிக் கொண்டிருப்பதில்லை.

சொல்லிக்கொண்டிருக்கும் போதே சுவராஸ்யம் வேண்டி, கதைக்கு உண்மைத் தன்மையை ஊட்டுவது போல் சைகைகளிலும் பேச ஆரம்பிக்கின்றார். பாவனைகள் செய்கிறார். உணர்ச்சிவசப்பட்டு விதவிதமான ஓசைகளை எழுப்புகிறார். இப்படிச் செய்வதன் மூலம் கதையின் புனைவுச் சூழலை அங்கே மீண்டும் கட்டி எழுப்ப முயற்சிக்கிறார். இந்த முயற்சியில், படைப்பூக்கத்தால் உந்தப் பட்டவராகக் கதைக்குத் தொடர்பே இல்லாத பல்வேறு விஷயங்களையும் சொல்ல ஆரம்பிக்கின்றார்.

இவை, பெரும்பாலும், அந்தந்த நேரத்தில் அவரால் இட்டுக்கட்டப் பட்டவை. வேறொரு சமயம், வேறொரு இடத்தில், அதே கதையை, அவரையே சொல்லச் சொன்னால், அங்கு முற்றிலும் மாறுபட்ட வகையில் அவர் இதனை சொல்லக்கூடும். அந்த நிகழ்த்துதலை அவரது மனநிலையே தீர்மானிக்கிறது. இந்த வகையில், வாய்மொழிக் கதையாடல்கள் முழுக்க முழுக்க நிகழ்த்துதல் சார்ந்தவை என்று நம்மால் சொல்ல முடியும்.

அவை வெளிப்படுத்துவது என்ன என்ற கேள்விக்கான பதிலை பனுவல்களில் தேடினால் மட்டும் போதாது என்பது இப்போது விளங்கியிருக்கும். நிகழ்த்தப்படும் பொழுது பனுவல் முற்றிலும் மாறிவிடுவதற்கான சாத்தியங்கள் உள்ளன. இதனடிப்படையிலேயே ரிச்சர்ட் பாமன் நிகழ்த்தப்படும் கதையாடலே வாய்மொழியின் பனுவல் என்று சொல்ல ஆரம்பித்தார்.

ஒவ்வொரு முறை நிகழ்த்தும் பொழுதும், அந்தந்த சூழலுக்குத் தகுந்த வகையில், கலைஞர்கள் பனுவலை மாற்றியமைப்பதை,

ரிச்சர்ட் பாமன் 'version', 'variation' என்று அழைக்கிறார். தமிழில் 'திரிபடைந்தவை' என்ற பொருளில் மொழிபெயர்க்கிறார்கள். 'திரிபு' என்ற சொல் இந்த இடத்தில் பொருத்தமாக இல்லை. மூலப்பனுவலே சரியானது, கலைஞர்கள் சூழலுக்குத் தக மாற்றியமைப்பது தவறானது என்ற முன்முடிவை 'திரிபு' என்ற சொல் ஏற்படுத்துகிறது. ரிச்சர்ட் பாமன் நிகழ்த்தப்படும் வாய்மொழிக் கலைவடிவங்களை அவ்வாறு கருதியிருக்கவில்லை.

பாமனின் யோசனைகள் வாய்மொழிக் கதையாடல்களை அணுகும் முறையை நமக்குச் சொல்லித் தருகின்றன. பேச்சை விடவும் 'பேச்சுச் செயல்' முக்கியம் என்பது அவருக்குப் பின்பே பெரிதும் வலியுறுத்தப்பட்டது. ஆனால், செயல்தான் முக்கியம் என்ற பார்வை, வாய்மொழிப் பனுவலில் எதிர்பாராத விளைவுகளையும் ஏற்படுத்தத் தொடங்கின.

வாய்மொழிக் கலை என்பது ஒரு நிகழ்வு என்றும் ஒவ்வொரு முறையும் அது புதிது புதிதாய் நிகழ்த்தப்படுகிறது என்றும் அறிவித்தது ஆய்வு அரங்கில் புதிய வெளிச்சம் போல் தோன்றினாலும், 'வாய்மொழிக்கலை' எல்லையற்ற நிகழ்த்துதல் களை உடையது, ஒவ்வொரு முறையும் புதுப்பிக்கப்படுவது, அறுதியிட முடியாதது, அதனால் யாராலும் என்றைக்கும் முற்று முதலாய் அறிய முடியாத ஒன்று எனும் மயக்கத்தையும் தோற்றுவித்தது. ஒரே வழக்காறை, ஒவ்வொரு முறை நிகழ்த்தும் பொழுதும், அது வெவ்வேறாகக் காணப்படுகிறது என்ற யோசனை இன்னொரு வகையான 'நிச்சயமின்மையை' தோற்றுவித்தது.

எது சரியான, முழுமையான, இறுதியான நிகழ்வு என்று யாரால் வரையறுக்க முடியும்? ஒரு வழக்காறை நாளையே யாராவது ஒரு நாட்டார் கலைஞர் இன்னும் கூடுதலான உணர்வுகளோடு வெளிப்படுத்தி விடமுடியும் தானே! அப்படியானால், எதை ஆய்வுக்கான பனுவலாகக் கொள்வது? அல்லது, வாய்மொழிக் கலைவடிவங்களில் முழுமையான, இறுதியான, சரியான நிகழ்வு என்பதற்கு எந்த அர்த்தமும் இல்லையோ?

பாமனின் 'version', 'variation' என்ற கருத்தாக்கங்களும், டான் பென் அமாஸின் 'சூழல்' என்ற கருத்தாக்கமும் வாய்மொழிக் கதையாடலில் 'எது பனுவல்?' என்ற குழப்பத்தையே ஏற்படுத்து கின்றன. ஒரே வழக்காறுக்கு எண்ணிலடங்கா பனுவல்கள் இருப்பது போன்ற பதட்டம். விளைவாக, வாய்மொழிக் கதையாடல் தொடர்ந்து மாறிக் கொண்டிருக்கிறது, நிலையற்றிருக்கிறது போன்ற எதிர்மறையான சிந்தனைகள் ஸ்திரப்பட்டன.

‘நாட்டார்’ என்பவர் தொடர்ந்து தடுமாறுகிறவராகவும் குழப்பம் மிகுந்தவராகவும் தோற்றமளிக்கத் தொடங்கினார். ஏறக்குறைய ‘Subaltern’ என்ற கருத்தாக்கம் சொல்லக்கூடிய அதே தொனி. தீர்க்கமான அரசியலோ, நிலைத்த கருத்தியலோ இல்லாதவர். இன்னொரு பக்கத்தில், அது நாள் வரையில் பழமை, மரபு, தொன்மம், வாய்ப்பாடு, புதுமையை விரும்பாதது என்றெல்லாம் வகைப்படுத்தப்பட்ட வாய்மொழிக் கதையாடலை, ஆச்சர்யப்படும் வகையில் அதனை வெளிப்படுத்துபவரை கணக்கில் கொண்டு அதிநவீனத்துவ வெளிப்பாடு என்று கூட சொல்லமுடிந்தது. நாட்டுப்புற வழக்காறுகளில் பின்னைநவீன பன்முகங்கள், தொடர்ச்சி இன்மைகள், தலைகீழாக்கங்களைக் கூட பலரால் கண்டுபிடிக்க முடிந்தது. வால்டர் ஜே. ஓங்கும் கூட இதற்கு விதிவிலக்கில்லை; நாட்டுப்புற வழக்காறுகள் சிந்தனையில் மரபானவை என்றாலும், பயன்பாட்டளவில் நவீனமானவை என்று அவருக்குத் தோன்றியது. ஒரே நேரத்தில், நாட்டுப்புறத்தவர், ஒரு கட்டுப்பெட்டியாகவும், நாகரீகக் கனவானாகவும், பின்னைநவீனராகவும் எப்படி இருக்க முடிகிறது என்று யாருக்கும் உறைக்கவில்லை.

2

வருடாவருடம் நடக்கும் கொடை விழாவில், நாட்டுப்புறக் கலைஞர்கள் ஒரே சாமி கதையைத்தான் திரும்பத் திரும்ப பாடுகிறார்கள். அதைக் கேட்டுக் கொண்டிருக்கும் நாட்டுப்புற மக்களும் கூட ஒரே கதையைத் தான் கேட்டுக் கொண்டிருக்கிறார்கள். ஆனால், நாட்டுப்புற ஆய்வாளர்கள் மட்டும் அது ஒவ்வொரு முறையும் ஒவ்வொரு ‘தினுசு’ என்பதாகக் கற்பனை செய்து கொண்டிருந்தார்கள். பாமனின் ‘நிகழ்த்துதலும்’, பென் அமாஸின் ‘சூழலும்’, பாரம்பரியமாகச் சொல்லப்பட்டு வரும் ‘பிறிதொன்று மொழிதலும்’, அனுபவவாதத்தால் முடக்கப்பட்டிருந்த நாட்டுப்புறவியல் ஆய்வாளர்களின் கண்களை மறைத்திருந்தன. அவர்கள், தரவுகளாலும், ஆவணங்களாலும், நினைவுச் சின்னங்களாலும் சூழப்பட்டிருந்ததால் நாட்டுப்புறத்திலிருந்து வெகு தூரம் விலகியும் இருந்தனர்.

‘எல்லையற்ற வாய்மொழிப்பனுவல்கள்’ என்ற குழப்பத்தை ‘பனுவலாக்கக் கோட்பாடு’ முதன் முதலில் பேச ஆரம்பித்தது. ஃபின்னிஷ் நாட்டுப்புறவியலரான லாரி ஹாங்கோ திரிபுவடிவங்கள் ஏற்படுத்திய சிக்கலை பனுவலாக்க முறையியல்களை விவரிப்பதன் மூலம் விடுவிக்க முனைந்தார்.

ஐரோப்பிய வழக்காறுகளில் ஆய்வுகளை மேற்கொண்டிருந்த ஹாங்கோ எண்ணிறந்த திரிபு வடிவங்களையும் இணைத்து ஒரு கற்பனையான மூலப்பனுவலை உருவாக்குவது எப்படி என்று பேச ஆரம்பித்தார். இந்தக் கற்பனையான பனுவல் 'செம்பனுவலாக' இருக்க முடியும் என்றும், அச்செறிவான பனுவலை உருவாக்குவது ஆய்வாளனின் பணி என்றும் தனது கோட்பாட்டை முன்வைக்கிறார்.

லாரி ஹாங்கோ முன்மொழியும் 'செம்பனுவல்' நாட்டுப்புறத்தில் எங்கும் இல்லை. ஆய்வாளர்களையே உருவாக்கச் சொல்கிறார். கிடைக்கும் அத்தனைத் திரிபுவடிவங்களிலிருந்தும் கற்பனையானவொரு மூலப்பனுவலை உருவாக்குவது எப்படி என்று கோட்பாட்டின் மூலம் விளக்கத் தொடங்குகிறார். அவரது கணிப்பின்படி எத்தனைக்கு எத்தனை அதிகமான திரிபுவடிவங்கள் கிடைக்கப்பெறுகிறதோ அத்தனைக்கு அத்தனை செறிவானப் பனுவலை ஆய்வாளர்களால் உருவாக்க முடியும்.

லாறி ஹாங்கோவின் கணக்கின்படி, வாய்மொழிக் கதையாடல்கள் பற்றிய ஆய்வு பனுவலை உருவாக்குவதையும் உள்ளடக்கியது. ஆய்வாளர் தனக்குக் கிடைக்கக் கூடிய அத்தனை திரிபு / மாற்று வடிவங்களையும், அவை சரியானவை, தவறானவை என்கிற பேதமின்றி சேகரிக்க வேண்டும். பின்பு அவற்றைத் தொகுப்பதன் மூலம் ஒரு செறிவான செம்பனுவலை அவரால் உருவாக்க முடியும்.

பின்லாந்து நாட்டின் நாட்டார் வழக்காற்றியல் மரபில் வந்த லாரி ஹாங்கோவிற்கு, 'காலேவாலா' வாய்மொழிக் காப்பியத்தை உருவாக்கிய லோன்ரெட்டின் ஆய்வு முறையியலே, 'செம்பனுவல்' என்ற கருத்தாக்கத்தை வழங்கியிருக்க வேண்டும். ஆனால் ஐரோப்பியச் சமூகங்களின் நாட்டார் வழக்காற்று பழக்கங்களுக்கும் மூன்றாம் உலக நாடுகளின் பழக்கங்களுக்குமான வேறுபாடு இங்கு முக்கியத்துவம் பெறுகிறது. வழக்காறுகளுக்கான சூழல் அருகிப்போன ஐரோப்பியச் சமூகங்களில் நாட்டார் வழக்காறுகளின் திரிபு / மாற்று வடிவங்களும் சொற்பமே. 'காலேவாலா' காப்பியத்தை மீட்டுருவாக்கம் செய்வதற்காக லோன்ரெட் அதன் திரிபு / மாற்று வடிவங்களைத் தேடி அலைகையில், ஒரு கட்டத்தில், அவரால், இதற்குமேல் திரிபு வடிவங்கள் இருக்க வாய்ப்பில்லை என்ற முடிவிற்கு வர முடிந்தது. அதாவது, காலேவாலா காப்பியத்தைத் தெரிந்திருந்த உலகின் கடைசி மனிதனையும் அவரால் சந்திக்க முடிந்தது.

இதற்கு இரண்டு காரணங்கள். ஒன்று, 'காலேவாலா' காப்பியம் நிகழ்த்தப்படவில்லை; இரண்டு, 'காலேவாலா' ஞாபகத்தை

ஏராளமானோர் இழந்திருந்தனர் அல்லது இழந்துகொண்டிருந்தனர். ஆனால், இந்தியா போன்று, இன்றைக்கும் வழக்காறுகள் அன்றாட வாழ்க்கையோடு பிணைந்திருக்கும் நாடுகளில், திரிபு / மாற்று வடிவங்கள் புற்றீசல் போல பெருகக் கூடியவை. இங்கெல்லாம், மாறிக்கொண்டிருப்பதே வழக்காறு. தொடர்ந்து மாறிக் கொண்டிருக்கும் வழக்காறின் பனுவலை உருவாக்குவதற்கு லாறி ஹாங்கோவின் கோட்பாடு உபயோகமாய் இல்லை.

அமெரிக்க நாட்டுப்புறவியல் ஆய்வாளர் டெல் ஹைம்ஸின் 'இனயாப்பியல் கோட்பாடு' இன்னொரு உத்தியைப் பரிந்துரைத்தது. வாய்மொழி வாய்பாட்டுக் கோட்பாட்டு மரபில் வருகின்ற டெல் ஹைம்ஸ், நாட்டுப்புறக் கதையாடல்களை அச்சமூகத்தில் பயிலும் கருத்தாக்கங்களைக் கொண்டே அணுகுவது என்ற கருத்தை முன்வைத்தார்.

ஒரு சமூகத்தின் கதையாடலை அச்சமூகத்தின் சுயாதீன ஞானத்தைக் கொண்டே விளக்குதல். சுயாதீன ஞானம் என்றால், அச்சமூகம் உருவாக்கி வைத்துள்ள வகைமை முறைகள், வியாக்கியானங்கள் போன்றவை. சுருக்கமாகச் சொன்னால், ஒரு சமூகம் தனது கதையாடலுக்கு என்ன விளக்கத்தை அளிக்கிறதோ அல்லது அளிக்க விரும்புகிறதோ அதுவே அக்கதையாடலின் அர்த்தம். அதே போல், எந்தவொரு இனம் தனது விளக்கங்களை மறந்துவிட்டதோ அங்கே கதையாடலின் அர்த்தமும் சிதைந்து விட்டது என்று பொருள்.

அகப்பார்வை, புறப்பார்வை என்ற உரையாடல்கள் மேலோங்கியிருந்த சூழலில் இக்கோட்பாடு பெரிதாக விவாதிக்கப் பட்டது. ஆனால், 'அகப்பார்வை' / 'புறப்பார்வை' கூட இன்னுமொரு கதையாடலே என்றும், சுயாதீன அறிவுத் தொகுதியை உருவாக்கும் நபர்களும் வழக்காறுகளைப் புழங்கும் நபர்களும் வெவ்வேறான உளவியலைக் கொண்டுள்ளனர் என்றும் தெரிய வந்த போது 'இனயாப்பியல்வாதமும்' வலுவிழந்தது.

மேற்கண்ட ஐந்து கோட்பாடுகளும் வாய்மொழிக் கதையாடலைப் புரிந்துகொள்ளும் முயற்சியில் புதிய கருத்தாக்கங்களை அறிமுகப் படுத்தியிருந்தன. வாய்மொழி வாய்பாட்டுக் கோட்பாட்டின் ஞாபகப்படுத்தல், வாய்பாடு, அடிக்கருத்து, கதைவகை; உளஇயக்கவியலின் பன்முகத்தன்மை, நிகழ்வு சார்ந்தது, மரபான சிந்தனையயும் நவீனப் பயன்பாடும்; நிகழ்த்துதல் கோட்பாட்டின் வாய்மொழிக்கலை - ஒரு நிகழ்த்துதல்; பனுவலாக்கக் கோட்பாட்டின் செறிவான செம்பனுவல்; இனயாப்பியலின் சுயாதீன வகைமைகளும் வியாக்கியானங்களும் போன்ற அனைத்தும்

வாய்மொழிக் கதையாடலின் அர்த்தங்களை வெளிப்படுத்துவதில் முக்கியமானவை.

ஆனால் இவை, வாய்மொழிக் கதையாடலை நிகழ்த்துநர் அல்லது கலைஞர் சார்ந்தே யோசித்தன. அக்கதையாடல்களில் வாழ்ந்து கொண்டிருக்கும் பார்வையாளர்கள் குறித்து எந்த அக்கறையையும் காட்டவில்லை. மேலும் கதையாடலைப் 'பனுவல்' என்று அணுகக்கூடிய முறையியல் வாய்மொழிச் சமூகங்களுக்குப் பொருத்தமானதா என்பதையும் யோசிக்க மறந்தன. வாய்மொழிக் கதையாடல்களை நிகழ்த்துதல்கள் என்று அணுகிய பார்வையும்கூட 'கலைஞர்களே நிகழ்த்துநர்கள்' என வரையறுத்துக்கொண்டதன் மூலம் தன்னைத் தானே சுருக்கிக் கொண்டது. எல்லாவற்றிற்கும் மேலே, 'பனுவல்' சார்ந்த ஆய்வுகள், தொழில் நுட்பங்களில் மட்டுமே கவனம் கொண்டிருந்தன, பனுவல் பயிலும் பண்பாட்டு வெளியைக் கணக்கில் கொள்ளவில்லை.

3

இதே காலகட்டத்தில் வாய்மொழிக் கதையாடல்கள் குறித்து வேறொரு வகையான ஆய்வுகள் மேற்கொள்ளப்பட்டிருந்தன. யூரி லாட்மென், ஹர்ஜித் சிங் கில் போன்றோரால் செய்யப்பட்ட இவ்வகை ஆய்வுகள் குறியியல் சிந்தனைகளைத் தங்களது அடிப்படையாகக் கொண்டிருந்தன. முந்தைய வகை ஆய்வுகள் கதையாடலை நிகழ்த்துபவர் மீது கவனம் செலுத்தியது போல் இவ்வகை ஆய்வுகள் பார்வையாளரை மையப்படுத்தி விவாதம் செய்தன.

குறியியல் என்ற அறிவுப் புலத்தின் வாயிலாக 'பனுவல்' மீது கொண்டிருந்த மயக்கம் தெளிந்து 'சொல்லாடல்' என்ற புதிய தளம் முன்மொழியப்பட்டது. பனுவல், ஒரு பருப்பொருள். அதனை உள்வாங்கிக் கொள்ளும் போது அருவமாகிறது. ஒரு கதையாடல் எவ்வாறு உள்வாங்கப்படுகிறது என்பதே நமது கேள்வி என்றால், நாம் பனுவலின் அரூப வடிவத்தை யோசிக்கிறோம் என்று பொருள். அதாவது, பார்வையாளர்கள் ஒரு கதையாடலை எவ்வாறு விளங்கிக் கொள்கிறார்கள் என்பதே நமது கேள்வி.

பனுவல் ஒரு தொடக்கப் புள்ளியே தவிர அதுவே நமது ஆய்வு நோக்கம் அல்ல. கதையாடல் ஆய்வுகள் பனுவலில் தொடங்கி அது எவ்வாறு புரிந்து கொள்ளப்படுகிறது என்ற திசையில் பயணிக்க வேண்டும். அமைதல் வேண்டும். யூரி லாட்மெனின் 'பண்பாட்டுப்

பனுவல் கோட்பாடு' இத்தகைய அடிப்படையிலேயே வாய்மொழிக் கதையாடலை அணுக வேண்டுமென்று வாதிடுகிறது.

வாய்மொழிக் கதையாடல்களுக்கென சொல்லப்பட்ட 'சூழல்', 'திரிபு வடிவங்கள்' போன்ற கருத்தாக்கங்களையெல்லாம் மறுக்கும் லாட்மென், கதையாடல்களைப் பண்பாடு என்ற விரிந்த சூழலில் யோசிக்க அறிவுறுத்துகிறார். அவரது 'பண்பாட்டுப் பனுவல் கோட்பாடு', நிகழ்த்துதல்களைப் பார்வையாளர் கோணத்திலிருந்து விளக்க முனைகிறது. அதே போல் 'நிகழ்த்துதல் கோட்பாடு' வலியுறுத்திய 'சூழலை', 'பண்பாட்டுச் சூழல்' என்றும் அழைக்கத் தொடங்குகிறது.

'பண்பாட்டுச் சூழல்', கதையாடலை மிகச் சரியாகவே கணித்தது. அது என்றைக்குமே தனித்து இல்லை. அதாவது, ஒற்றைக் கதையாடலை நீங்கள் எங்கும் பார்த்துவிட முடியாது. அவை ஒரு தொகுப்பாகவே நிகழ்கின்றன.

இந்த இடத்தில், வாய்மொழிக் கதையாடல்களுக்கும் எழுத்துமொழிக் கதையாடல்களுக்குமான அடிப்படையான வேறுபாடொன்றை லாட்மென் சுட்டிக்காட்டுகிறார். எழுத்து மொழிக் கதையாடல்களுக்கு 'நிகழ்வு' இருக்க வேண்டிய அவசியமில்லை. அவை, உறைந்தும் வாழக்கூடியவை. எனவே, தூய கடந்த காலத்தில் அவற்றால் இயங்க முடியும். ஆனால், நிகழ்காலத்தை மட்டுமே நம்பி வாழ்ந்து கொண்டிருக்கிற வாய்மொழிக் கதையாடல்களுக்குக் கடந்த காலம் என்று எதுவும் இல்லை. அதாவது, வாய்மொழிக் கதையாடல்களுக்கு வரலாறு இல்லை. அவை, நிகழும் காலத்திலிருந்து எதிர்வரும் காலத்திற்குள் தவ்விச் செல்வதற்கே துடித்துக் கொண்டிருக்கின்றன.

வாய்மொழியாக நிகழ்த்தப்படுபவை ஏற்கெனவே தீர்மானிக்கப் பட்டவை அல்ல. அதன் பனுவலின் நீள அகலங்களை யாராலும் அனுமானிக்க முடிவது இல்லை. அதனை நிகழ்த்துகிற கலைஞர், நிகழ்வின் அடுத்தடுத்த காரியங்களை நோக்கியே தனது கவனத்தைக் குவித்து வைத்திருக்கிறார். அடுத்த கணம் என்ன என்பதே நிகழ்த்துதலின் பொது உந்துதல்.

இதையே இன்னொரு வகையில் சொன்னால், எல்லா நாட்டுப்புறக் கதையாடல்களும் ஏதாவதொரு உடனடித் தேவையைக் கொண்டிருக்கின்றன. ஒரு பழமொழியைச் சொல்வது என்றாலும் சரி அல்லது வில்லுப்பாடலை நிகழ்த்துவது என்றாலும் சரி எல்லாவற்றிற்கும் நிவர்த்திசெய்ய வேண்டிய உடனடித் தேவையொன்று இருக்கிறது. இத்தன்மையைக் குறித்தே 'நாட்டார்

வழக்காறுகள் பயிலக்கூடியவை' என்று சொல்லப்படுகிறது. எழுத்துமொழி கதையாடல்கள் தன்னிச்சையாய் பயிலக்கூடியவை அல்ல. லாட்மெனின் கருத்துப்படி எதிர்காலம் குறித்த வேட்கையே வாய்மொழிக் கதையாடலை முன்னகர்த்துகிறது. எழுத்துமொழிப் பனுவலில் இருந்து வாய்மொழிப் பனுவல் வேறுபடும் முக்கியமான புள்ளி இது.

அதே போல், வாய்மொழிப் பனுவல் பல்வேறு இழைகளால் நெய்யப்பட்டது. உதாரணமாய், கோவில் கொடை விழாவில் நிகழ்த்தப்படும் வாய்மொழி வழக்காறு ஒன்றின் பனுவலை எடுத்துக் கொள்ளுங்கள். அக்கோவில், அங்கு வாழும் தெய்வம், அதன் வெவ்வேறு வடிவங்கள், நம்பிக்கைகள், சடங்குகள், கதைகள், குறிசொல்லுதல், சாமியாடுதல், பலிகொடுத்தல், அருள்வாக்கு சொல்லுதல், சடங்குகள், நிகழ்த்தப்படும் கலைகள் எனப் பல்வேறு இழைகளை நம்மால் இனங்காண முடியும். ஏதாவதொரு குறிப்பிட்ட வழக்காறு மட்டுமே முன்னிலைப்படுத்தப்படுகிறது என்றாலும், அவ்வழக்காற்றை பிற பண்பாட்டுச் சங்கதிகள் முன்னும் பின்னுமாக நடத்திச் செல்கின்றன. அனைத்தும் ஒன்றோடொன்று பின்னிப் பிணைந்துள்ளன. இத்தகைய பிணைப்பே கதையாடலையும் உருவாக்குகிறது. எனவே, ஒரு வாய்மொழிக் கதையாடல் அடிப்படையில் பண்பாட்டுப் பனுவலே என்கிறார் லாட்மென்.

லாட்மெனின் பண்பாட்டுப் பனுவல் கோட்பாட்டிலும் ஒரு சிக்கல் இருந்தது. பண்பாட்டுப் பனுவல் என்றால் என்ன என்று வரையறுக்க முடிந்த லாட்மென்னால் அதை எவ்வாறு கட்டமைப்பது என்று சொல்ல முடியவில்லை. பண்பாட்டில் இயங்கக்கூடிய பனுவலை உணர முடிவது போல, ஆய்வுப் பொருளாகச் சேகரிப்பதற்கான முறையியலை ஹர்ஜித் சிங் கில்லின் 'சொல்லாடல் கோட்பாடு' நமக்குச் சொல்லித் தருகிறது.

அக்கோட்பாடு பண்பாட்டுப் பனுவலைச் 'சொல்லாடல்' என்று அழைக்க விரும்புகிறது. ஒரு வகையில் இது சரிதான். பனுவல் என்ற பருப்பொருள் பண்பாட்டினுள் தொழிற்படுவதையே லாட்மென் குறிப்பிட விரும்புகிறார் என்றால் அதைச் சொல்லாடல் என்று அழைப்பதுதான் நியாயமும் கூட. லாட்மென்னின் பண்பாடுப் பனுவலின் ஒழுங்கிற்கும் ஃபூக்கோ விவரிக்கும் சொல்லாடலின் ஒழுங்கிற்கும் பெரிய வித்தியாசங்கள் இருக்கவில்லை.

ஹர்ஜித்சிங்கில்லின் சொல்லாடல் கோட்பாடு, வாய்மொழிப் பனுவல்களிலிருந்து சொல்லாடலை உருவாக்கும் முறையியலை நூதனமாக வடிவமைத்திருந்தது. எல்லாப் பனுவல்களும்

கண்ணுக்குத் தெரியாத வகையில் பிற பனுவல்களோடு பிணைந்துள்ளன என்ற 'பனுவலிடைச்செயலையும்', மானிடவியல் முன்மொழியும் பண்பாட்டை வரைதல் என்ற 'இனவரைவியலையும்' இணைத்து, சொல்லாடலை வரையும் முறையியலொன்றை கில் முன்வைக்கிறார். சேகரிக்கப்பட்ட பனுவல்களிலிருந்து ஏதாவதொரு பனுவலை எடுத்துக்கொள்ளச் சொல்லும் கில், அப்பனுவலை மிகச் சிறு அர்த்தக் கூறுகளாக வகிரச் சொல்கிறார். அவ்வாறு வகிர்ந்த பின், ஒவ்வொரு அர்த்தக் கூறின் இனவரைவியலையும் எழுதுவது இரண்டாவது கட்டம். அர்த்தக் கூறுகளை விலாவரியாய் விவரிக்கும்பொழுது, லாட்மென் குறிப்பிடும் பண்பாட்டுப் பனுவல் உங்கள் கண்முன்னே விரிவதை நீங்கள் பார்க்க முடியும். மூன்றாவது நிலையில் அச்சொல்லாடலினுள் செயல்படக்கூடிய குறியியல் ஒழுங்குகளைக் கண்டுபிடிப்பதுடன் அவரது ஆய்வு நிறைவு பெறுகிறது.

பண்பாட்டுப் பனுவல் கோட்பாடு, சொல்லாடல் கோட்பாடு இரண்டும் பார்வையாளர்களின் கோணத்திலேயே வாய்மொழி வழக்காறுகளை அணுகுகின்றன. அதே போல், வழக்காற்றியலில் பனுவல் அல்ல சொல்லாடலே ஆய்வுப் பொருள்.

4

வாய்மொழிக் கதையாடலின் குறித்தலை ஆராய்ந்த இரு போக்குகளும், எழுத்துமொழியிலிருந்து வாய்மொழி எவ்வாறு வித்தியாசப்படுகிறது என்பதே அதன் தனித்தன்மை என்ற வாதத்தை ஏற்றுக் கொள்ளவில்லை. முதல் வகை அணுகுமுறைகள் பனுவல் தளத்திலும், இரண்டாம் வகை சொல்லாடல் தளத்திலும் பேச்சை விளங்கிக் கொள்ள முயற்சித்தன. இதனால் முதல் வகை ஆய்வுகள் நிகழ்த்துனரைச் சார்ந்தும் இரண்டாம் வகை பார்வையாளரைச் சார்ந்தும் அமைகின்றன.

நாட்டார் கலைஞரின் படைப்பு மனம், தனித்திறமைகள், பயன் படுத்தும் உத்திகள் என்று எழுத்துமொழி சமூகக் கலைஞருக்கான அதே அளவுகோல்களை வாய்மொழிக் கலைஞருக்கும் பயன் படுத்தியதே முதல்வகை ஆய்வுகளின் பொதுத்தன்மை. சொல்லப் போனால், இரண்டாம் வகை ஆய்வுகளே வாய்மொழிக் கதை யாடல்களை அவற்றின் தனித்துவமான குணங்களோடு அடையாளப் படுத்தத் தொடங்கின. இந்த வகை ஆய்வுகளில் பார்வையாளர்கள் முக்கியத்துவம் பெறுவது தற்செயலான ஒன்று அல்ல. சொல்லாடல் என்ற வார்த்தையின் அரசியல் வெளிப்பாடு அது.

வாய்மொழிக் கதையாடல்கள் நிகழ்த்தப்படுபவை என்ற கருத்தாக்கமும் அவ்வாறு நிகழ்த்தப்படுகையில் மொழி எல்லையை மீறுகின்றன என்பதும் முக்கியமான கண்டுபிடிப்புகள். கதையாடல் தனித்து இயங்கக்கூடியது அல்ல, மாறாகப் பல்வேறு வகைக் கதையாடல்களின் தொகுப்பாகவே செயல்படுகின்றது என்ற உண்மையும், 'நிகழ்த்துதல்' மூலம் உடனடியான தேவையொன்றை நோக்கி நகர்வதால் அது எதிர்காலத்தன்மையுடையது என்பதும் மேற்கண்ட ஆய்வுகளின் மூலமாக வெளிப்பட்ட முக்கியக் கருத்துகள்.

எழுத்து மொழிப் பனுவலை உருவாக்குதலும், பின்பு அதனை வாசித்தலும் வெவ்வேறான செயல்பாடுகள். அதனால் எழுதப்பட்ட பனுவலும், செல்லாடலும் இறந்தகாலத் தொனியிலிருந்து விடுபட முடியாதவை. வாய்மொழியின் பனுவலும் சொல்லாடலும் சமகாலத்தில் இயங்குபவை. பனுவல் சொல்லாடலையும் சொல்லாடல் பனுவலையும் தொடர்ச்சியாக உருவாக்கிக் கொண்டிருக்கின்றன. அதன் காரணமாகவே வாய்மொழிக் கதையாடல் எதிர்காலத்தில் இயங்குகிறது என்று சொல்கிறோம்.

வாய்மொழிக் கதையாடல்கள் வருங்கால நோக்கு உடையவை என்றால், அவற்றிற்கு வரலாற்றுத்தன்மை உண்டா என்ற கேள்வி எழுகிறது. எழுத்துமொழி இயல்பிலேயே உறைந்து போயிருக்கிறது என்பதால் அது கடந்தகால ஞாபகங்களை, எச்சங்களைச் சேகரித்து வைத்திருக்கிறது என்பதில் சந்தேகங்கள் இல்லை. அதனால்தான் எழுத்து ஆதாரங்களைக் கொண்டு வரலாறு எழுதப்படும்பொழுது யாருக்கும் எந்தச் சந்தேகமும் வருவது இல்லை.

ஆனால், பேச்சு தொடர்ந்து மாறிக் கொண்டிருக்கிறது, பெரிதும் நிகழ்காலத்தைச் சார்ந்தது, எதிர்வரும் காலத்துள் பயணிக்கத் துடிப்பது. அப்படியானால், வாய்மொழிக் கதையாடல்களில் வரலாறு என்று எதனைச் சுட்டுகிறது?

வாய்மொழியாய் வழங்கப்படும் பழமரபுக் கதைகளில், தொன்மக் கதைகளில் வெளிப்படும் கடந்தகால ஞாபகங்களை என்ன சொல்லி அழைப்பது? சுவராஸ்யமாக, மேற்கூறப்பட்ட பழைய கதைகளை எல்லா நாட்டுப்புற சமூகங்களும் கதைப்பாடல் வடிவில் நிகழ்த்துக் கலைகளாகக் கொண்டிருக்கின்றன. அவை சொல்லப்படுவது இல்லை, நடித்துக் காட்டப்படுகின்றன. தெய்வங்களின், வீரர்களின் வாழ்க்கைக் கதைகளாகவே காணப்படும் இக்கதைப்பாடல்களில் கடந்தகால ஞாபகங்கள் தாம் பொதிந்து வைக்கப்பட்டிருக் கின்றனவா? அப்பழையக் கதைகளை நடித்துக் காட்டும்பொழுது அஞ்ஞாபகங்களுக்கு என்ன நடக்கின்றது?

இந்தக் கேள்வியை வேறு விதமாக அணுகலாம். எழுத்தாக இருந்தாலும் சரி, வாய்மொழியாக இருந்தாலும் சரி, எந்தவொரு சமூகத்திற்கும் 'வரலாறு' ஏன் தேவைப்படுகிறது? சுருக்கமாகச் சொன்னால், ஒவ்வொரு சமூகமும் தனது கடந்தகால ஞாபகங்களை அவ்வப்போது புதுப்பித்துக் கொள்வதம் மூலம் நிகழ்காலத்தையே சரிசெய்து கொள்கிறது. ஒவ்வொரு முறை, நிகழ்கால மனிதன் தான் எங்கே நின்று கொண்டிருக்கிறோம் என்ற கேள்வியை எழுப்புகையில் அதற்கான பதில் கடந்த காலத்திலிருந்தே கிடைக்கிறது. இதனாலேயே ஒவ்வொரு காலகட்டத்திலும் வரலாறு திருத்தி எழுதப்படுகிறது.

ஆனால் வாய்மொழிச் சமூகத்தின் மூன்று காலங்களும் ஒரே புள்ளியில் சுழல்கின்றன. வாய்மொழிச் சமூகங்களைப் பொறுத்த வரை நிகழ்வதே 'காலம்'. அது தொடர்ச்சியானதா, துண்டாக்கப் பட்டதா, நேர்கோட்டில் செயல்படுவதா என்றெல்லாம் அது கவலை கொள்வது இல்லை. அதன் காலம் சுழன்றுகொண்டிருக்கிறது. கடந்த, நிகழும், வரும் என்ற மூன்றும் இணைந்த சுழல்.

துணை நூற்பட்டியல் :

1. Lord, A.B. 1976. *"The Singer of Tales"*, Atheneum, New York.
2. Gill, H.S. 1991. *"Mental Images and Pure Forms"*, Bahri Publications, New Delhi.
3. Derrida, Jaques. *"Of Grammatology"*, tr. by Gayatri Chakravarthy Spivak.
4. Lord, A.B., 1976. *"The Singer of Tales"*, Atheneum, Newyork.
5. Ong, Walter. J., 1982. *"Orality & Literacy"*, Routledge.
6. Bauman, Richard. 1977. *"Verbal Art as Performance"*, University of Texas Press, Austin.
7. Honko, Lauri. 1998. *"Textualising the Siri Epic"*, Tiedeakatemia Suomalainen.
8. Hymes, Dell. 1977. *"Foundations in Socio Linguistics"*, Tavistock Publications.

எட்டாம் அத்தியாயம்

மரணத்தின் ஞாபகப் படிவுகளும், ஞாபகப் படிவுகளின் மரணமும்

தமிழ்ச் சூழலில் நாட்டுப்புறத் தெய்வங்கள் தொடர்பான அக்கறைகள் பலதரத்தவை. இருபதாம் நூற்றாண்டின் பிற்பகுதியில் திராவிட இயக்கம் சார்ந்த நாத்திக விமர்சனங்கள் வெகுஜன ஊடகங்கள் வழியாகப் பரந்துபட்டுப் பேசப்பட்டன என்றாலும் அதனோடு விளைந்த 'பகுத்தறிவு' என்ற வாதம் அரசியல் அதிகாரத்தைக் கைக்கொண்டிருந்தது என்றாலும், இவற்றிற் கெல்லாம் அப்பால் பெருவாரியான தமிழ்ச் சமூகம் தெய்வங்களைக் கொண்டாடுவதும் வழிபடுவதும் என்றைக்கும்போல் தொடர்ந்து கொண்டிருந்தன. 'மூட நம்பிக்கைகள்' மீதான 'திராவிடப் பகுத்தறிவு' விமர்சனங்கள் ஏடுகளிலும் அலங்காரமான மேடைப் பேச்சுகளிலும் வரவேற்கப்பட்ட, ரசிக்கப்பட்ட அதே தருணம் நடைமுறை வாழ்க்கையில் அது சிறிதளவும் உணரப்படாத சூழலையே நாம் கண்டிருக்கின்றோம்.

பெரியாரின் கிண்டலான கேள்விகளின் நியாயத்தை உணர்ந்தவர் களும்கூட தங்களது கிராம தெய்வங்களின், குலதெய்வங்களின், முன்னோர் வழிபாட்டின் சடங்குகளையும் சம்பிரதாயங்களையும் விடாப்பிடியாக நிகழ்த்தி வருவதே நமது யதார்த்தம். இதேபோல்,

மார்க்சியத்தை விடுதலைக்கான சித்தாந்தமாக ஏற்றுக் கொண்டிருக்கும் பலரும்கூடப் பாரம்பரிய நாட்டுப்புறத் தெய்வங் களுக்கும் தங்களுக்குமான உறவை வலுப்படுத்தியே வந்திருக்கிறார்கள். செவ்வியல் தெய்வங்கள் மீதும், சமயங்கள் மீதும் செய்யப்பட்ட கறாரான விமர்சனங்களில் கடுகளவுகூட நாட்டுப்புறத் தெய்வங்களை நோக்கி வீசப்படவில்லை என்பது முக்கியம்.

இத்தகைய மாறுபாடான சூழலுக்கான காரணகாரியங்களும் நமக்குத் தெரிந்தவைதாம். திராவிட இயக்கம் முன்வைத்த பகுத்தறிவு வாதம், பிராமண மேலாண்மையை எதிர்க்கும் கருவிகளில் ஒன்றாகவே கூர்தீட்டப்பட்டிருந்தது. பிராமண மேலாண்மையின் அடித்தளம் செவ்வியல் சமயங்களுக்குள்ளும் அத்தெய்வங்களின் புனைவு களுக்குள்ளும் நிலைபெற்றிருக்கிறது என்ற யோசனையில், 'திராவிடப் பகுத்தறிவு' சிவனையும் விஷ்ணுவையுமே தனது முதன்மையான விவாதப் பொருட்களாகக் கொண்டிருந்தது. பிராமணர்கள் நுழைந்திராத அல்லது நுழைய முடியாத அல்லது நுழைய விரும்பாத நாட்டுப்புறச் சமயத்தளத்தை விமர்சனக் கண்கொண்டு பார்க்கும் பழக்கம் இதனால் தமிழகத்தில் ஏற்பட்டிருக்கவில்லை.

இது ஒரு புறமிருக்க, நாட்டுப்புறத் தெய்வங்களைத் தங்களின் இன்றியமையாத காரணியாகக் கற்பித்துக்கொண்டு வாழ்ந்து வரும் 'பெரும் மக்கள் திரள்' என்ற சக்தி எல்லாவித விமர்சனப் பார்வை களிலிருந்தும் அத்தெய்வங்களைக் காப்பாற்றி வந்திருக்கிறது. இப்பெரும் மக்கள் திரள் சமூகப் பொருளாதார அரசியல் அதிகாரங்களிலிருந்து வெகுதூரம் விலகி வாழ்ந்த காரணத்தால், அவர்களின் தெய்வங்களும்கூட அதிகாரமற்றவையாக, அப்படியே அதிகாரம் பெற்றிருந்தாலும் அது வரையறுக்கப்பட்ட மிகக் குறுகிய நிலப்பரப்பில் மட்டுமே செல்லுபடியாகும் தன்மையில் காணப் பட்டன. திராவிட இயக்கம் முன்னெடுத்த பகுத்தறிவு, அறிவிற்குப் புறம்பான மூடநம்பிக்கைகளைப் பொத்தாம்பொதுவாய் அணுகாமல், 'அதிகாரம் பெற்ற மூடநம்பிக்கைகள் - அதிகாரமற்ற மூடநம்பிக்கைகள்' என்ற பாகுபாட்டுடனேயே எதிர்கொண்டது.

சமய அதிகாரத்தை அரசியல் அதிகாரமாக உருமாற்றத் தெரிந்த மூடநம்பிக்கைகளின்மீது எழுப்பப்பட்ட கேள்விகள், நாட்டுப்புறத் தெய்வங்கள் - அவற்றிற்கான வழிபாடுகள் சார்ந்த மூட நம்பிக்கைகளின் மீது வைக்கப்படாததை 'அதிகாரம்' சார்ந்தே நாம் விளங்கிக்கொள்ள வேண்டியிருக்கிறது. திராவிட இயக்க முயற்சிகளும் மார்க்சிய விவாதங்களும் தமிழகத்தின் பொது அறிவுத்தளத்தை மையப்படுத்திச் செயல்பட்டதை விடவும்,

அரசியல் பண்பாட்டு அதிகாரத்தைக் கருத்தில் கொண்டே செய்யப்பட்டன என்பது முக்கியம்.

அறிவியலுக்குப் புறம்பான நடவடிக்கைகளை 'அதிகாரம்' என்ற காரணியின் துணையோடு, இருவேறாகப் பிரித்துப் பார்த்து, அவற்றுள் ஏதேச்சதிகார மூடப்பழக்கங்களை மட்டுமே விமர்சனத்திற்கு உட்படுத்தி, மீதி நடவடிக்கைகளைக் கண்டும் காணாமல் விட்டு வைத்ததன் விளைவுகளை இருபதாம் நூற்றாண்டின் இறுதிக்குள்ளாகவே தமிழகம் எதிர்கொள்ள வேண்டியிருந்தது.

சென்ற நூற்றாண்டின் இறுதிப் பத்தாண்டுகளில் கிளம்பி வந்த இந்து சமய அரசியல், தன்னைத் தற்காத்துக்கொள்ள வேண்டி அதுகாறும் கண்டுகொள்ளாமல் விடப்பட்டிருந்த நாட்டுப்புறத் தெய்வங்களைத் தனக்குள் சுவீகரிக்கத் தொடங்கியது. இந்திய வரலாற்றில், எந்தெந்த செவ்வியல் சமயத்தின் கை ஓங்குகிறதோ அதன் திசைகளிலெல்லாம் அவ்வப்போது நகர்ந்துபோகும் இயல்பினைக் கொண்ட நாட்டுப்புற சமயம், இந்து சமய மேலாண்மை பேசப்பட்ட இக்காலகட்டத்தில் தன்னிச்சையாக அதன்பால் திரும்பத் தொடங்கியது.

ஆனால், இம்முறை அரசியல் கோஷமே சமயப் பேரினவாதமாக இருந்தபடியால் வல்லந்தமாக நாட்டுப்புறத் தெய்வங்களுக்கு இந்துத் தொடர்புகள் பின்னப்படுவதும், அவற்றின் வழிபாடு களுக்குள் செவ்வியல் விதிகளை அறிமுகப்படுத்துவதும் நடை பெற்றன. நாட்டுப்புறக் கோவில்களுக்குக் கும்பாபிஷேகம் நடத்துவதையும் சைவப் படையலை வலியுறுத்துவதையும் பிராமண அல்லது உயர்சாதிப் பூசாரிகளை நியமிப்பதையும் இந்து அறநிலையத் துறையின் கட்டுப்பாட்டிற்குள் கொண்டுவருவதையும் கிராமக் கோவில் பூசாரிகளுக்குப் பயிற்சிகள் தருவதையும் இப்படியேதான் புரிந்துகொள்ள வேண்டும்.

'இந்து' என்ற ஒற்றை அடையாளத்திற்குள் நாட்டுப்புறச் சமயத்தையும் கொண்டு வந்து சேர்க்கும் இவ்வரசியலின் குரலையொத்த வேறொரு போக்கும் இத்தருணம் வலுப்பெற்று வந்தது. இந்துப் பேரினவாதத்தை ஏற்றுக்கொள்ளாத, 'இந்து' என்பதை அரசியலாக்க விரும்பாத பலரும்கூட 'சமஸ்கிருத மயமாதல்' என்ற பெயரில் செய்யப்பட்ட மேற்கூறிய நடவடிக்கைகளை ஆதரிப்பவர்களாக இருந்தனர்.

இத்தகைய நபர்கள் தங்களை நடுநிலையாளர்களாகவும் நவீன சிந்தனையை உடையவர்களாகவும் நாகரீகத்தன்மையாளர்களாகவும் அடையாளப்படுத்திக் கொண்டனர். இவர்களுக்குக் கும்பாபிஷேகம்

என்பது, கட்டாந்தரையான வெட்டவெளி வழிபாட்டுத் தளங்கள் நவீனத் தன்மையுடன் கோவில்களாக உருமாறும் நாகரிக வளர்ச்சியாகத் தெரிந்தது; கடவுளர்களுக்குச் சிலையுருவங்கள் அமைவது கலாசார மேன்மை என்றனர்; அசைவப் படையல் ஒழிக்கப்பட்டு சைவப் படையல் வலியுறுத்தப்படுவது நவீனத்துவத்தின் செயல்பாடாக விளங்கியது; கறாரான ஆகம விதிகள் பேணப்படுவது ஒழுக்க விதியாகத் தோன்றியது.

வழிபாட்டிடத் 'தூய்மை', படையலில் பேணப்படும் 'கொல்லாமை', கொண்டாட்டங்களில் கடைபிடிக்கப்படும் 'ஒழுக்கம்' போன்ற நவீனத்துவக் கோட்பாடுகளை முன்னெடுத்துச் சென்று தமிழகத்தை நவீனப் பாதையில், அறிவியல்பூர்வமான, நாகரிக சமூகமாக மாற்ற விரும்பிய இத்தகைய நடுநிலை யாளர்களும், இந்து அடிப்படைவாதக் குழுவினரும் ஒரே போல் பேசிய தருணங்கள் தமிழ்ச் சூழலில் அதிகம். உயிர்ப் பலி தடைச்சட்டம் கொண்டு வரப்பட்டபோதும், உடலை வருத்திச் செய்யும் நேர்ச்சைகள் தொடர்பான விவாதங்களின் போதும் இதை நாம் வெளிப்படையாக அறிய முடிந்தது.

இத்தகைய சூழலிலேயே நாட்டுப்புறத் தெய்வங்கள் தொடர்பான அக்கறைகள் தமிழகத்தில் உருப்பெறத் தொடங்கின. பெருவாரியான மக்களின் நம்பிக்கைகளையும் வாழ்க்கை முறைகளையும் பேச வேண்டிய நிர்ப்பந்தம் பலதரப்பினர்க்கும் ஏற்பட்டது. எந்த 'இந்துப் பேரினவாதம்' நாட்டுப்புறச் சமயத்தைத் தனக்குள் கபளீகரம் செய்யத் தொடங்கியதோ அந்தப் பேரினவாதத்திற்கு எதிரான கலகக் குரல்களை, அதாவது ஒற்றை அதிகாரத்திற்கு எதிரான குரல்களை, நாட்டுப்புறத் தெய்வங்கள் கொண்டிருப்பதாகப் பல்வேறு ஆய்வு முடிவுகள் தெரிவித்தன.

'இந்து' என்ற அடையாளத்திலிருந்து நாட்டுப்புற மக்களை விலக்கி வைக்கும் முயற்சியில், நாட்டுப்புறத் தெய்வங்களில் காணப்படும் பன்முகத் தன்மை சிலாகிக்கப்பட்டு, தமிழர்களின் பண்பாட்டு மரபு காலங்காலமாகப் பன்மையையே பேணி வந்திருப்பதாய்ப் பேசப்பட்டது.

•

நாட்டார் சமயம் பற்றிய ஆய்வுகளின் போக்கினைச் சில வகைப்பட்டதாக நாம் குறிப்பிட முடியும்.

ஒன்று, மக்கள் தெய்வங்களுக்கும் செவ்வியல் தெய்வங்களுக்கும் இடையிலான வழிபாட்டு வேறுபாடுகளை மையப்படுத்திய

ஆய்வுகள். இவ்வகை ஆய்வுகள், நாட்டார் சமயத்தையும் செவ்வியல் சமயத்தையும் எதிரும் புதிருமாகக் காண்பவை. இரண்டிற்குமிடையே கொடுக்கல் வாங்கல்கள் இருப்பதை ஏற்றுக்கொள்ளும் இவ்வாய்வுகள், நாட்டுப்புறத் தெய்வங்களின் சிறப்பியல்புகள் செவ்வியல் தெய்வத் தன்மைகளிலிருந்து பாரதூரம் விலகியிருப்பதாகக் கருதுகின்றன. குறிப்பாக, செவ்வியல் தெய்வங்கள், இன்றைக்கிருக்கும் ஏற்றத்தாழ்வுகள் நிறைந்த சமூகக் கட்டமைப்பைப் பாதுகாக்கும் காவலர்களாக விளங்குகையில், நாட்டுப்புறத் தெய்வங்கள் சமகால சமூகத்தின் மீதான அதிருப்தியையும் கொதிப்பையும் வெளிப்படுத்துவனவாக அமைவதை இத்தகைய ஆய்வுகள் முன்வைக்கின்றன.

இரண்டாவதாக, நாட்டுப்புறத் தெய்வங்களில் கணிசமான எண்ணிக்கையில் காணப்படும் 'கொலையில் உதித்த தெய்வங்கள்' தொடர்பான அக்கறைகள். சமூகச் சிக்கலின் வெளிப்பாடாகவோ அல்லது வெடித்துச் சிதறிய சமூகமுரண் காரணமாகவோ படுகொலை செய்யப்பட்டு, பின்பு பயம் காரணமாக தெய்வநிலை வழங்கப்பட்ட வரலாற்று நாயகர்களே இத்தெய்வங்கள் என்று கருதும் இவ்வகை ஆய்வுகள், இத்தகைய தெய்வங்களின் தொடர்ச்சியான உற்பத்தி அச்சமூகத்தின் சமநிலையின்மையையும் அதன் காரணமாக விளையும் மோதல்களையுமே வெளிக் காட்டுகிறது என்று வாதிட்டன. தமிழகத்தின் சமூகப் பண்பாட்டு வரலாறு என்பது மோதல்களின், கிளர்ச்சிகளின் வரலாறு என்று நம்பக்கூடிய இவ்வகை ஆய்வுகள் கொலையுண்ட தெய்வங்கள் மிகச் சரியான வரலாற்று ஆதாரங்கள் என்று கணிக்கின்றன.

மூன்றாவது வகையிலான ஆய்வுகளின் மையப் போக்கு நாட்டுப்புறத் தெய்வங்களுக்கும் சாதி சமூகங்களுக்குமான பிணைப்பை ஆராயும் குணத்தைக் கொண்டது. பெரும்பாலான நேரங்களில் சாதிய அடையாளங்களாகவும் விளங்கக்கூடிய நாட்டுப்புறத் தெய்வங்கள், வட்டார சாதிய மேலாண்மையை நிலைபெறச் செய்யும் கேந்திரங்களாக விளங்குவதை இவ்வகை ஆய்வுகள் வெளிப் படுத்துகின்றன. நாட்டுப்புறக் கோவில்களில் வெவ்வேறு சாதியினர்க்கு வழங்கப்படும் உரிமைகள், அந்தஸ்துகள், மரியாதைகள் போன்றவற்றை அடையாளப்படுத்தும் இவை, சாதிய ஒடுக்குமுறை, அதிலும் குறிப்பாக தலித் மக்கள் மீதான அடக்கு முறைகள், வெளிப்படையாக அரங்கேறும் தளங்களாக நாட்டார் வழிபாடுகள் விளங்குவதைச் சுட்டிக்காட்டுகின்றன.

•

'நாட்டார் தெய்வம்' என்பது ஒரு மனோபாவம்; பல்வேறு விதமான வழக்காறுகளின் ஊடாட்டத்தில் விளையும் மனோபாவம்.

'தெய்வம்' என்கிற சொற்பிரயோகம் மரபான வழிமுறைகளில் உருவத்தை மையப்படுத்தியோ அல்லது நபர்களை மையப் படுத்தியோ யோசிக்கத் தூண்டுகிறது. செவ்விய பண்பாட்டிலும்கூட 'தெய்வம்' எனும் சொல் தனித்தவொரு ஆகிருதியைச் சுட்டுவதாகவே பயன்பாட்டில் உள்ளது.

தெய்வத்திற்கான அங்க அடையாளங்கள், வரையறுக்கப்பெற்ற குணநலன்கள், பாராட்டப்பெறும் சிறப்பியல்புகள் என ஏராளமான தரவுகளைக் கொண்டிருக்கக்கூடிய செவ்வியல் சமயத்தின் கருத்துருவச் சிக்கலை அடிப்படையாகக் கொண்ட ஆய்வு மனம், 'நாட்டார் தெய்வம்' என யோசிக்கத் தொடங்குகையிலும் அத்தெய்வங்களை உருவமாக, வடிவரீதியாக, மானுடத்தன்மை கொண்டதாக, சில நேரங்களில் அதீதபுருஷராக உருவகிக்கும் தவறையே செய்யத் தொடங்குகிறது.

ஆனால், நாட்டார் வழக்காறுகளின் பின்னணியில் நாட்டார் தெய்வத்தை அணுகத் தொடங்குகிற நபர் வெகு எளிதாக நாட்டார் தெய்வம் என்பது மனோபாவம் மட்டுமே, உருவமோ நபரோ அல்ல எனும் முடிவிற்கு வந்துவிட முடியும்.

'நாட்டார் தெய்வம்' நடைமுறையில் தனித்தவொரு செயல்பாடு அல்ல. பல்வேறு செயல்பாடுகளிருந்து உருப்பெறுகிற மனோபாவம். 'தெய்வம்', தன்னளவில் ஒரு வழக்காறெனச் செயல்பட முடியாதது. இது பல வழக்காறுகளின் தொகுப்பில் உருவாகிவரும் கருத்தாக்கம். ஒரே நேரத்தில் இருந்து கொண்டிருப்பது போலவும் இல்லை என்பது போலவும் தோற்றமளிப்பது. நாட்டார் தெய்வத்தை அறிந்து கொள்வதற்காக நேர்மையாய் முயலக்கூடிய ஒரு நபர் எங்கிருந்து தனது தேடலைத் தொடங்கமுடியும் எனும் குழப்பத்தில் திகைப்பதை இந்த அடிப்படையிலேயே புரிந்துகொள்ள வேண்டும்.

நாட்டார் வழக்காற்றியலில் பயிற்சி பெற்ற நபருக்கு, 'நாட்டார் தெய்வம்' என்பது சேகரிக்கப்படக்கூடிய வழக்காறல்ல என்பது எளிதில் புரிந்துவிடுகிறது. 'நாட்டார் தெய்வம்' என வெளித்தெரியும் படிக்கு சமூகத்தில் எதுவும் செயல்பட்டுக்கொண்டிருக்கவில்லை என்பதும் நாட்டார் தெய்வத்தைச் சேகரித்தல் அல்லது அறிந்து கொள்ளுதல் என்பது அத்தெய்வம் குறித்த வழக்காறுகளைச் சேகரித்தல் அல்லது அறிந்துகொள்ளுதலாகவே நடைபெற முடியும் என்பதும் அவருக்கு விளங்கிவிடுகிறது.

எல்லா நாட்டார் தெய்வங்களும் தங்களைச் சுற்றி ஏராளமான வழக்காறுகளைக் கொண்டிருக்கின்றன. தெய்வம் தொடர்பான கதைகள் - தெய்வம் மனிதனாக வாழ்ந்த கதை, இறந்த கதை, தெய்வமாக மாறிய கதை, அருள் பாலித்த கதை; சடங்குகள் - தெய்வத்தை மகிழ்விப்பதற்கான செயல்பாடுகள், சாந்தப் படுத்துவதற்கான முயற்சிகள், அருளைப் பெறுவதற்கான முன்னேற்பாடுகள்; வழிபாடுகள் - தெய்வத்தை முன்வைத்துச் செயல்படுத்தப்படும் சமூக நிகழ்வுகள்; நம்பிக்கைகள் - தெய்வம் தொடர்பான கிளைச் செய்திகள், அதனடிப்படையிலான வாழ்வியற் கோட்பாடுகள்; தெய்வம் தொடர்பான புழங்கு பொருட்கள் - தெய்வம் குடிகொண்ட கோயில், சிலைகள், ஆயுதங்கள், பூஜைக்கான பொருட்கள், இவ்வனைத்து வழக்காறுகளும் 'தெய்வம்' எனும் ஒற்றைச் சரடின் பின்னணியில் ஒன்றோடொன்று இடையறாத ஊடாட்டத்தைக் கொண்டுள்ளன. இவ்வகை வழக்காறுகளைக் கொண்டிராத எதுவும் தெய்வமெனும் அடையாளத்தைக் கொண்டிருப்பதில்லை.

அது போல நாட்டார் தெய்வத்தை வழிபடக்கூடிய சமூகம் தனது தெய்வம் தொடர்பான வழக்காறுகளைக் கொண்டிருப்பதனால் மட்டுமே சமூகமெனவும் வழங்கப்படுகிறது. மிகத் தெளிவான வகையில், மேற்கூறப்பட்ட எந்தவொரு வழக்காறும் தனித்த நிலையில் நாட்டார் தெய்வமாகச் செயல்படுவதில்லை. அதுபோல் பல வழக்காறுகளின் கூட்டுத்தொகையும் தெய்வம் என்பதாகக் கருதப்படுவதில்லை. இதற்கெல்லாம் அப்பால் இவ்வகை வழக்காறுகளெல்லாம் தங்களுக்குள் கொண்டிருக்கக்கூடிய ஒத்திசைவினால் சமூகத்தில் உருவாக்குகிற மனோபாவம் நாட்டார் தெய்வமென அடையாளப்படுத்தப்படுகிறது.

எந்தவொரு வழக்காறும் தன்னளவில் சுதந்திரமாகச் செயல் படுவதென்பது அசாத்தியம். தவிர்க்க முடியாத வகையில் அது தன்னையொத்த பிற வழக்காறுகளுடன் தொடர்பு கொண்டுள்ளது. ஒரு வழக்காறு வழங்கப்படுகையில் ஏராளமான பிற வழக்காறுகள் நினைவுபடுத்தப்படுகின்றன. வழக்காறுகளுக்கு இடையிலான தொடர்பும், அவற்றைப் பிணைத்திருக்கும் கண்ணியும் ஞாபகப் படுத்தப்படுகின்றன.

எனவே 'வழக்காறு' எனும் கருத்தாக்கம் ஆய்விற்கான வகைப் படுத்தலில் மட்டும்தான் சாத்தியமேயொழிய நடைமுறையில் 'வழக்காறுகள்' என்பதே உண்மை. இவ்வாறு பன்மையாகச் செயல்படக்கூடிய வழக்காறுகள் எதனை வெளிப்படுத்துகின்றன என்கிற கேள்வியை எழுப்புவோமானால், காலங்காலமாய்ச்

சொல்லப் பட்டுவரும் 'வழக்காற்றின் அர்த்தம், பொருள்' எனும் சிந்தனையை மறுக்க வேண்டிய சூழலில் இருந்து கொண்டிருக்கிறோம்.

'வழக்காறு என்பது ஒற்றை அல்ல' எனும் அடிப்படை உண்மையிலேயே 'வழக்காற்றிற்கான அர்த்தம்' எனும் வாதம் பொருளிழந்து போகிறது. வழக்காற்றுத் தொகுதிகளே உண்மை என்றால் அவை வெளிப்படுத்தக்கூடிய மனநிலையே அவற்றின் அர்த்தச் செயல்பாடாகவும் அமைகிறது. அப்படியானவொரு மனநிலையை வெளிப்படுத்துவது மட்டுமே ஆய்வுச் செயல்பாடாக அமையவும் முடியும்.

நாட்டார் தெய்வத்தை ஆராய முனைகின்ற ஒவ்வொரு நபரும் இத்தகைய அடிப்படையிலேயே தனது விசாரணையை மேற்கொள்ள வேண்டியிருக்கிறது. தெய்வம் தொடர்பான வழக்காறுகள் வெளிப் படுத்துகிற மனபிம்பம் எதுவாக இருக்க முடியும் என்கிற கேள்விக்கான விடைகளே நாட்டார் தெய்வம் என்றால் என்ன எனும் கேள்விக்கான பதிலாகும். எனவேதான் 'நாட்டார் தெய்வம் என்பது வழக்காறுகளின் ஊடாட்டத்தில் வெளிப்படும் மனோபாவம்' என்று சொல்லியபடி எனது சிந்தனையை மேலெடுத்துச் செல்கிறேன்.

நாட்டார் தெய்வம் குறித்தத் தரவுகளென நமக்குக் கிடைப்ப தெல்லாம் கதையாடல் வடிவத்திலேயே அமைந்துள்ளன. தெய்வம் என்பது தனித்த வழக்காறல்ல. அதுபோல வழக்காறுகளின் தொகுப்புமல்ல என்று சொல்லுகிறபோது நாட்டார் தெய்வம் தன்னைக் கதையாடல்களாகவே வெளிப்படுத்துகிறது எனும் முடிவிற்கு வந்து சேர்கிறோம். 'கதையாடல்' எனும் சொல்லை வழக்காற்றுத் தொகுதி எனும் அர்த்தத்திலேயே நான் இங்கு பயன்படுத்த விரும்புகிறேன். தெய்வத்தை மையப்படுத்தி வெளிப் படுத்தப்படும் கதையாடல், தொடர்ச்சியாக ஞாபகப்படுத்தப்படும் கதையாடல். இக்கதையாடலே தெய்வத்தின் இருப்பையும் நியாயப்படுத்திக்கொண்டிருக்கிறது.

கதையாடல் என்று அழைக்கிறபோது, அவ்வழக்காறுகளின் பனுவலையும் கடந்து அப்பனுவல்கள் சமூகத்தில் செயல்படும் முறைகளை நாம் யோசிக்கத் தொடங்குகிறோம். எல்லாக் கதை யாடல்களும் தங்களுக்குள் வரையறுக்கப்பட்ட ஒழுங்கமைப்பைக் கொண்டுள்ளன. இந்த ஒழுங்கமைப்பு காலம் மற்றும் வெளி சார்ந்து கட்டமைக்கப்பட்டுள்ளது.

கதையாடல் நிகழ்த்தப்படுகிற காலம், வெளி எனும் எல்லையை மீறி, கதையாடல்களின் கற்பனைத் தளத்தில் செயல்படும் காலமும்

வெளியும் அக்கதையாடலின் அர்த்தப்புலத்தை நிர்ணயிப்பதில் பெரும்பங்கு வகிக்கின்றன. இவ்வாறு நிகழ்த்துதல் அளவிலும், புனைவு நிலையிலும் வெவ்வேறு கால, வெளிக்கூறுகளைத் தன்னுள்ளே கொண்டிருக்கும் கதையாடல் ஒரே நேரத்தில் இவ்விருவகை கால, வெளிக்குள்ளும் ஊடாடிக்கொண்டிருக்கிறது.

கதையாடலை நிகழ்த்தும் காலம்-வெளி வெளிப்படையானவை என்றால், அது புனையும் காலமும் வெளியும் அக்கதையாடலை நிகழ்த்துகிற மனம் தொடர்பானது. கதையாடலின் புனைவுத் தளத்தில் வெளிப்படும் காலத்தையும் வெளியையும் அறிந்து கொள்ளும் முயற்சியில் பனுவல் மற்றும் சொல்லாடல் குறித்த அடிப்படை அறிவுகள் நமக்கு பயன் தர முடியும்.

ஒரு பனுவலின் புனைவுத் தளத்தில் மூன்று விதமான காலங்கள் செயல்பட முடியும் - புராணிய காலம், வரலாற்றுக் காலம், தளக்காலம். இக்காலங்களைச் சார்ந்தே புனைவுவெளி நிர்மாணிக்கப் படுகிறது. இம்மூன்று காலங்களும் தத்தமக்கான தெளிவானதொரு சித்திரத்தைத் தங்களுக்குள் கொண்டுள்ளன.

நிகழ்த்தப்படும் கதையாடல், முக்காலங்களில் ஏதாவதொன்றை புனைவுத்தளத்தில் எழுப்புகையில் மேற்கூறிய சித்திரங்கள் மனப் பிம்பங்களாக உருப்பெறத் தொடங்குகின்றன. இப்பிம்பங்களை அடியொற்றியே கதை நிகழ்வுகள் நிகழத் தொடங்குகின்றன. சுருக்கமாகச் சொல்வதானால் கதையாடல் தனது புனைவுத் தளத்தை அது எந்தக் காலத்தில் உறைந்திருக்கிறது எனக் கோடிட்டுக் காட்டும் முறையில் நிர்மாணிக்கத் தொடங்குகிறது.

நாட்டார் தெய்வம் எனும் கதையாடலில் இரு வேறு காலங்கள் எப்போதும் செயல்பட்டுக்கொண்டிருக்கின்றன. இவ்விரு காலங்களும் மிகத் தெளிவான வகையில் ஒன்று மற்றொன்றை வலுவூட்டும் முகமாக மயங்கியும் உள்ளன.

தெய்வம் எனும் கதையாடலில் செயல்படும் இவ்விரு காலங்களும் தமக்கான வெளியையும் உருவாக்கியுள்ளன. இவ்விரு காலங் களையும் வரையறை செய்வது போல, ஒன்றிலிருந்து மற்றதை வேறுபடுத்திக் காட்டுவது போல, ஒவ்வொன்றின் எல்லையையும் தீர்மானிப்பது போல, இவ்விரண்டின் விளைவாக, மூன்றாவது காரணியொன்று உருவாகி அவற்றின் இடைவெளியில் செயல் பட்டுக் கொண்டிருக்கிறது. அது மரணம் அல்லது அழிவு அல்லது பிரிவு.

மரணம் தனக்கு முன்பும் பின்புமாக வரலாற்றுக் காலத்தையும், தளக்காலத்தையும் கொண்டிருக்கிறது. மரணம் வரலாற்றுக்

காலத்தின் இறுதியாகவும், தளக்காலத்தின் தொடக்கமாகவும் அமைந்துள்ளது. அழிவை மையப்படுத்தி இரு வெவ்வேறு காலங்கள் வேறு வேறான திசைகளில் கிளைத்துள்ளன. ஒன்று கடந்த காலம் எனும் புனைவினுள்ளும் மற்றொன்று நிகழ்காலம் எனும் புனைவிலும் செயல்படுகையில் இவ்விரு புனைவெளிகளை ‘இறப்பு’ எனும் நிகழ்வு பிணைத்துக்கொண்டிருக்கிறது; மரணம் வரலாற்றையும் நிகழ்காலத்தையும் இணைத்துக்கொண்டிருக்கிறது.

மரணத்தின் நிழலை உமிழ்ந்திருக்கிற வரலாற்றுக் காலமும் - வெளியும், மரணத்தின் மூலம் மட்டுமே தங்களை வரலாற்றுத் தன்மை கொண்டதெனவும் வரையறுத்துக்கொண்டுள்ளன. மரணம் என்பதை இறுதியாகப் பெற்றிராத பட்சத்தில் ‘வரலாற்றுக் காலம்’ வேறு காலமோ எனும் மயக்கத்தைத் தந்துவிடும் சாத்தியங்களும் உள்ளன.

இறப்பு என்பது முற்றுப் புள்ளி போல வரலாற்றுக் காலத்திற்கான இறுதி வார்த்தை போலச் செயல்பட்டுக்கொண்டிருக்கிறது. ஆச்சர்யப்படும் வகையில், மரணமே தான் தளக்காலத்தை வெளிப்படுத்தும் கருவியாகவும் செயல்படுகின்றது.

நாட்டார் தெய்வம் எனும் கதையாடல் இவ்வகையில் வரலாற்றுக் காலம் மற்றும் வெளியில் புனைபடத் தொடங்கி மரணம் எனும் இடைச்செயல்பாட்டின் துணையோடு தனது புனைவுத்தளத்தைத் தளக்கால வெளியினுள் மாற்றுவதாக அமைந்துள்ளது. தெய்வம் தோன்றிய கதைகள், நம்பிக்கைகள் எனப் பல்வேறு வழக்காறுகள் வரலாற்றுத் தன்மையை வெளிப்படுத்தும் வேளையில் அத்தெய்வத்தின் மனித மரணம் கதையாடலை நிகழ்காலத்திற்குள் கொண்டு வருகிறது. இவ்விரு புனைவுத்தளங்களும் ஒன்றுக்கொன்று பரஸ்பரம் கொண்டுள்ள பிணைப்பை ‘மரணம்’ எனும் காரணி தெளிவாய் நிகழ்த்திக் கொண்டிருக்கிறது.

●

‘நாட்டார் தெய்வம் என்பது கதையாடலின் விளைவாகத் தோன்றும் மனோபாவம்’ எனச் சொல்லுகையில் இக்கதையாடல் நிகழ்த்தப் படக்கூடிய தற்காலத்தையும் அதற்கான வெளியையும் கவனத்தில் கொள்ள வேண்டும். மனோபாவங்களை உருவாக்கும் கதையாடல் களெல்லாம் தங்களுக்கென தனித்தவொரு சூழலை எப்போதுமே கொண்டிருக்கின்றன. இச்சூழலே இத்தகைய கதையாடல்களை உயிரோடு வைத்திருப்பதோடு அதற்கான செயற்பாட்டுத் தளத்தையும் வரையறை செய்கிறது. சூழல்களற்ற கதையாடல்கள் பொருண்மையற்ற சொன்மைகளாக மறைந்து போகின்றன.

கோவில்களே நாட்டார் தெய்வக்கதையாடல்களின் சூழல் (நிகழ்த்துக் காலமும் வெளியும்). சில இடங்களில் கட்டடங்களாக, கூரைகளாக, மரங்களாக, நீர்த்துறைகளாக, பிற இயற்கைப் பொருட்களாகவும் ஏராளமான தருணங்களில் வானம் பார்த்து ஒற்றையாக வனாந்தரங்களில் நிற்கும் கற்படிவங்களாகவும். கண்ணுக்குப் புலப்படாத வகையில் கதையாடல்களின் மனோபாவங்களால் இவ்வெளிகள் அலங்கரிக்கப்பட்டுள்ளன.

தெய்வக்கதையாடல்களும் அலங்கரிக்கப்பட்ட இவ்வகைக் கோவில்களும் ஒன்றையொன்று வலியுறுத்திக்கொள்கின்றன - கதையாடல்கள் கோவில்களையும் கோவில்கள் கதையாடல் களையும், கதையாடலில் செயல்படக்கூடிய பொருண்மை வெளியை அடையாளப்படுத்துவதன் முதற்படியாக இக்கதையாடல்கள் எவ்வாறு உருவாக்கப்படுகின்றன என்று கேட்பது அவசியம். இந்தக் கதையாடல்கள் எவ்வாறு கண்டுபிடிக்கப்படுகின்றன, யாரால் இவற்றை அறிந்து கொள்ள முடிகிறது, இந்த அறிதல் எவ்வாறு நிகழ்கிறது போன்ற கேள்விகளெல்லாம் இன்னொரு வகையில் கோவில்களின் தோற்றத்தோடு தொடர்புடையவை.

கதையாடல் எவ்வாறு கண்டறியப்படுகிறது எனும் கேள்விக்கான பதில், கோவில் எவ்வாறு கண்டறியப்படுகிறது என்ற கேள்விக்கான பதிலில் அடங்கியுள்ளது. 'கோவில்கள்' என்று யோசிக்கும் வேளையில் நாம் கேள்வியைப் புத்திதாலித்தனமாக மாற்றியமைக்க வேண்டும்.

கோவில்கள் எந்தக் காலத்திலும் நிர்மாணிக்கப்படுவதில்லை அல்லது கோவிலுக்கான இடங்கள் உருவாக்கப்படுவதில்லை. முற்றிலும் மாறாகக் கோவில்கள் கண்டுகொள்ளப்படுகின்றன; அதாவது, கோவிலுக்கான வெளி உணர்ந்து கொள்ளப்படுகிறது.

தெய்வங்கள் உறைந்திருக்கும் பொருட்கள் தேடிக் கண்டு பிடிக்கப்படுகின்றன. ஏராளமான பீடங்கள், அவையமைந்திருக்கும் இடங்களைப் பொறுத்து மனிதர்களால் தீர்மானிக்கப் பட்டவையல்ல; தெய்வம் உறையும் இயற்கைப் பொருட்கள் அனைத்தும் மனிதர்களால் தெரிந்து கொள்ளப்பட்டவையல்ல; எந்தவொரு இடத்திலும் கோவிலை நிர்மாணித்துவிடக்கூடிய சுதந்திரம் மனிதனுக்கு வழங்கப்பட்டிருக்கவில்லை.

இடங்களும் பொருட்களும் திசைகளும் மனிதனை மீறிய சக்திகளாலேயே தீர்மானிக்கப்பட்டு இயங்கிவருகின்றன. சில குறிப்பிட்ட தருணங்களில் இவ்வாறு ஏற்கெனவே தீர்மானிக்கப் பட்டவை மனிதனுக்கு அறிவுறுத்தப்படுகின்றன. அதேபோல் புதிய

இடத்தில் கோவிலை உருவாக்குகையில் பழைய இடத்தின் குணம் பிடிமண்ணாகப் புது இடத்தில் தூவப்பட வேண்டியிருக்கிறது.

ஏராளமான தருணங்களில் தெய்வங்கள் குழந்தை வடிவில் மனிதர்களை வழிமறித்துத் தன்னை வழிபடும்படி கேட்டு மறைகின்றன. சில சமயங்களில் பயணப்படும் மனிதர்களோடு தெய்வங்களும் பயணம் செய்து தங்களை வெளிப்படுத்துகின்றன. கனவுகளில் பிரசன்னமாகிற தெய்வங்கள் தங்களை வழிபடும்படி மனிதர்களை நிர்பந்தம் செய்கின்றன. செய்யாத பட்சத்தில் விபரீதங்களை உணர்த்துகின்றன. பணியாத வரை ஆக்ரோஷம் கொண்டு தங்களை நிரூபித்தபடியே இருக்கின்றன.

தெய்வங்களெல்லாம், தங்களை வெளிப்படுத்திக்கொள்ளும் தருணங்களில் சொல்வதற்கென்று தங்களுக்கான கதைகளைக் கொண்டுள்ளன. தாங்கள் மனிதர்களாக வாழ்ந்த கதை, மாண்ட கதை, பழி தீர்த்த கதை, தற்போதைய இருப்பிடத்தில் உறைந்த கதையென நீண்ட நெடிய கதைகளில்லாத தெய்வங்கள் இல்லை.

இத்தெய்வங்களின் கதைகளில் குறிப்பிடும்படியான வகையில் 'இறப்பும்' இடம்பெற்றுள்ளது. தெய்வங்கள் மனிதர்களாக இருந்து இறந்துபோயிருக்கின்றன. மனிதர்களாக இறந்து தெய்வமாகவும் தெய்வமாக இருந்து மனிதர்களாக இறந்தும் என மரணத்தை மையப்படுத்தும் காரணி தவறாமல் இடம் பெற்று விடுகிறது. அது இல்லாத பட்சத்தில் தெய்வத்தின் கதையில் வரும் பிற நபர்கள் இறந்துபோன நிகழ்வு முக்கியத்துவம் பெறுகிறது. இறப்புக் கதைகளின் மூலம் தங்களை வெளிப்படுத்திக் கொள்ளும் தெய்வங்கள் தொடர்ச்சியாகத் தங்களது கதையாடல்களை உருவாக்குவதில் முனைப்பாகச் செயல்படுகின்றன.

தன்னை இன்னார் என்று அடையாளப்படுத்திக்கொள்ளும் தெய்வம் மனிதர்களுடன் தொடர்ச்சியானவொரு உரையாடலைக் கொண்டிருக்கிறது. இருவரின் தேவைகளையும் முன்வைத்து நடத்தப்படுகிற இவ்வுரையாடலின் மூலமே தெய்வத்திற்கான கதையாடல் உருப்பெறத் தொடங்குகிறது. தெய்வம் தனக்குத் தேவையான மரியாதைகளையும் சனங்கள் தங்களுக்குத் தேவையான நிம்மதிகளையும் முன்வைத்துச் செய்யப்படும் உடன்படிக்கையே வழிபாடாகவும் உருமாறுகிறது. இதன் அடிப்படையிலேயே கதையாடலுக்கான வெளியும் கட்டமைக்கப்படுகிறது.

இந்தத் தரவுகளின் அடிப்படையில் நாம் சில முடிவுகளுக்கு வர முடியும். எங்கு தெய்வம் உறைந்துள்ளதென முன்னறியும் ஆற்றலோ அறிவோ மனிதனுக்கு இருக்கவில்லை. தெய்வங்கள்

தற்செயலாகவே அனேக சமயங்களில் கண்டுகொள்ளப்படுகின்றன. அதுபோல் இந்த இடங்களில்தான் என்றில்லாமல் தெய்வங்கள் எல்லா இடங்களிலும் உறைந்துள்ளன.

தெய்வங்களின் ஞாபகங்கள் பொருட்களின் மீது அழிக்க முடியாதபடி படிந்துள்ளன. அப்படிவுகளெல்லாம் மரணத்தை மையப்படுத்தியே சுழல்கின்றன. பரந்து கிடக்கும் நிலமெங்கும் மரணத்தின் ஞாபகங்கள் பொதியப்பட்டுள்ளன.

வெவ்வேறு வகையிலான மரணங்கள். வன்கொலைகள், விபத்துகள், இயற்கை மரணங்கள், தற்கொலைகள் என உயிர் பிரிவதிலான பல்வேறு வகை உதாரணங்கள். கடந்த காலம் அல்லது நேற்று என்பது விதவிதமான மரணங்களாக உருமாறியிருக்கின்றது. எந்த மரணம், யாருடைய மரணம், எங்கே பதிந்து வைக்கப் பட்டுள்ளதெனும் ரகசியம் எல்லாக் கணங்களிலும் புலப்படுவ தில்லை. உலகமானது கடந்த காலத்தின் துயரங்களை, சூட்சுமங்களைக் கொண்டதாக விளங்குகிறது. சனங்கள் வாழ்ந்திராத பிராந்தியமென்பது எதுவுமில்லை. எல்லாவற்றிலும் வாழ்ந்து கெட்ட கடந்த கால சனங்களின் பிரதிநிதிகள் மரண ஞாபகங்களாக வாழ்ந்து கொண்டிருக்கின்றனர்.

விசேஷமான தருணங்களில் இந்த ஞாபகங்கள் நிகழ்கால மனிதர்களுக்குப் புலப்படுத்தப்படுகின்றன. வரலாறு என்பதும் கடந்தகாலம் என்பதும் மரணத்தின் மூலமே உருவாக்கப்படுகிறது. நிகழ்காலத்தின் மயக்கத்தைப் போக்குவதற்கான கருவிகளைத் தேடிக்கொண்டிருக்கிற மனிதர்கள் வெவ்வேறு தருணங்களில் இம்மரணங்களை உணர்ந்துகொள்ளத் தொடங்குகின்றனர்.

அதாவது கடந்த காலம் பற்றிய ஞாபகப்படிவுகள் தெய்வங்களின் வாயிலாகக் கட்டமைக்கப்படுகின்றன. இவ்வாறு அறியப்பட்ட ஞாபகங்கள், தெய்வங்களை நிகழ்காலத்திற்குள் குடியேற்றுவதன் மூலம் இன்றைய மயக்கங்களுக்கான விடைகளாக, தெளிவுகளாக மாற்றப்படுகின்றன. இதன் தொடர்ச்சியாகவே அத்தெய்வம் தொடர்பான வழக்காறுகள் உருவாக்கப்படுகின்றன.

வழக்காறுகள், நிகழ்காலத்தின் அறிவுத் தொகுதி அல்லது வாழும் சமூகத்தின் சிந்தனை என்று கொள்வோமானால், மரணங்களின் ஞாபக அடுக்குகளைக் கண்டறிவதன் மூலம் உருவாக்கப்படுகிற தெய்வம் தொடர்பான வழக்காறுகளும் இன்றைய சிந்தனை முயற்சியாகவே அமைந்துள்ளன. தளக்காலத்தின் நெருக்கடியையும் குழப்பங்களையும் புரியாமைகளையும் விளக்க முனைகிற சமூக மனம் அவற்றிற்கான கருவிகளென மரண ஞாபகங்களாகப்

படிந்துள்ள கடந்த காலத்தைத் தெய்வம் எனும் பெயரில் மீள்கட்டமைக்கத் தொடங்குகிறது.

தெய்வத்தை மையப்படுத்தி உருவாகும் கதையாடல்கள் வரலாற்று காலத்தைக் கட்டமைக்கும் அதே சமயம் நிகழ்காலத்தையும் கட்டமைக்கத் தொடங்குகிறது. இக்கட்டமைப்பையே 'வழக்காறுகளின் தொகுதி' அல்லது 'கதையாடல்' என்பதாக நாம் முன்னால் பார்த்தோம்.

வேறெந்த முறையிலும் தனது ஞாபகங்களை அல்லது சமூகங்களின் ஞாபகங்களைப் பாதுகாத்தறியாத சமூகம் நிகழ்ந்து போன மரணங்களின் துணையோடு தனது கடந்த காலத்தை, வரலாற்றை அடுத்த தலைமுறைக்குக் கடத்திக் கொண்டிருக்கிறது. வாய்மொழியை மட்டுமே தனது மொழியாகக் கொண்டிருக்கும் சமூகம், தெய்வங்களைக் கண்டு கொள்ளும் செயல்பாட்டை இந்த அளவிலேயே நாம் புரிந்து கொள்ள வேண்டும். கதையாடல்கள் மூலம் உருவாகும் நாட்டார் தெய்வம் எனும் மனோபாவம், இந்த அளவில், கடந்த காலத்தைக் கட்டுவதன் மூலம் நிகழ்காலத்தை ஒழுங்குபடுத்துகிற வாய்மொழிப் பண்பாட்டின் செயல்பாடாகும்.

கடந்த காலம் என்பது மரணங்களின் தொடர்ச்சியாக ஞாபகப் படுத்தப்படுகிறது என்று சொல்லும் பட்சத்தில் இச்சமூக நிகழ்வின் பின்னணியில் செயல்படக்கூடிய கருத்தாக்கங்களை அறிந்திருத்தல் அவசியம். ஞாபகங்களைச் சுமக்க வேண்டிய பொறுப்பு ஏன் மரணங்களுக்குத் தரப்பட்டன எனும் கேள்வியையே, எதன் அடிப்படையில் வரலாறு மரணங்களின் ஞாபக அடுக்குகளாக உருவகப்படுத்தப்படுகிறது எனவும் கேட்கலாம்.

'வரலாறு' எனும் சொல்லுக்கு இருக்கக்கூடிய இன்றைய அர்த்தம் மேற்கூறியச் செயல்பாட்டைப் பிரக்ஞைபூர்வமான செயல்பாடாக மாற்றுகிறது என்றாலும், பிரக்ஞை - பிரக்ஞையற்ற நிலை என்பதையும் மீறி 'காலத் தொடர்ச்சி' எனும் கருத்து பெறக்கூடிய முக்கியத்துவத்தை மறுப்பதற்கில்லை.

நேற்றைய நிகழ்வுகளின் நிழலிலேயே இன்றைய தினத்தை மனித சமூகம் அர்த்தப்படுத்திக்கொள்ள விழைகிறது என்கிறபோது, கடந்த காலம் என வருவிக்கப்படுபவையும்கூட இன்றைய தினத்தின் உருவாக்கமே என்பதையும் நாம் மறந்துவிடமுடியாது. சிக்கல்கள் நிறைந்ததாகத் தோற்றமளிக்கிற இச்செயல்பாடு தனது அடியாழத்தில் கொண்டுள்ள கருத்தாக்க நிகழ்வுகளை வெளிக் கொண்டுவருவது மட்டுமே இன்றைய தேவையாக இருக்கிறது.

தெய்வங்களை உற்பத்தி செய்வதன்மூலம் தான் வாழ்ந்து கொண்டிருக்கும் காலத்திற்கும் தனக்கு முந்தைய காலத்திற்குமான தொடர்பினை ஏற்படுத்தி, ஒரே சமயத்தில் முந்தைய காலத்தையும் நிகழ்காலத்தையும் வடிவமைக்கிற இயக்கவியல் பெரும்பாலும் வாய்மொழிப் பண்பாட்டிலேயே காணப்படுகிறது.

வாய்மொழிப் பண்பாடு மிகத் தெளிவான வகையில் எழுத்து மொழிப் பண்பாட்டின் செயல்பாட்டிலிருந்து வேறுபட்டு நிற்கிறது. அடிப்படையில் மொழியை ஓசையாக மட்டுமே பயன்படுத்திக் கொண்டிருக்கும் பண்பாடு, மொழிக்கான காட்சி வடிவத்தைப் பெற்றிராத பண்பாடு, சிந்தனையின் அளவிலும் வேறுபட்டு நிற்கிறது என யோசிக்கத் தொடங்கும் வால்டர் ஜே. ஓங், வாய்மொழிப் பண்பாட்டின் குணங்களை வகைப்படுத்துகையில் 'தன்னிலை' உருவாக்கம் என்பதை அதிகமாக விவரிக்கிறார்.

அவரது ஆய்வின்படி வாய்மொழியியம் (orality) 'கூட்டுத் தன்னிலையை' முதன்மைப்படுத்துகிறது என்றால் எழுத்து மொழியியம் (literacy) 'ஒற்றைத் தன்னிலையை' மையப் படுத்துகிறது (ஓங், *1989 : 82*). 'கூட்டுத்தன்னிலை' என்பதை சமூகத்தின் தன்னிலையாகப் புரிந்துகொள்ள வேண்டும். ஒரு சமூகம் உயிர்வாழ்வதற்கு சிந்தனைத் தொடர்ச்சி முக்கியம். சிந்தனையை மொழியே கட்டமைக்கிறது என்று ஏற்றுக்கொள்வோமேயானால் காட்சியாகப் பாதுகாக்க முடியாத மொழியைக் கொண்டிருக்கிற வாய்மொழியியம் தனது சிந்தனையை இக்குறைபாட்டுடனேயே மேற்கொள்ள வேண்டிய நிர்பந்தத்தை எதிர்கொள்கிறது.

இந்நிர்பந்தத்தை எதிர்கொள்ளும் சூட்சுமமாக வாய்மொழியியம் தனது சிந்தனையை எளிமையான வடிவத்திலும், மீண்டும் மீண்டும் சொல்லிக்கொண்டிருப்பதிலும், சிந்தனையை அரூபமாக இல்லாமல் ரூபமாக வடிவமைப்பதிலும் கவனம் செலுத்துகிறது. எனவே இயக்கத்திலிருக்கும் சிந்தனையொன்றைக் காப்பாற்றுவது என்பதும், தொடர்ச்சியாக இயக்குவிப்பது என்பதும் வாய்மொழிப் பண்பாட்டிற்கான சவால்கள்.

இதன் தொடர்ச்சியாக, புதிய சிந்தனைகளின் வரவு வாய்மொழிச் சமூகத்தில் எளிதான ஒன்றல்ல. அதன் உறுப்பினர்கள் அனைவரும் பொதுச் சிந்தனையின் (சமூகச் சிந்தனை) போக்கிலேயே தத்தமது மனதைக் கட்டமைக்கும்படி கட்டாயப்படுத்தப்படுகிறார்கள். விளைவாக தனிநபர் சிந்தனை என்பதோ தனிநபர் அடையாளம் என்பதோ வாய்மொழிச் சமூகத்தில் உற்சாகப்படுத்தப்படுவ தில்லை.

தனிநபர்கள் சமூகச் சிந்தனையை ஏற்றுக்கொள்ளவும், சமூக அடையாளங்களைத் தரித்துக் கொள்ளவுமே தொடர்ந்து அறிவுறுத்தப்படுகிறார்கள். எனவே வாய்மொழிப் பண்பாட்டின் 'தன்னிலை' என்பது 'கூட்டுத் தன்னிலை' யாகவே செயல்படுகிறது.

வாய்மொழிப் பாண்பாட்டின் உள இயக்கவியல் (psychodynamics) என ஓங் குறிப்பிடும் இத்தகைய குணநலன் (கூட்டுத் தன்னிலை) ஒரு வகையில் வாய்மொழியியத்தை விளக்குகிறது என்றாலும் இன்னொரு வகையில் அப்பண்பாட்டைக் குறுக்கியும் விடுகிறது. 'கூட்டுத்தன்னிலை', 'ஒற்றைச் சிந்தனை' போன்ற கருத்தாக்கங்கள் வாய்மொழிச் சமூகத்தை இயங்காத் தன்மையுடையதென உருவகிக்கும் தவறைச் செய்துவிடுகிறது.

'கூட்டு', 'ஒற்றை' என இரண்டு வகைத் தன்னிலைகளையும் ஒரே நேரத்தில் கொண்டிராத சமூகத்திற்கு இயக்கமென்பதில்லை. வாய்மொழிச் சமூகத்தில் கூட்டுத் தன்னிலையின் பங்கு அதிகமாகக் காணப்படுகிறதென்றால் எழுத்துமொழிச் சமூகத்தில் ஒற்றைத் தன்னிலை மேலோங்கியுள்ளது. கூட்டு மற்றும் ஒற்றைத் தன்னிலைகளுக்கிடையேயான போராட்டத்திலேயே எந்தவொரு சமூகத்தின் சிந்தனைப் போக்கும் வளர்ச்சியுற முடியும்.

இச்சூழலில் பால் ரிக்கோயர் தன்னிலைகள் குறித்துப் பேசுவதைக் கவனத்தில் கொள்ள வேண்டும். இரண்டு வகைத் தன்னிலைகள் எனச் சொல்லும் ரிக்கோயர் அவற்றைப் 'பொதுத்தன்மை ' (sameness) எனவும் 'தனித்தன்மை ' (selfhood) எனவும் பெயரிடுகின்றார் *(ரிக்கோயர், 1992 : 18)*.

இவ்விரு தன்மைகளும் ஒவ்வொரு தனிநபருக்குள்ளும் செயல் படுவதாகக் குறிப்பிடும் ரிக்கோயர் இத்தன்மைகளுக்கு இடையிலான வேறுபாட்டைக் காலஎல்லையைக் கொண்டு விளக்குகிறார். குறிப்பிட்ட நேரங்களில் பொதுத்தன்மை மேலாண்மை பெறுகிற தென்றால் வேறு சில சமயங்களில் தனித்தன்மை உச்சம் கொள்கிறது. அதைப் போலவே தனித்தன்மை பொதுத்தன்மையாகவும் பொதுத் தன்மை தனித்தன்மையாகவும் மாறக்கூடிய வாய்ப்புகளும் உள்ளன.

வாய்மொழிச் சமூகமும் தனக்குள் இருவிதத் தன்மைகளைக் கொண்டு இயங்குகிறது. அதன் பொதுத்தன்மை மேலாண்மை பெற்றுள்ளது என்றாலும் அதனுள் உருவாகக்கூடிய தனித் தன்மைகள் பொதுத்தன்மை மீது தொடர்ச்சியான போராட்டத்தை நிகழ்த்திக் கொண்டிருக்கின்றன. இப்போராட்டம் சமூகத்தின் பொதுத் தன்மையை மாற்றியமைக்கும் முயற்சியாக இடையறாது நடைபெற்றுக்கொண்டே இருக்கிறது.

வெவ்வேறு சமூக முரண்களை மையப்படுத்தித் தனித்தன்மைகள் மேற்கொள்ளும் இவ்வகைப் போராட்டங்களின் இறுதியில் தனித்தன்மைகள் தங்களை மாய்த்துக்கொண்டு தங்களது அடையாளங்களை நிலைநிறுத்துகின்றன. தனித்தன்மைகளை வலியுறுத்திய மனிதர்கள் மரணமுறுவதென்பது வாய்மொழிப் பண்பாட்டில் இயல்பான ஒரு நிகழ்வு. சமூக மதிப்பீடுகளை மீறுபவர்கள், கூட்டுத்தன்மையை உடைப்பவர்கள், பொதுத் தன்மையைக் கேள்விக்குட்படுத்துபவர்கள் மரணத்தில் முடிந்து போவதென்பது எல்லையற்ற அதிர்ச்சியைச் சமூகத்திற்குள் எழுப்புகிறது. இவ்வதிர்ச்சியை எதிர்கொள்ளும் வகையில் சமூகங்கள் அம்மரணத்தை ஞாபகப்படிவுகளாக உருமாற்றிப் பொருட்களின் மீது படியவிடுகின்றன.

இவ்வாறு எல்லாச் சமூகங்களிலும் நிகழ்ந்த, நிகழ்கின்ற மரணங்கள் எண்ணிலா வகையில் நிலமெங்கும் பொதிந்து வைக்கப்படுகின்றன. இப்பொருட்களைப் பின்னாளில் எதிர்கொள்கிற சமூகம் அதனைத் தெய்வமாக உருமாற்றித் தனது நிகழ்காலத்தைக் கட்டமைக்கத் தொடங்குகிறது.

இதுவரையில் விவாதித்த செய்திகளைக் கீழ்க்கண்டவாறு தொகுத்துக்கொள்ள முடியும்:

நிகழ்காலத்தை 'மயக்கம்' என உணர்ந்து, தெளிந்து கொள்ள விரும்பும் சமூக மனம் நாட்டார் தெய்வங்களைப் படைக்கும் செயலை அறிவுச் செயல்பாடாகவே மேற்கொள்கிறது.

- நிகழ்கால மயக்கம் கடந்தகாலத்தைக் கட்டமைப்பதன் மூலம் அகற்றப்படுகிறது.
- நிகழ்கால மனம் வரலாற்றுக் கால மனத்தையும், 'கட்டமைக்கப் பெற்ற வரலாற்றுகால மனம்' நிகழ்கால மனத்தையும் வடிவமைக்கின்றன.
- கடந்தகாலம், மரணங்களின் ஞாபகப் படிவங்களாக உருவகப் படுத்தப்பட்டுள்ளன.
- மரணத்தின் ஞாபகப் படிவுகளைக் கண்டெடுத்தல் என்பது நாட்டார் தெய்வங்களைக் கண்டெடுத்தல்.
- ஞாபகங்களை மரணத்தில் பொதிந்து வைக்கும் செயல்பாடு வாய்மொழிப் பண்பாட்டின் உத்தி.
- எழுத்து மொழிப் பண்பாட்டில் மொழியின் காட்சி வடிவம் ஞாபகங்களைச் சுமந்துகொண்டிருக்கின்றன என்றால் வாய்மொழிப் பண்பாட்டில் அதனை மரணம் சுமந்து கொண்டிருக்கிறது.

- மரணத்தின் சாயல் நிகழ்காலத்தின் மீது தவிர்க்கவியலாத வகையில் எழுதப்பட்டிருக்கிறது.

வாய்மொழியை மட்டுமே சார்ந்து வாழக்கூடிய சமூகம் தனது வசதிகளுக்காக உருவாக்கிக்கொண்ட செயல்பாடே 'நாட்டார் தெய்வம்' எனும் கருத்தாக்கம். சமூகத்தின் ஞாபகங்கள் மரணத்தை அடையாளமாகக் கொண்டு, பரந்து விரிந்த இயற்கையெங்கும் பொதிந்து வைக்கப்பட்டுள்ளன என்பது போன்ற முடிவுகளைக் கையாளுவதில் கவனமாக இருக்க வேண்டியது அவசியம்.

வாய்மொழிப் பண்பாடு என்று சொல்லுகையில் வாய்மொழியியம் எனும் கருத்தாக்கத்தைக் குறிப்பிடுகிறேனேயொழிய எந்தவொரு தனித்த பண்பாட்டையும் அல்ல. 'மொழி துணைபுரியாத சூழலில், திரும்பத் திரும்பச் சொல்லுவதையே ஞாபக உத்தியாக வாய்மொழிச் சமூகங்கள் கொண்டுள்ளன' என்கிற வால்டர் ஜே. ஓங்கின் முடிவிற்கு மாறாக, அச்சமூகங்கள் மரணம் எனும் காரணியை அடையாளமாகக் கொண்டு தனது ஞாபகப் படிவுகளை நிலமெங்கும் சேமித்து வைக்கின்றன என நான் குறிப்பிடுவது எந்தவொரு தனித்த பண்பாட்டின் குணமாகவும் இல்லாமல் வாய்மொழியியத்தின் குணமாகவே அமைந்துள்ளது. வாய்மொழியியம் என்பது ஒரு விதமான மொழிச் செயல். வாய்மொழிப் பண்பாடு என்பது வாய் மொழியியத்தை அடிப்படையாகக்கொண்ட வாழ்க்கை முறை. அதே நேரம் வாய்மொழிப் பண்பாடுகள் தங்களுக்குள் எழுத்து மொழியியத்தின் கூறுகளையும் சொற்ப அளவில் கொண்டுள்ளன.

இதற்கு எதிராக எழுத்து மொழிப் பண்பாடு தனது செயல்பாட்டைப் பெரிதும் எழுத்துமொழியியத் தன்மையோடும் குறைந்த அளவில் வாய்மொழியியத் தன்மையோடும் கட்டமைத்துள்ளது. முழுமையான வாய்மொழியியம் அல்லது முழுமையான எழுத்து மொழியியம் செயல்படக்கூடிய பண்பாடுகள் என்று எவையுமில்லை. இரண்டு தன்மைகளின் கலவையாகவே சமூகங்கள் காணப்படுகின்றன. எந்தத் தன்மை மேலோங்கியுள்ளது என்பதைப் பொறுத்து அச்சமூகத்தின் செயல்பாட்டு முறைமை அளக்கப்படுகிறது.

எழுத்துமொழியையும் வாய்மொழியையும் சமவிகிதத்தில் கொண்டிருப்பதாக தோற்றமளிக்கக்கூடிய தமிழ்ச்சமூகத்தில் செயல்படக்கூடிய மொழியியத்தை அறிந்துகொள்வது சிக்கலான ஒன்று. இத்தகைய சமூகங்களின் ஞாபகங்களை எங்கே தேடுவது எனும் கேள்விக்கு மொழியின் காட்சி வடிவங்களிலும், மரணத்தின் ஞாபகப் படிவங்களிலும் தேடியாக வேண்டும் என்பதே சரியான முடிவாக இருக்க முடியும்.

ஏனென்றால் இரண்டு வித ஞாபகங்களும் - புத்தகங்கள், நாட்டார் தெய்வக் கதையாடல்கள் - மேலோங்கிச் செயல்படும் சூழலிலேயே நாம் வாழ்ந்து கொண்டிருக்கிறோம். ஆனால், துரதிர்ஷ்டவசமாக எழுத்து மொழியின் வசீகரத்தில் மயங்கிப்போன ஆய்வாளர்கள் பகுத்தறிவு எனும் போர்வையில் புத்தகங்களைச் சிலாகிக்கிற அளவு கதையாடல்களைக் கவனத்தில் கொள்ளாததும் நமது சூழலிலேயே நடைபெற்றிருக்கிறது.

'எழுத்து' எனும் கருவி உற்பத்தி செய்கிற 'பகுத்தறிவு' எனும் கருத்தாக்கம், மரபான ஞாபக உத்திகளை, அவை பயன்பாட்டில் கொண்டுள்ள வடிவத்தினை கருத்தில் கொண்டு, அறிவிற்கு அப்பாற்பட்ட செயல்கள் என்று முடிவு செய்யும் போக்கினால் நாம் தவறவிட்டவை ஏராளம். கடந்த காலம் ரகசியப்படுத்தி வைத்துள்ள மரணத்தின் ஞாபகங்களையும் நினைவுகளையும் கண்டறிய முயலாத சூழலில், அவற்றிற்கான பதிலிகளாக எழுத்துப் படிவங்களைத் தேடிப்போவது ஒரு சார்பான வரலாற்றுக் கட்டமைப்பு.

வரலாற்றைத் திரும்பச் செய்தல் எனும் வாதம் பல்வேறு கோணங்களில், பல்வேறு தளங்களில் எழுப்பப்படும் இன்றைய சூழலில் இயல்பாகவே தத்தமது கடந்த காலங்களை 'நாட்டார் தெய்வம்' எனும் போர்வையில் சமூகங்கள் கட்டமைக்கும் அடிப்படைகளை உணர்ந்து கொள்ளுதல் இன்றைய சமூகத் தேவை.

மரணத்தின் ஞாபகங்கள் நிலமெங்கும் பாதுகாக்கப்படுவதாக நம்புகிற வாய்மொழிச் சமூக மனம் அப்படியான ஞாபகங்களைத் தொடர்ச்சியாகக் கண்டுபிடித்துக் கொண்டும், பாராட்டிக் கொண்டும் வாழ்கின்ற சூழலில் அதற்கான சமூகத்தேவையை 'சமயம்' எனும் ஒற்றைச் சொல்லில் சுருக்கிவிடாமல், அவ்வாறு நம்பி நிகழும் வாழ்வை உணர்ந்துகொள்ள முயலுவதே சரியான ஆய்வாகவும் இருக்க முடியும்.

நாட்டார் தெய்வங்களை என்ன காரணங்களுக்காகச் சமூகம் உற்பத்தி செய்கிறது என்று கேட்பதை விடவும் எவ்வாறு நாட்டார் தெய்வங்கள் உணர்ந்து கொள்ளப்படுகின்றன என்ற கேள்வியே மிகச் சரியானதாக இருக்க முடியும். இக்கட்டுரையிலும்கூட நான் அப்படியானவொரு குரல் வெளிப்படும் வண்ணமே முயற்சி செய்திருக்கிறேன்.

துணை நூற்பட்டியல் :

1. Liszka, James Jacob, 1989, *"The Semiotic of Myth. A Critical Study of the Symbol"*, Indiana University Press, Bloomington.
2. Lotman, Yuri.M, 1990, *"Universe of the Mind. A Semiotic Theory of Culture"*, Indiana University press, Bloomington.
3. Ong, Walter. J, 1989, *"Orality and Literacy: The Technologizing of the Word"*, Routledge, London.
4. Ricoeur, Paul, 1992, *"Oneself as Another, translated by Kathleem Blamey"*, The University of Chicago Press, Chicago.

டி. தருமராஜ்

மானுடவியல், நாட்டார் வழக்கியல், பண்பாடு, வரலாறு, கலை, இலக்கியம், திரைப்படம் உள்ளிட்ட துறைகளில் இருபத்தைந்து ஆண்டுகளுக்கும் மேலாகத் தொடர்ந்து இயங்கி வருபவர். மதுரை காமராசர் பல்கலைக்கழகத்தின் நாட்டுப்புறவியல் மற்றும் பண்பாட்டு ஆய்வுகள் துறையின் பேராசிரியர். தற்போது, மதுரை காமராசர் பல்கலைக்கழகத்தின் தேர்வாணையாளராகப் பொறுப்பேற்றிருக்கிறார். ஜெர்மனியிலுள்ள கோட்டிங்கன் பல்கலைக் கழகத்திலும், ட்யூபிங்கன் பல்கலைக்கழகத்திலும் வருகைதரு பேராசிரியராகப் பணியாற்றியவர்.

அயோத்திதாசரை முற்றிலும் புதிய கோணத்தில் அறிமுகப்படுத்தி விவாதிக்கும் 'நான் பூர்வ பௌத்தன்' (2003), நாட்டுப்புறவியல் துறை சார்ந்த அடிப்படை நூலாகத் திகழும் 'தமிழ் நாட்டுப்புறவியல்' (2011), மிகுந்த சர்ச்சைக்கும் விவாதத்துக்கும் உள்ளான 'நான் ஏன் தலித்தும் அல்ல?' (2015) உள்ளிட்ட நூல்களின் ஆசிரியர். காலச்சுவடு, புது விசை, தலித், வல்லினம், புதிய காற்று உள்ளிட்ட இதழ்களில் இவருடைய எழுத்துகள் வெளிவந்துள்ளன.

ஜல்லிக்கட்டு விளையாட்டின் சமூகப் பண்பாட்டு வரலாற்றை விவரிக்கும் விரிவான நூலொன்றைத் தற்சமயம் எழுதிவருகிறார்.

www.ingramcontent.com/pod-product-compliance
Lightning Source LLC
LaVergne TN
LVHW060439051026
849518LV00002B/526
* 9 7 8 8 1 9 4 9 3 2 1 5 4 *